The Best Vocabulary
for the Japanese-Language
Proficiency Test N1

話題別コーパス研究会

Wadaibetsu Koopasu Kenkyukai

JLPT N1

ミニストーリーで覚える
日本語能力試験
ベスト単語
合格2600

Learn using mini stories to
make your studying more fun
and efficient!

the japan
times
PUBLISHING

ミニストーリーで覚える
JLPT 日本語能力試験ベスト単語 N1 合格 2600
The Best Vocabulary Builder for the Japanese-Language Proficiency Test N1

2023 年 11 月 5 日 初版発行

著　者：話題別コーパス研究会
　　　　（中俣尚己・李在鉉・乾乃璃子・大谷つかさ・岡崎渉・加藤恵梨・小口悠紀子・
　　　　帖佐幸樹・寺田友子・道法愛・藤村春菜・三好優花）
発行者：伊藤秀樹
発行所：株式会社 ジャパンタイムズ出版
　　　　〒 102-0082　東京都千代田区一番町 2-2　一番町第二 TG ビル 2F
ISBN978-4-7890-1795-4

First edition: November 2023

Narrators: Shogo Nakamura and Mai Kanade
Recordings: Studio Glad Co., Ltd.
Translations: Amitt Co., Ltd (English) / Yu Nagira (Chinese) / Nguyen Do An Nhien (Vietnamese)
Chapter title illustrations: Yuko Ikari
Layout design and typesetting: guild
Cover design: Shohei Oguchi + Tsukasa Goto (tobufune)
Printing: Koho Co., Ltd.

Published by The Japan Times Publishing, Ltd.
2F Ichibancho Daini TG Bldg., 2-2 Ichibancho, Chiyoda-ku, Tokyo 102-0082, Japan
Website: https://jtpublishing.co.jp

ISBN978-4-7890-1795-4

Printed in Japan

この本を使う方へ
ほん　　　つか　　　かた

For Users of This Book

致使用此书的各位读者

Gửi các bạn sử dụng quyển sách này

本書について
ほんしょ

　私たちが言葉を使うとき、必ず話題があります。ある
ときは食べ物の話題、あるときはテレビの話題。話題に
よってよく使う単語は異なります。また、よく使う単語
は話題によってまとめられると言えるでしょう。

　この単語帳は、日本語能力試験 N1 レベルの単語を 27
種類の話題に分けたものです。日本人の会話のデータを
たくさん集めて、どの単語がどの話題に多く使われるの
かを計算し、科学的に分類しました。

　最初は、自分が得意だな、興味があるな、と思う話題
から学習してみてください。興味のある話題の方が学習
がスムーズです。それから、他の話題についても学習し
ていきましょう。迷ったときは、小さな番号の課から学
習してください。

　単語を覚えるときは例文を活用してください。単語と
例文はアプリを使って音声を聞くことができます。文字
を見ずに音声を聞いて場面を想像したり、シャドーイン
グしたりするのもいいでしょう。単語は必ず文の中で使
われ、そして文は場面の中で使われます。その単語はど
んな話題を話すときに、どんな場面で使われるのか。そ
して、他のどんな語と一緒に使われるのか。これらは必
ず、単語を覚えるときのヒントになるはずです。

著者一同
ちょしゃいちどう

About This Book

Whenever we use words, there is always a topic. Sometimes the topic is food, sometimes the topic is television. Frequently used words vary depending on the topic. Also, it can be said that frequently used words are grouped by topic.

This vocabulary book is a collection of JLPT N1-level words divided into 27 topics. We collected a lot of Japanese conversation data, calculated which words are often used in each topic and scientifically classified them.

First, try learning from topics that you think you are good at or are interested in. Learning from topics of interest can make studying much easier. Then, try learning about other topics as well. When in doubt, learn from the lesson with the smaller number.

When learning vocabulary words, please make use of the example sentences. You can listen to audio of the vocabulary words and example sentences using the app. It is also a good idea to listen to the audio without looking at the words and picture the scene or practice shadowing what is being said. Vocabulary words will be used in the sentences, and those sentences will be used in the scenes. What kind of topic is each word used with and when is it used? And what other words are used with it? These questions will serve as hints for learning new words.

The authors

关于此书

在我们使用语言的同时，也绝对会衍生出话题。有时候是关于食物的话题，而有时候是关于电视的话题。使用的单词也会因为话题的不同而改变。但，其实可以把常用的单词，做话题分类来归类。

这本单词本，是把日本语能力测试 N1 等级的单词分成27 种类型的话题。我们搜集了大量日本人对话的数据，以科学的方式归类，分析出哪一个单词，会最常被用于哪一个话题内。

刚开始，您可以从自己本身最常用，最有兴趣的话题开始学习，从有兴趣的话题学习，是最容易上手的。然后再开始学习其他话题，如果您不知道该从哪里开始，可以顺着号码的顺序学习。

背单词时，您可以运用例文来学习。您可以使用 APP 听有声的单词和例文。然后不看文字，用听声音的方式来想象场景，也可以做跟读练习。文章中一定会使用到单词，而这些文章实际上也会出现在现实场景中。所以您记单词时，可以同时学习到这个单词会被使用在什么样的话题中，会出现在什么样的场景，又会和什么单词一起使用。这些都能够是您在学习过程中得到启发。

作者一同谨识

Giới thiệu về quyển sách này

Khi chúng ta sử dụng từ ngữ, bắt buộc phải có đề tài. Khi thì đề tài về món ăn, khi thì đề tài về tivi. Tùy theo đề tài mà từ vựng thường sử dụng sẽ khác nhau. Bên cạnh đó, cũng có thể nói từ vựng thường dùng sẽ được tóm tắt theo đề tài.

Sổ tay từ vựng này chia các từ vựng ở cấp độ N1 của Kỳ thi Năng lực tiếng Nhật thành 27 đề tài. Chúng tôi đã thu thập rất nhiều dữ liệu hội thoại của người Nhật và tính xem từ vựng nào thường được dùng nhiều trong đề tài nào để phân loại một cách khoa học.

Thời gian đầu, bạn hãy thử học từ đề tài mà mình cảm thấy tự tin hoặc có hứng thú xem. Đề tài mà bạn có hứng thú sẽ giúp cho việc học thuận lợi hơn. Sau đó, bạn hãy học cả những đề tài khác. Khi phân vân, hãy học từ bài có số nhỏ trước.

Khi ghi nhớ từ vựng, hãy sử dụng câu ví dụ thật hiệu quả. Bạn có thể sử dụng ứng dụng để nghe tệp âm thanh từ vựng và câu ví dụ. Cũng có thể không nhìn chữ mà nghe, rồi tưởng tượng tình huống và bắt chước lặp lại. Từ vựng chắc chắn được sử dụng trong câu, và câu sẽ được sử dụng trong tình huống. Từ vựng đó được sử dụng khi nói về đề tài nào, ở tình huống nào. Và được sử dụng cùng với từ nào khác. Chắc chắn những điều này sẽ là gợi ý giúp bạn ghi nhớ từ vựng.

Nhóm tác giả

この本の使い方
ほん　つか　かた

How to Use This Book / 此书的使用方法 / Cách sử dụng quyển sách này

● 単語番号　Vocabulary number
たんごばんごう　单词号码
Số thứ tự của từ vựng

● トラック番号　Track number
ばんごう　音档号码
Số track tệp âm thanh

🔊 4

A：あの店のコロッケ、好きだよね。そんなにおいしいの？

B：うん、ありふれた味なんだけど、なんかおいしいんだよね。
特に、学校帰りに空腹で食べると格別なんだ！
とく　がっこうがえ　くうふく　た　かくべつ

13	ありふれた	連 ordinary/一般/tầm thường, bình thường
14	空腹 くうふく	名 empty stomach/空腹/bụng đói
15	↔ 満腹 まんぷく	名 full stomach/满腹/sự no, no bụng
16	格別な かくべつ	ナ exceptional, special/特别的/đặc biệt, khác biệt, ngoại lệ

A: You really like the croquettes at that store. Are they really that good? B: Yes. They're just ordinary croquettes, but they taste great. On an empty stomach after school, they're exceptional!/A: 你很喜欢那家店的可乐饼，有那么好吃吗？ B: 嗯。虽然味道很一般，但就是感觉好吃。尤其是放学空腹时吃，特别的好吃！/A: Cậu thích món korokke ở tiệm đó nhỉ. Nó ngon đến vậy sao? B: Ừm, tuy hương vị bình thường thôi nhưng ngon sao á. Đặc biệt là ăn

⑩	直前の単語に対応する ちょくぜん　たんご　たいおう 他動詞／自動詞 たどうし　じどうし	transitive/intransitive verb that goes with the preceding word / 对应之前单词的他动词/自动词 / tha động từ / tự động từ đi với từ vựng ngay trước đó
＝	似ている意味の単語 に　いみ　たんご	words with similar meanings / 近义词 / từ đồng nghĩa
↔	反対の意味の単語 はんたい　いみ　たんご	words with the opposite meaning / 反义词 / từ trái nghĩa
＋	一緒に覚えてほしい単語 いっしょ　おぼ　たんご	additional words you should learn / 希望一起学习的单词 / từ nên nhớ cùng với nhau

品詞
ひんし

Parts of speech / 品词 / Từ loại

名	名詞 めいし	noun / 名词 / danh từ
イ	イ形容詞 けいようし	*i*-adjective / イ形容词 / tính từ loại I
ナ	ナ形容詞 けいようし	*na*-adjective / ナ形容词 / tính từ loại Na
動	動詞 どうし	verb / 动词 / động từ
動2他	グループ2の 他動詞 たどうし	group 2 transitive verbs / 群组2的他动词 / tha động từ nhóm 2
動1自	グループ1の 自動詞 じどうし	group 1 intransitive verbs / 群组1的自动词 / tự động từ nhóm 1
副	副詞 ふくし	adverb / 副词 / phó từ
感	感動詞 かんどうし	interjection / 感叹词 / từ cảm thán
接続	接続詞 せつぞくし	conjunction / 接续词 / từ nối
連	連体詞 れんたいし	adnominal adjective / 连体词 / liên thể từ
接頭	接頭語 せっとうご	prefix / 接头词 / tiếp đầu ngữ
接尾	接尾語 せつびご	suffix / 接尾词 / tiếp vị ngữ
句	句 く	phrase / 句子 / câu, cụm từ

もくじ

Contents / 目录 / Mục lục

音声ダウンロード方法
おん せい ／ ほう ほう

How to Download the Audio Files / 有声下载方法 / Cách tải tệp âm thanh

本書の音声は、以下３つの方法でダウンロード／再生することができます。すべて無料です。
ほん しょ／おん せい／い か／ほう ほう／さい せい／む りょう

The audio files for this book can be downloaded/listened to free of charge in the following three ways.

此书的有声音档可以使用以下3种方法下载/播放。完全免费。

Bạn có thể tải / mở tệp âm thanh của quyển sách này bằng 3 cách sau. Tất cả đều miễn phí.

①アプリ「OTO Navi」でダウンロード

Download them on the OTO Navi app / 下载「OTO Navi」APP / Tải bằng ứng dụng "OTO Navi"

右のコードを読み取って、ジャパンタイムズ出版の「OTO Navi」をスマートフォンやタブレットにインストールし、音声をダウンロードしてください。
みぎ／と／しゅっぱん／おん せい

Scan the QR code to the right to download and install the Japan Times Publishing's OTO Navi app to your smartphone or tablet. Then, use that to download the audio files. / 使用手机或平板扫描右方二维码，就能够安装The Japan Times出版的「OTO Navi」APP，下载有声音档。 / Vui lòng đọc mã QR bên phải, cài đặt "OTO Navi" của NXB Japan Times vào điện thoại thông minh hoặc máy tính bảng để tải tệp âm thanh.

②ジャパンタイムズ出版のウェブサイトからダウンロード
しゅっぱん

Download them from the Japan Times Bookclub / 在The Japan Times出版的官方网站下载 / Tải từ trang chủ của NXB Japan Times

パソコンで以下の URL にアクセスして、mp3 ファイルをダウンロードしてください。
い か

Access the site below using your computer and download the mp3 files. / 使用电脑访问以下链接，下载MP3档。 / Vui lòng truy cập vào đường dẫn URL sau bằng máy tính để tải tệp mp3 xuống.

https://bookclub.japantimes.co.jp/jp/book/b633719.html

③ YouTube で再生
さい せい

Play them on YouTube / 使用YouTube播放 / Mở bằng YouTube

YouTube にアクセスして、「ジャパンタイムズ出版　ベスト単語　N1」で検索してください。
しゅっぱん／たん ご／けん さく

Search for "ジャパンタイムズ出版　ベスト単語　N1" on YouTube. / 直接访问YouTube网站，搜寻「ジャパンタイムズ出版　ベスト単語　N1」。 / Vui lòng truy cập vào YouTube rồi tìm kiếm bằng "ジャパンタイムズ出版　ベスト単語　N1".

食事
しょく じ

Eating / 进餐 / Ăn uống

No. 1-74

🔊1

脂肪がつきやすい体質なので、食べる物、食べる時間には気を
しぼう　　　　　　たいしつ　　　　　た　　　もの　　た　　　じかん　　　き
つけている。それなのに、母が横でお菓子の封を開けたものだ
　　　　　　　　　　　　　　　　はは　よこ　　　かし　　ふう　あ
から、つい一緒に間食してしまった。なんて愚かなんだ、私は！
　　　　　いっしょ　かんしょく　　　　　　　　　　　おろ　　　　　わたし

1	脂肪 しぼう	名 fat/脂肪/mỡ, chất béo
2	体質 たいしつ	名 constitution, predisposition/体质/thể chất, cơ địa
3	封 ふう	名 seal/封/sự niêm kín
4	間食[する] かんしょく	名 動3自 snack, eat between meals/点心[吃点心]/bữa ăn giữa buổi, ăn giữa buổi
5	愚かな おろ	ナ foolish/愚蠢的/ngu ngốc, khờ dại

I have a predisposition to gain fat easily, so I'm careful about what I eat and when I eat it. But my mother broke the seal on a packet of candy when I was with her, so I ended up snacking on them with her. How foolish of me!/我的体质很容易堆积脂肪，所以对吃的东西，时间我都很小心。尽管如此，妈妈竟然在旁边开封了零食，害我不小心一起吃了点心。我为什么这么愚蠢呀！/Vì thể chất dễ béo nên tôi lưu tâm đến món ăn và giờ ăn. Vậy mà tôi đã lỡ ăn giữa buổi chung với mẹ vì mẹ mở túi bánh ngay bên cạnh. Sao mà tôi khờ dại thế này!

◀)) 2

A：先月の健康診断で、医者に水分をしっかりとるように言わ
　　せんげつ　　けんこうしんだん　　　　　いしゃ　　すいぶん
れちゃったよ。<u>ちなみに</u>、毎日ビールをしっかり飲んでる
　　　　　　　　　　　　　　まいにち　　　　　　　　　　　　の
んだけど、これってちゃんと水分補給になっているよね？
　　　　　　　　　　　　　　　　すいぶん ほ きゅう

B：いや、どんな<u>理屈</u>だよ。水かお茶を飲めよ。
　　　　　　　　　り くつ　　　みず　　ちゃ　の

6	ちなみに	接 by the way, incidentally/顺带一提/tiện thể, nhân tiện
7	補給[する] ほ きゅう	名 動3他 supply, replenish/补给[补给]/sự bổ sung, bổ sung
8	理屈 り くつ	名 logic/理论/logic, sự hợp lý

A: At my checkup last month, the doctor told me to drink plenty of water. By the way, I drink a lot of beer every day, so surely I can stay replenished that way, right? B: No, what kind of logic is that? Drink water or tea./A: 在上个月的健康检查，医生叫我要好好摄取水分。顺带一提，我每天都有好好喝啤酒，这也算是有好好补给水分吧？ B: 不是，你这是什么理论。你要喝水或茶呀。/A: Tháng trước khám sức khỏe tôi bị bác sĩ nói phải uống nước đẩy đủ vào. Tiện thể mới nói, tôi uống bia hằng ngày đấy chứ, như vậy cũng là bổ sung nước mà nhỉ? B: Ôi không, logic đó ở đâu ra vậy. Uống nước hoặc là trà thôi!

◀)) 3

<u>香辛料</u>が<u>ふんだんに</u>入ったこのスープは、<u>万人</u>に<u>好かれる</u>味で
こうしんりょう　　　　　　　　はい　　　　　　　　　　　ばんにん　　す　　　　　あじ
はないが、私は好きでよく食べる。
　　　　　わたし　す　　　　　た

9	香辛料 こうしんりょう	名 seasoning, spice/香料/gia vị, hương liệu
10	ふんだんに	副 abundantly/大量的/nhiều, dồi dào, phong phú
11	万人 ばんにん	名 all people, everyone/大众/mọi người, nhiều người
12	好く	動1他 enjoy, like/喜欢/yêu thích, ưa chuộng

This soup, which uses spices quite abundantly, is not the sort of thing that everyone enjoys, but I like it and eat it often./这道汤使用了大量的香料，虽然不是大众都喜欢的味道，但我很喜欢，常吃。/Loại súp có nhiều gia vị này không phải là được nhiều người yêu thích nhưng tôi thích nên rất thường dùng.

🔊 4

A：あの店のコロッケ、好きだよね。そんなにおいしいの？
B：うん。ありふれた味なんだけど、なんかおいしいんだよね。
　　特に、学校帰りに空腹で食べると格別なんだ！

13	ありふれた	連 ordinary/一般/tầm thường, bình thường
14	空腹 くうふく	名 empty stomach/空腹/bụng đói
15	↔ 満腹 まんぷく	名 full stomach/满腹/sự no, no bụng
16	格別な かくべつ	ナ exceptional, special/特别的/đặc biệt, khác biệt, ngoại lệ

A: You really like the croquettes at that store. Are they really that good? B: Yes. They're just ordinary croquettes, but they taste great. On an empty stomach after school, they're exceptional!/A: 你很喜欢那家店的可乐饼，有那么好吃吗？ B: 嗯。虽然味道很一般，但就是感觉好吃。尤其是放学空腹时吃，特别的好吃！/A: Cậu thích món korokke ở tiệm đó nhỉ. Nó ngon đến vậy sao? B: Ừm, tuy hương vị bình thường thôi nhưng ngon sao á. Đặc biệt là ăn lúc bụng đói trên đường đi học về thì thật sự khác biệt đấy!

🔊 5

当旅館では、旬の素材にこだわった最高のお料理と質の高いおもてなしを提供しております。

17	当〜 とう	接頭 our 〜, this 〜/本〜/〜 này, 〜 chúng tôi
18	旬 しゅん	名 season/应时/mùa
19	素材 そざい	名 ingredients, produce/材料/nguyên liệu
20	（お）もてなし	名 hospitality/款待/sự tiếp đãi, sự quan tâm, lòng hiếu khách
21	+ もてなす	動1他 welcome/款待/tiếp đãi, quan tâm, chiêu đãi
22	提供［する］ ていきょう	名 動3他 offer, provide/提供[提供]/sự cung cấp, cung cấp, đem đến

This ryokan inn offers the best cuisine using only the finest produce in season and outstanding hospitality./本旅馆讲究提供应时材料制作的最佳美食以及高品质款待。/Lữ quán chúng tôi đem đến những món ăn ngon nhất với nguyên liệu đúng mùa được chọn cầu kỳ và sự tiếp đãi chất lượng cao.

◀))6

<u>なんだかんだ</u>言っても、結局家でお菓子を<u>つまみ</u>ながら飲むビールが一番疲れを癒し、心を<u>満たして</u>くれる。

23	なんだかんだ	句 all in all, one thing or other/不管怎么/này nọ, cái này cái kia
24	つまむ	動1他 snack on/拿、吃/nhón, nhấm nháp
25	＋(お)つまみ	名 snack/下酒菜/món nhấm
26	満たす	動1他 satisfy/满足/thỏa mãn, làm đầy, hội đủ

All in all, drinking beer at home while snacking is the best way to relieve fatigue and satisfy oneself./不管怎么说，结果还是在家里边吃着零食边喝啤酒最能治愈疲惫，满足内心。/Nói gì thì nói, rốt cuộc ly bia vừa uống vừa nhấm nháp bánh ở nhà là giải tỏa cơn mệt, làm thỏa mãn trái tim tôi nhất.

◀))7

<u>ビラ</u>を見て新しくできたお店に行ってみた。料理の味がいいのはもちろんのこと、店内も<u>簡素な</u> <u>造り</u>だが<u>味わい</u>のある雰囲気で<u>申し分なかった</u>。

27	ビラ	名 flyer/传单/tờ rơi
28	簡素な	ナ simple/简约的/thô sơ, đơn giản, mộc mạc
29	造り	名 construction, design/构造/cách trang trí, kết cấu
30	味わい	名 taste/风味/phong cách, phong vị
31	申し分(が)ない	句 perfect, satisfactory/无可挑剔/không có gì phải chê, miễn bàn cãi

After seeing a flyer, I went to a restaurant that had just opened. The food was good, of course, and the ambience inside was perfect, featuring a simple design in good taste./我看了传单后去了新开的店。料理的味道当然很好。店内虽然是简约构造，但氛围也很有风味，无可挑剔。/Nhìn thấy tờ rơi nên tôi đã đi đến cửa tiệm mới mở. Không chỉ có hương vị món ăn ngon, mà bên trong tiệm cũng được trang trí mộc mạc nhưng toát lên bầu không khí đầy phong cách không có gì phải chê.

◀)) 8

では、生野菜をさっと冷水に浸しましょう。シャキッとしますよ。
そして、お魚と一緒にこの平たいお皿に並べます。はい、完成
です。生のお魚は足が早いですから、早めに召し上がってくだ
さいね。

32	冷水 れいすい	名 cold water/冷水/nước lạnh
33	浸す ひた	動1他 immerse/泡/nhúng
34	平たい ひら	イ flat/平/bằng phẳng
35	足が早い あし はや	句 spoils quickly/容易坏/chạy nhanh, bán chạy, mau hư

Now, quickly immerse the raw vegetables in cold water. It makes them crunchier. Then
arrange them on this flat platter with the fish. And it's done! Raw fish spoils quickly, so please
eat it as soon as possible./接下来把生的青菜泡一下冷水，这样会比较脆。然后和鱼一起排在
这个平盘里。好，这样就完成了。生鱼容易坏，请早点品尝。/Bây giờ, chúng ta hãy nhúng
nhanh rau sống vào nước lạnh. Sẽ giòn đấy. Và bày vào chiếc đĩa trẹt này cùng với cá. Xong,
hoàn thành rồi. Cá sống thì mau hư lắm nên các bạn nhớ dùng ngay nhé.

◀)) 9

現代人は日々のストレスから逃れることが難しい。そんなとき
は、おいしいコーヒーでも飲んで一息入れましょう。優雅な時
間が心を軽くしてくれますよ。

36	現代人 げんだいじん	名 modern people/现代人/người hiện đại
37	逃れる のが	動2自 escape/摆脱/trốn chạy
38	一息 ひといき	名 break (literally, breath)/休息一下/sự nghỉ giải lao
39	優雅な ゆうが	ナ refined, tranquil/悠闲的/sang trọng, quý phái, thong thả

It can be difficult for modern people to escape the stresses of everyday life. At such times,
enjoy a break with a cup of good coffee. These tranquil moments will lighten your heart./现代
人想摆脱日常压力很难。这种时候就喝杯好喝的咖啡休息一下。悠闲的时间可以让内心放松。
/Người hiện đại khó mà trốn chạy khỏi những căng thẳng thường ngày. Những lúc như thế,
hãy uống một tách cà phê ngon và nghỉ giải lao một chút nhé. Khoảng thời gian thong thả sẽ
giúp xoa dịu tâm hồn chúng ta đấy.

◀)) 10

健康志向の彼女は、レストランの下調べを欠かさない。一緒に
食事に行けば終始健康についての話ばかりする。

40	志向 しこう	名 consciousness, orientation/主义/chí hướng, ý thức
41	下調べ[する] したしらべ	名 動3他 advance research, study up/事先调查[事先调查]/sự tìm hiểu trước, tìm hiểu trước, điều tra sơ bộ
42	終始 しゅうし	副 constantly/从头到尾/từ đầu đến cuối

She is a health-conscious person, and she's always studying up on restaurants. When we go out to eat together, she talks about health constantly./健康主义的她，绝对会事先调查要去的餐厅。只要一起去吃饭，她从头到尾都在讲有关健康的话题。/Cô ấy có ý thức về sức khỏe nên không thể thiếu phần tìm hiểu trước về nhà hàng. Nếu đi dùng bữa chung thì từ đầu đến cuối sẽ chỉ nói chuyện về sức khỏe.

◀)) 11

A：ねえ。この前の打ち上げのときに竹の筒に入って出てきた
あの料理、何だっけ？ とてもおいしかったから、私の中で
にわかにブームになってて。

B：ああ、「つくね」だね。入れ物が珍しいから、みんな一様に
スマホを出して写真を撮ってたよね。

43	打ち上げ う あ	名 launch party, after-party/庆功宴/liên hoan hoàn thành, sự hoàn thành
44	筒 つつ	名 tube/筒/ống
45	にわかな	ナ immediate, sudden/遽然的/thình lình, đột ngột
46	一様な いちよう	ナ alike, uniform/一致的/đồng lòng

A: Hey. What was that dish served in the bamboo tube at the launch party the other day? It was so delicious, it's become an immediate favorite of mine. B: Ah, that was *tsukune*. The container was so unusual that everyone alike took out their phones and took pictures./A: 我说，上次在庆功宴时装在竹筒里的那道料理，是什么来着？ 实在太好吃，在我心中遽然成为了一种热潮。 B: 啊~，那是「鸡肉丸」。因为容器很罕见，所以大家一致的拿出手机拍照。/A: Này, cái món trong ống tre ăn hôm liên hoan hoàn công bữa trước ấy, là món gì vậy? Nó ngon quá nên thình lình gây sốt trong lòng tôi rồi. B: À, món "tsukune" hả. Do đồ đựng là lạ nên ai nấy đều rút điện thoại thông minh ra chụp ảnh hết nhỉ.

🔊 12

究極のカレーを作るべく、いろいろなものを入れて煮込んだ。
その結果、かなり味がくどい、飲み込むのもやっとの、まずい
ものができあがってしまった。

47	究極 きゅうきょく	名 ultimate/极致/tận cùng, cực kỳ
48	煮込む にこ	動1他 stew, simmer/炖/ninh nhừ, hầm
49	くどい	イ powerful, strong (flavor)/重口味/nặng mùi, nồng
50	飲み込む のこ	動1他 swallow/咽下去/nuốt trôi, uống vào
51	まずい	形 bad-tasting/难吃/dở, tệ

When I tried to make the ultimate curry, I put all kinds of things into it before simmering it. The result was very strong-flavored, bad-tasting and difficult to swallow./为了做出极致咖喱，我放了各式各样的东西进去炖。结果太重口味，做出了好不容易才咽下去的难吃东西。/ Để nấu món cà ri cực kỳ chất, tôi đã cho nhiều thứ vào và ninh nhừ. Kết quả là vị khá nồng, thành ra một món dở đến mức cố lắm mới nuốt trôi.

🔊 13

一人暮らしを始めた当初は毎日自炊を頑張っていたが、最近は
もっぱらコンビニで朝昼兼用のご飯を買って食べ、夜は外食し
ている。でも、食材が余るよりはきっといいはずだ。

52	当初 とうしょ	名 副 first, initially/当初/thời gian đầu, ban đầu
53	もっぱら	副 exclusively/都只/hầu hết, chủ yếu
54	兼用[する] けんよう	名 動3他 both, use for more than one purpose/兼[兼用]/sự kết hợp sử dụng, kết hợp sử dụng
55	食材 しょくざい	名 ingredients/食材/nguyên liệu thực phẩm
56	余る あま	動1自 be left over/剩下/thừa ra
57	＋余り あま	名 excess/多余/sự thừa, phần thừa

When I first started living on my own, I tried my best to cook for myself every day, but lately I've exclusively been buying food for both breakfast and lunch at a convenience store and then eating out at night. But I'm sure it's better than having ingredients left over./当初刚开始一个人住时，每天都很努力的自己做饭，但最近都只在便利店买早饭兼午饭来吃，晚上都在外面吃。但总比剩下食材要好。/Thời gian đầu khi mới sống một mình, tôi cố gắng tự nấu nướng hằng ngày nhưng gần đây, chủ yếu tôi mua cơm kết hợp cho cả bữa sáng và bữa trưa ở cửa hàng tiện lợi để ăn, buổi tối thì ăn ngoài. Nhưng dù sao vẫn tốt hơn là thừa ra nguyên liệu thực phẩm.

◀)) 14

A：あの店のラーメン、どうだった？

B：黄金のスープに麺、見ているだけで美しかったよ。もちろんスープと麺は抜群に合ってて、最高のラーメンだったね。ただ、一杯2000円もするから庶民の店ではないね。2000円って言ったらバイト2時間分だもの。

A：時給に換算するなんて、切ないからやめなよ…。

58	黄金 おうごん	名 gold/黄金/vàng óng, hoàng kim
59	抜群な ばつぐん	ナ outstanding/出众的/nổi bật, xuất chúng, xuất sắc
60	庶民 しょみん	名 average person/平民, 亲民/thường dân, bình dân
61	換算[する] かんさん	名 動3他 conversion, convert/换算[换算]/sự hoán đổi, thay đổi
62	切ない せつ	イ sad/揪心/buồn chán, khó nhọc

A: How was the ramen at that restaurant? B: The golden soup and noodles were beautiful just to look at. Of course, the soup and noodles were outstanding together. It was the best ramen I've ever had. However, at 2,000 yen per bowl, it's not a place for the average person. 2,000 yen is the equivalent of two hours of part-time work. A: Don't convert it to an hourly wage, it makes me sad .../A: 那家店的拉面怎么样？ B: 黄金色汤头和面，看起来就很美观。当然，面和汤的搭配也很出众，真的是最佳拉面。不过，一碗要2000日元，那家店一点都不亲民。2000日元就等于小时工的2小时呢。 A: 换算成时薪就太揪心了，别这样…/A: Món mì ramen ở tiệm đó sao hả? B: Nước dùng và cả sợi mì vàng óng, chỉ nhìn thôi cũng thấy ngon rồi. Đương nhiên là nước dùng và sợi mì hợp nhau xuất sắc luôn, món mì ramen đỉnh cao. Có điều, 1 tô những 2.000 yên nên không phải là tiệm bình dân đâu. 2.000 yên là 2 tiếng làm thêm đấy. A: Đổi sang tiền lương thì thôi buồn lắm, đừng nói nữa...

◀)) 15

気候、風土と食文化は密接な関係にあり、同じ国でも地域によっ
て異なる料理があるのが面白い。それゆえ、その食の違いに魅
せられて頻繁に国内を旅行する人も少なくない。

63	風土 ふうど	名 cultural climate/风土/phong thổ
64	密接な みっせつ	ナ close/密切的/mật thiết
65	それゆえ	接 therefore/因为如此/cho nên, vì vậy
66	＋ゆえに	接 accordingly/因此/do, vì
67	魅せる み	動2他 fascinate/吸引/thu hút, lôi cuốn, mê hoặc
68	頻繁な ひんぱん	ナ frequent/频繁的/thường xuyên

Climate, cultural climate, and culinary culture have a close relationship, and it is interesting
to see how different regions of the same country have differing cuisines. Therefore, people
frequently travel within a country, fascinated by these culinary differences./气候和风土，饮
食文化有着密切的关系。就算同一国家，地域不同料理也不同，很有趣。因为如此，有不少人
被不同的料理而吸引，频繁的去国内旅游。/Khí hậu, phong thổ và văn hóa ẩm thực có mối
quan hệ mật thiết với nhau, việc cùng một đất nước nhưng món ăn khác nhau tùy vùng thật
là thú vị. Cho nên, không ít người thường xuyên đi du lịch trong nước vì bị mê hoặc bởi sự
khác biệt ẩm thực đó.

◀)) 16

Ａ：また山で見つけた草を食べたんだって？よく食べられるな。

Ｂ：食べるか食べないかを迷う余地なんてないよ。

Ａ：物好きなやつだなあ。

Ｂ：最初にしいたけやウニを食べた人のことを考えてよ。あん
なよく分からない物体をよく食べたと思わない？その人た
ちと同じで、私の好奇心はとどまることを知らないんだか
ら。

| 69 | 余地 よち | 名 place, room/余地/chỗ, phần dư |

食事

70 □	**物好きな** もの ず	ナ curious/奇葩/hiếu kỳ, tò mò
71 □	**やつ**	名 guy, one/家伙/thằng, tên (cách nói thân mật)
72 □	**物体** ぶったい	名 object/物体/vật thể
73 □	**とどまる**	動1自 stay, stop/停下来/dừng lại
74 □	⑩ **とどめる**	動2他 confine, stop/停止/ngăn lại

A: I heard you ate some grass you found in the mountains again. How can you eat that? B: There's no place to hesitate about whether to eat it or not. A: You're a curious guy, aren't you? B: Think about the first person who ate shiitake mushrooms or sea urchins. They didn't worry about whether to eat such weird objects. I'm just like them—my curiosity can't be stopped./ A: 听说你又吃了在山上找到的草？你还真敢吃呀。 B: 根本没有犹豫的余地吧。 A: 真是个奇葩的家伙。 B: 你想想一开始吃菌类和海胆的人。你不觉得他们竟然敢吃下那种不可思议的物体吗？我和那些人一样，我的好奇心可是停不下来的。/A: Cậu lại ăn cây cỏ tìm thấy ở trên núi à? Sao ăn được hay vậy. B: Làm gì có chỗ để băn khoăn ăn hay không chứ. A: Đúng là cái tên hiếu kỳ. B: Cậu cứ nghĩ đến những người đã ăn nấm đông cô hay nhím biển lúc đầu đi. Không thấy là họ có thể ăn những vật thể không rõ ràng như thế sao? Cũng giống như mấy người đó, sự hiếu kỳ của tôi không biết dừng lại mà thôi.

Topic 2

家事
かじ

Housework / 家事 / Việc nhà

🔊 17

A：最近シェアハウスに入ってきた人が朝までゲームしてるせ
いで、寝不足なんだよね。
さいきん　　　　　　　　　　　　　　　ひと　あさ
ね ぶ そく

B：それって睡眠妨害じゃん！
すいみんぼうがい

A：あまりにもひどいから引っ越しも考えてる。この間なんか
ひ こ　　　　　かんが　　　　　　　あいだ
住人の物が紛失する騒動もあったし…。
じゅうにん　もの　ふんしつ　　そうどう

75	妨害[する] ぼうがい	名 動3他 interference, interfere/妨碍[妨碍]/sự quấy rối, cản trở, quấy nhiễu
76	住人 じゅうにん	名 resident/居民/cư dân
77	紛失[する] ふんしつ	名 動3他 loss, go missing/丢失[丢失]/sự mất mát, làm mất
78	騒動 そうどう	名 commotion/争执/sự náo động, gây náo động

A: I'm not getting enough sleep, because the guy who recently moved into my share house plays games all night. B: But that interferes with your sleep! A: It's so bad I'm thinking of moving out. There was also a commotion the other day because some of the residents' things went missing./A: 最近入住合租屋的人都打游戏打到早上，害我睡不饱。 B: 那不是妨碍睡眠吗！？ A: 因为实在太过分，我还考虑搬家。上次还因为居民丢失物品发生争执…。/A: Cái người mới vào nhà chung gần đây cứ chơi game đến sáng, báo hại tôi bị thiếu ngủ. B: Vậy thì quấy nhiễu giấc ngủ còn gì! A: Phiền quá nên tôi định chuyển nhà đây. Mấy hôm trước còn có một vụ náo động mất đồ của cư dân nữa...

A：新しい恋人はどう？
　　あたら　　こいびと
B：優しい人だよ。連絡も<u>まめ</u>できれい好きだし。
　　やさ　ひと　　　れんらく　　　　　　　　　　　　　ず
A：それはポイント高いね。
　　　　　　　　　　たか
B：でも、きれい好きすぎてさ…。部屋に<u>ちり</u>一つ落ちてるの
　　　　　　　　　　ず　　　　　　　　へや　　　　　ひと　お
　　も嫌みたい。私は掃除とか<u>雑な</u>方だから。
　　いや　　　　わたし　そうじ　　　ざつ　　ほう

79	まめな	ナ diligent/勤奋/thường xuyên, siêng
80	ちり	名 dirt, dust/灰尘/bụi, rác, giấy vụn
81	雑な ざつ	ナ careless/随便/ẩu, qua loa

A: How's your new partner? B: Great, actually. Easygoing, diligent about keeping in touch, and likes everything clean. A: That's great. B: But there's such a thing as too clean. Even a speck of dust in the room is too much, apparently. When it comes to cleaning, I'm a little more careless./A: 新恋人怎么样？ B: 是个很温柔的人。很勤奋的和我联系，还爱干净。 A: 那分数很高哦。 B: 不过实在太爱干净了…。房间有一点灰尘都不行。我在打扫方面是很随便的。/A: Người yêu mới của cậu thế nào? B: Hiền lắm. Lại siêng liên lạc nên tớ thích lắm. A: Vậy là được điểm cao rồi nhỉ. B: Nhưng thích sạch sẽ quá mức cơ. Đến cả một mẩu giấy rơi trong phòng cũng khó chịu. Tôi thì lại qua loa trong việc dọn dẹp.

職人が、特殊な<u>刃物</u>で魚を<u>手際</u>よく<u>身</u>と骨に切り分けると、観
しょくにん　　とくしゅ　はもの　さかな　てぎわ　　み　　ほね　き　わ　　かん
客たちは職人の<u>テクニック</u>に拍手を送った。
きゃく　　　　しょくにん　　　　　　　　　　　　はくしゅ　おく

82	刃物 はもの	名 blade, edged implement/刀具/vật nhọn, dao kéo
83	手際 てぎわ	名 dexterity/手法/tài nghệ
84	身 み	名 flesh/肉/thân
85	テクニック	名 technique/技巧/kỹ thuật

As the artisan's special blade sliced through the flesh and bones of the fish with great dexterity, the crowd applauded his technique./师傅用特殊刀具，手法利落的把鱼肉鱼骨切分后，观众们都为师傅的技巧鼓掌。/Khi người thợ lọc thân và xương cá một cách khéo léo bằng con dao đặc biệt, khán giả đã vỗ tay tán thưởng kỹ thuật của người thợ.

◆))) 20

現代では、夫婦が<u>共働き</u>で<u>家計</u>を支えるケースが多い。育児を
<u>分担</u>したり、お互いが面倒な家事を<u>率先して</u>引き受けたりする
ことが大切だ。

86	共働き[する] ともばたらき	名 動3自 double-income, both work/双职工[夫妻双双 工作]/sự làm việc của cả hai, vợ chồng cùng làm việc
87	家計 かけい	名 household finances (family budget)/家庭开销/tài chính gia đình
88	+ 家計簿 かけいぼ	名 household account book/家庭开销账本/sổ chi tiêu gia đình
89	分担[する] ぶんたん	名 動3他 share, allocate/分担[分摊]/sự chia sẻ trách nhiệm, chia sẻ, gánh vác một phần
90	率先[する] そっせん	名 動3自 lead, take initiative/率先[领先]/sự dẫn đầu, dẫn đầu, đi trước

These days, many couples both work to support the household finances. It is important to share the responsibility for housework and childcare, and for both to take the initiative in tackling troublesome household chores./在现代，夫妻双职工来支撑家庭开销的实例很多。重要的是分担家务育儿，互相率先接手麻烦的家务。/Hiện nay, nhiều trường hợp cả vợ lẫn chồng đều làm việc để lo tài chính gia đình. Quan trọng là chia sẻ việc nhà, chăm sóc con hoặc cả hai lãnh trước phần việc nhà phiền phức.

◆))) 21

A：最近仕事が忙しそうだけど、引っ越しの準備は<u>はかどって</u>る？

B：だいぶ片付いたかな。でもキッチンの汚れが落ちなくて。
どれだけ拭いても<u>べたべたする</u>んだよね。

A：この際<u>業者</u>に頼んだら？ 掃除の<u>エキスパート</u>だから、汚れ
一つ<u>見落とさず</u>にきれいにしてくれるよ。

91	はかどる	動1自 make progress/顺利/tiến triển
92	べたべた[する]	名 動3自 stickiness, be sticky/粘粘[粘粘的]/sự nhớp nháp, nhớp nháp, dính dính
93	業者 ぎょうしゃ	名 contractor/业者/nhà thầu, thợ
94	エキスパート	名 expert/专家/chuyên gia

95 見落とす
みお

動1他 miss, overlook/看漏/bỏ sót

A: You seem so busy with work these days. Are you making progress with getting ready for moving? B: I think I'm pretty much finished. But I can't clean the kitchen properly. No matter how much I wipe it down, it still feels sticky. A: Why not hire a contractor at this point? They're experts in cleaning, so they'll clean it up without missing a single stain./A: 你最近工作好像很忙，搬家准备的顺利吗？ B: 已经收拾了很多。可是厨房的污垢都清不掉，不管怎么擦都粘粘的。 A: 我看你干脆请业者来吧？ 他们是清扫的专家，不会看漏一点污垢，会清扫的很干净的。/A: Gần đây công việc có vẻ bận, vậy cậu chuẩn bị chuyển nhà đến đâu rồi? B: Cũng dọn được kha khá rồi. Nhưng cái bếp bẩn quá, không chùi sạch được. Có lau thế nào nó vẫn nhớp nháp. A: Lúc này thì nên kêu thợ đi. Họ là chuyên gia vệ sinh, sẽ giúp mình làm sạch mà không bỏ sót vết bẩn nào.

🔊 **22**

> 洗濯では落ちにくい襟や裾の染みを取り除くには、食器用洗剤を使うといい。まず汚れに洗剤液を染み込ませ、その後40度のお湯ですすぐだけだ。もしくは、食器用洗剤の代用品としてクレンジングオイルを使うことも可能だ。

96 裾
すそ

名 hem/下摆/vạt áo

97 取り除く
と のぞ

動1他 remove/清除/loại bỏ, tẩy

98 液
えき

名 liquid/液/chất lỏng

99 すすぐ

動1他 rinse/冲洗/xả, súc

100 もしくは

接 alternatively/或是/hoặc là

101 代用品
だいようひん

名 substitute/代用品/chất thay thế

102 ＋代用[する]
だいよう

名 **動3他** substitution, substitute/代用[代用]/sự thay thế, thay thế

To remove stains from collars or hems that are difficult to eliminate by washing, you can use dish detergent. First, soak the stain in the liquid detergent, then rinse with 40℃ water. Alternatively, cleansing oil can be used as a substitute for dish detergent./要清除洗衣机难清除的领口，下摆的污垢，最好用洗碗精。首先，在污垢部分抹上洗碗精，然后只需要用40度的热水冲洗。或者也可以用卸妆油来当洗碗精的代用品。/Khi giặt đồ, để loại bỏ vết ố bẩn ở cổ áo và tay áo vốn khó sạch, bạn nên dùng xà bông rửa chén. Trước tiên, cho chất lỏng xà bông thấm vào chỗ bẩn, sau đó, chỉ cần xả bằng nước ấm 40 độ. Hoặc cũng có thể dùng dầu tẩy như là chất thay thế cho xà bông rửa chén.

🔊 23

A：この間突然友達が来てさ、散らかってた物を急いで押し入
れに押し込んだら、後から雪崩のように物が落ちてきて恥
をかいたよ。

B：その友達、驚いただろうね。

A：うん、びっくりしすぎて悲鳴をあげてた。

103	雪崩 なだれ	名 avalanche/雪崩/lở tuyết
104	恥 はじ	名 embarrassment/丢脸/sự xấu hổ
105	悲鳴 ひめい	名 scream/尖叫/tiếng thét, sự kêu gào

A: A friend of mine dropped by unexpectedly the other day. I rushed to throw all my mess into the closet, only to suffer embarrassment when an avalanche of stuff fell on me. B: Your friend must have been surprised. A: Yes, he was so surprised he screamed./A: 上次朋友突然来，我急急忙忙的把乱七八糟的东西塞进壁橱，结果后来东西就像雪崩似的掉下来，害我好丢脸。 B: 那个朋友肯定吓坏了吧。 A: 嗯，他吓到都发出尖叫了。/A: Mấy hôm trước bạn tôi thình lình tới nhà chơi, thế là tôi lật đật nhét hết đồ đạc vương vãi vào tủ âm tường, sau đó chúng rơi xuống như tuyết lở, xấu hổ kinh. B: Người bạn đó chắc phải hết hồn chứ nhỉ. A: Ừm, giật mình đến phát thét lên.

🔊 24

風力発電では、風の力で風車を回し、その回転力を電力に変え、
蓄積する。環境への負荷が小さいことがメリットだが、設置に
費用がかかるため、コストの軽減が課題となっている。

106	風力発電 ふうりょくはつでん	名 wind power generation/风力发电/sự phát điện bằng sức gió
107	風車 ふうしゃ	名 wind turbine/风车/cối xay gió, chong chóng
108	蓄積[する] ちくせき	名 動3他 storage, store/蓄积[储存]/sự tích lũy, lưu trữ, tích lũy
109	負荷 ふか	名 impact, load/负荷/gánh nặng, trách nhiệm
110	軽減[する] けいげん	名 動3他 reduction, cut/减轻[减轻]/sự giảm thiểu, giảm nhẹ

In wind power generation, the force of the wind turns a wind turbine, converting its rotational power into electricity, which is then stored. The advantage is that it has less environmental impact, but because it is expensive to install, cutting costs is an issue./风力发电是用风力来旋转风车，利用旋转力量变成电力后储存。优点是对环境的负荷很小，但设置上需要费用，目前如何减轻成本是个问题。/Phát điện bằng sức gió là quay cối xay gió bằng sức của gió, chuyển lực quay đó thành điện và trữ lại. Tuy điểm mạnh là ít tạo gánh nặng lên môi trường nhưng do tốn chi phí lắp đặt nên việc giảm thiểu chi phí là một vấn đề.

🔊 25

A：あ〜、結婚までの<u>プロセス</u>とかどうでもいいから、早くいい人と結婚したい！

B：<u>切実だ</u>ね。いい人って？

A：お金持ちで、性格がいい人！

B：そんな人いないって。身近なところで探す方が<u>妥当だ</u>と思うよ。もう出会ってるかもね。「出会いは<u>必然</u>」って言うし。

111 ☐	プロセス	名 process/过程/quá trình
112 ☐	切実な せつじつ	ナ desperate, urgent/实际的/thiết thực
113 ☐	妥当な だとう	ナ reasonable/稳妥的/hợp lý, đúng đắn
114 ☐	必然 ひつぜん	名 inevitable/必然/điều hiển nhiên, điều bắt buộc

A: Oh, I don't care about the process of marriage, I just want to get married to the right person as soon as I can! B: That's kind of desperate. What do you mean by a good person? A: Someone rich with a good personality! B: There's no one like that. I think it's more reasonable to look for someone nearby. You may have already met them. People say, "Meeting someone is inevitable."/A：啊～到结婚的过程无所谓，好想赶快跟不错的人结婚！ B：真实际，不错的人是？ A：就是有钱，性格也好的人！ B：没有那种人吧。我觉得还是找身边的人比较稳妥。说不定你已经遇见了呢？ 而且不是说"相遇是必然的"/A: Ôi, cái quá trình đến khi kết hôn thì sao cũng được, tôi chỉ muốn nhanh chóng kết hôn với một người tốt. B: Thiết thực nhỉ. Người tốt là sao? A: Giàu có, tốt tính! B: Người như thế không có đâu. Tôi nghĩ là nên tìm ở quanh mình thì hợp lý hơn ấy. Biết đâu đã gặp rồi cũng nên. Có câu "gặp gỡ là điều kiệt bắt buộc" nữa mà.

🔊 26

A：彼女と別れたんだって？
かのじょ　　わか

B：うん。最近息をつく暇もないくらい仕事が忙しくて。会う
さいきんいき　　　ひま　　　　　　しごと　いそが

頻度も減って、振られちゃった。今は全てを放り出して世
ひんど　　へ　　　　ふ　　　　　いま　すべ　　ほう　だ　　　せ

界の果てまで飛んで行きたい気分…。
かい　は　　　　と　　い　　　きぶん

115 □	息をつく いき	句 catch a breath, take a short rest/喘口气/thở ra, nghỉ tay, nghỉ một chút
116 □	頻度 ひんど	名 frequency/频率/tần suất, số lần
117 □	放り出す ほう　だ	動1他 toss away/抛开/vứt bỏ
118 □	果て は	名 edge, end/边缘/nơi tận cùng

A: I heard you and your girlfriend broke up? B: Yes. I've been so busy with work that I haven't had time to catch my breath lately. I didn't see her with as much frequency, and so she dumped me. Now I feel like tossing away everything and flying to the ends of the world .../ A: 听说最近和女朋友分手了？ B: 嗯，最近工作忙到连喘口气的空闲也没有。见面频率也减少，就被甩了。我现在的心情就是好想抛开一切，飞到世界的边缘…/A: Nghe nói cậu chia tay bạn gái rồi à? B: Ừm. Gần đây tớ bận việc đến mức không rảnh để nghỉ tay một chút nữa là. Tần suất gặp nhau ít đi thế là bị đá luôn. Bây giờ, tớ chỉ muốn vứt bỏ hết tất cả để bay đến tận cùng thế giới ...

🔊 27

A：弟が一人暮らしを始めてからすごく変わったんだよね。
おとうと　ひとり　ぐ　　　はじ　　　　　　　　　か

B：そんなに？

A：前まではお金にいい加減なところがあって、よく無駄遣い
まえ　　　　かね　　　　かげん　　　　　　　　　　　　むだづか

してたんだけどね、今は貯金もしてすごく質素な生活送っ
いま　ちょきん　　　　　　しっそ　せいかつおく

てるんだよ！自立したいからって仕送りも断ったみたい。
じりつ　　　　　　　しおく　　ことわ

119 □	いい加減な かげん	ナ careless/马虎的/thái quá, tàm tạm, vừa phải
120 □	質素な しっそ	ナ frugal/朴素的/giản dị
121 □	自立[する] じりつ	名 動3自 independence, be independent/自立[自立]/sự tự lập, tự lập
122 □	仕送り しおく	名 (monetary) allowance/寄生活费/tiền chu cấp

A: My brother has changed a lot since he started living by himself. B: Really? A: He used to be a bit careless and wasteful with money, but now he saves money and lives a very frugal life! Apparently, he even refused an allowance because he wants to be independent./A: 我弟开始一个人住以后变了好多哦。 B: 差这么多？ A: 之前他对金钱很马虎，现在竟然过着朴素的生活还在存钱！听说他说为了自立，还婉拒家里寄生活费。/A: Em trai tôi bắt đầu sống một mình rồi là cực kỳ thay đổi luôn. B: Đến vậy sao? A: Lúc trước, nó rất thái quá trong chuyện tiền bạc, thường tiêu xài hoang phí. Còn bây giờ, biết tiết kiệm lại sống giản dị vô cùng. Nghe nói nó còn từ chối tiền chu cấp của bố mẹ vì muốn tự lập nữa.

◀)) 28

友人が結婚した。しかし幸せな日々もつかの間、今では同じ空間にいることさえ煩わしいらしく、直感で結婚相手を選んだことをひどく嘆いている。短い時間でその人の本質を見抜くことはなかなか難しいようだ。

123	日々 ひび	名 副 days, daily/日子/ngày ngày
124	つかの間 ま	名 short-lived (moment)/一刹那/chốc lát, thời gian ngắn
125	煩わしい わずら	イ irritating/烦/phiền, chán
126	直感 ちょっかん	名 intuition/直觉/trực giác
127	嘆く なげ	動 1 他 lament, regret/哀叹/than thở
128	本質 ほんしつ	名 essence, true nature/本质/bản chất
129	＋ 本質的な ほんしつてき	ナ essential/本质的/mang tính bản chất
130	見抜く みぬ	動 1 他 discern/看穿/nhìn thấu

My friend got married. However, those happy days were short-lived, and now she finds it irritating even being in the same space as him. She deeply regrets relying on intuition to choose a marriage partner. It's not easy to discern a person's true nature in a short period of time./朋友结婚了。但幸福的日子也只有一刹那。现在光待在同一个空间都觉得烦。她一直哀叹不该凭直觉来挑选结婚对象。看来短时间要看穿一个人的本质是很难的。/Bạn thân của tôi đã kết hôn. Nhưng ngày vui ngắn chẳng tày gang, bây giờ hình như đến cả việc ở cùng một không gian cũng phiền phức, cô ấy cứ than thở rất nhiều về việc chọn bạn đời theo trực giác. Xem ra khó mà nhìn thấu bản chất của người đó trong một thời gian ngắn.

🔊 29

祖母の家は先日の台風で屋根に穴が空いてしまった。そこで、
修理するまでの間、雨水が床に垂れないように頑丈な板で穴を
塞いだ。

131	雨水 あまみず	名 rainwater/雨水/nước mưa
132	垂れる た	動2自 drip/滴下来/nhỏ xuống
133	頑丈な がんじょう	ナ sturdy/坚固的/bền, kiên cố, chắc
134	塞ぐ ふさ	動1他 cover, seal/塞住/bít, chặn lại
135	ⓓ 塞がる ふさ	動1自 be blocked/堵塞/bị chặn lại, bế tắc

The recent typhoon put a hole in the roof of my grandmother's house. So, until we could make repairs, we sealed the hole with a sturdy board to prevent rainwater from dripping onto the floor./祖母家因为前几天的台风，屋顶上破了一个洞。所以在修好之前，为了不让雨水滴下来，我用坚固的板子塞住了。/Nhà của bà tôi hở một lỗ trên mái nhà do cơn bão hôm trước. Do vậy, cho đến khi sửa xong thì chúng tôi đã bịt cái lỗ lại bằng một tấm ván chắc chắn để nước mưa không nhỏ xuống sàn nhà.

🔊 30

A：最近すごく元気じゃない？
B：生活サイクルを整えてからすごく調子がよくて。睡眠時間
　　を固定したり、晩ご飯を作って、寝る4時間前には食べた
　　りしてね。今日も7時きっかりに起きたよ。
A：忙しいのに自炊も？
B：そう。まとめて作ってストックしてる。

136	サイクル	名 cycle/规律, 作息/chu kỳ, vòng quay
137	きっかり（と）	副 exactly/准确(的), 准时/chính xác, đúng boong
138	ストック[する]	名 動3他 stock, stock/储备[储备]/kho, sự dự trữ, dự trữ

A: You're looking very well these days. B: I've been doing really well since I adjusted my living cycle. I keep regular sleeping hours, and I cook dinner and eat four hours before going to bed. I woke up at exactly 7 a.m. this morning. A: You're busy, but you still cook for yourself?

B: Yes. I prepare meals in batches to stock my freezer./A: 最近你看起来好有精神哦？　B: 自从我调整生活作息后精神很好。睡眠时间固定，做了晚饭以后，也在睡前4小时前进食。今天7点一到就准时起床。　A: 这么忙还自己煮饭？　B: 对。我一起做然后储备着。/A: Dạo này khỏe quá nhỉ? B: Sắp xếp chu kỳ sinh hoạt xong thì thoải mái hẳn. Nào cố định thời gian ngủ, nấu cơm tối, ăn trước khi ngủ 4 tiếng. Hôm nay tôi cũng dậy đúng 7 giờ đó. A: Bận vậy mà cũng tự nấu à? B: Ừ, nấu một lần rồi trừ thôi.

🔊 31

新しく入社した後輩はどんな任務も要領よくてきぱきとこなす。情報収集能力もあり、分からないことがあれば徹底的に調べようとする。入社して間もないが、会社から重宝されており、将来はチームを束ねるリーダーになることが期待されている。

139	任務 にんむ	名 task/任务/nhiệm vụ, công việc
140	要領 ようりょう	名 the essentials/要领/nội dung chính
141	てきぱき（と）	副 quickly/利落[利落的]/nhanh nhẹn, tháo vát
142	収集[する] しゅうしゅう	名 動3他 collection, gather/收集[收集]/sự thu thập, thu thập
143	徹底的な てっていてき	ナ thorough/彻底的/triệt để, kỹ càng
144	＋徹底[する] てってい	名 動3他 thoroughness, be thorough/彻底[贯彻]/sự triệt để, xuyên suốt
145	重宝[する] ちょうほう	名 動3他 treasure, be highly valued/重视[重用]/đồ quý, quý, trân trọng
146	束ねる たば	動2他 control, manage/凝聚, 捆绑/bó lại, điều hành, quản lý

The newly hired junior employee handles any task quickly with a strong grasp of the essentials. He gathers information capably, and if he doesn't understand something, he tries to investigate it thoroughly. Although he has only been with the company for a short time, he is highly valued and is expected to become a leader managing a team in the future./新人职的后辈不管什么任务都能掌握要领，完成的很利落。收集情报的能力也有，只要有不懂的地方就会调查的很彻底。虽然才刚入职没多久，但公司很重视他，期待他将来能够成为一位凝聚团队的领导。/Cậu đàn em mới vào công ty làm việc gì cũng nhanh nhẹn, tháo vát. Cậu ta có năng lực thu thập thông tin, lại tìm hiểu kỹ càng nếu có chuyện gì không biết. Tuy mới vào công ty chưa bao lâu nhưng được công ty rất quý, kỳ vọng sẽ trở thành người lãnh đạo quản lý đội trong tương lai.

🔊 **32**

> A：このおだんご、手作り？ すごくおいしそう！
> 　　　　てづく
> B：意外と簡単に作れるんだよ。まず粉と水をよく混ぜるでしょ。
> 　　いがい　かんたん　つく　　　　　　こな　みず
> 　　あとはそれを丸めて、沸騰した鍋に放り込むだけ。だんご
> 　　　　　　　　まる　　　ふっとう　なべ　ほう　こ
> 　　が浮いてきたらすくって水けをとったら完成！ 水と粉の配
> 　　う　　　　　　　　　　　　みず　　　　かんせい　みず　こな　はい
> 　　分を間違えなければ失敗しないと思う。
> 　　ぶん　まちが　　　　　　しっぱい　　　おも

147 ☐	（お）だんご	名 dumpling/团子/bánh trôi, bánh nếp viên
148 ☐	丸める まる	動2他 roll up/搓圆/vo tròn
149 ☐	沸騰[する] ふっとう	名 動3自 boiling, boil/沸腾[沸腾]/sự sôi, sôi
150 ☐	放り込む ほう　こ	動1他 throw into/放进去/thả vào, cho vào
151 ☐	すくう	動1他 scoop/捞/vớt ra, múc lên
152 ☐	水け みず	名 moisture, water/水分/nước, lượng nước
153 ☐	配分[する] はいぶん	名 動3他 proportion, distribute/占比[分配]/sự phân chia, phân phối, phân bố

A: Are these dumplings homemade? They're really good! B: They're surprisingly easy to make. First, you thoroughly mix flour and water. Then roll them up into balls and throw them into a pot of boiling water. When the dumplings float to the surface, scoop them out, drain off the water, and you're done! if you can just get the correct proportion of water to flour, I don't think you can fail./A: 这个团子是手工做的？ 看起来好好吃哦！ B: 其实做这个比想象中简单。首先把粉和水搅拌，然后把它搓圆，放进去沸腾的锅里就行。团子浮起来后捞起来沥干水分就完成了！ 只要不弄错粉和水的占比，我觉得就不会失败。/A: Bánh trôi này chị tự làm à? Trông ngon ghê luôn! B: Dễ làm không ngờ luôn đấy. Trước tiên là trộn bột với nước đúng không? Sau đó, chỉ vo tròn và thả vào nồi nước sôi thôi. Bánh trôi nổi lên thì vớt ra để ráo nước là xong! Chỉ cần không nhầm lượng nước và bột là không thất bại đâu.

Topic 3

買い物
かいもの

Shopping / 购物 / Mua sắm

No. 154-198

◀)) 33

私の恋人は、よくバッグや服などを<u>ねだって</u>くる。さらに、高
わたし こいびと
価格帯のレストランに行きたいと<u>せがまれる</u>ことも多い。デー
か かくたい
トの度に<u>大金</u>を<u>費やして</u>おり、そろそろ<u>破産しそう</u>だ…。
たび たいきん つい はさん

154 □	ねだる	**動1他** beg, demand/要/kì kèo, xin xỏ
155 □	〜帯 たい	**接尾** 〜 band, 〜 range/〜带/mức 〜, khung 〜
156 □	せがむ	**動1他** harass, pester/要求/nài nỉ, nằn nì
157 □	大金 たいきん	**名** a lot of money/巨款/số tiền lớn
158 □	費やす つい	**動1他** spend/耗费/tiêu, chi tiêu
159 □	破産[する] はさん	**名 動3自** bankruptcy, go bankrupt/破产[破产]/sự phá sản, phá sản

My partner often begs me for bags or clothes, and also often pesters me to go to restaurants in a high price range. I spend a lot of money on every date—it's enough to bankrupt me .../我的恋人老是向我要包包，衣服。不仅这样，很多时候还要求说想去高价格带的餐厅。一约会我就要耗费巨款，我快要破产了…。/Người yêu của tôi thường kì kèo mua túi xách, quần áo v.v. Hơn thế nữa, nhiều lần tôi bị đòi đi nhà hàng có khung giá đắt tiền. Mỗi lần hẹn hò là tôi phải tiêu một số tiền lớn, sắp phá sản đến nơi rồi...

🔊 34

返品の際は、返品専用ラベルを貼り、指定の返送先へお送りく
ださい。未開封の場合、全額返金します。パッケージを開封済
みの場合、商品代金の 60%を返金します。

160 □	ラベル	名 label/标签/nhãn
161 □	返送[する] へんそう	名 動3他 return, return/返送[寄回]/sự gửi trả, gửi trả
162 □	開封[する] かいふう	名 動3他 opening, open/开封[开封]/sự mở, khui, mở
163 □	返金[する] へんきん	名 動3他 refund, refund/退款[退款]/sự hoàn tiền, hoàn tiền
164 □	パッケージ	名 package/包装/bao bì

To return an item, please attach a return label and send it to the designated return address. If the package is unopened, you will receive a full refund. If the package has been opened, 60% of the product price will be refunded./退货时请贴上专用标签，寄到指定的返送地点。未开封时全额退款。包装已开封时，退商品价的60%。/Khi trả hàng, quý vị vui lòng dán nhãn chuyên dùng để trả hàng và gửi đến địa chỉ gửi trả được chỉ định. Nếu chưa khui, chúng tôi sẽ hoàn tiền 100%. Nếu đã mở bao bì, chúng tôi sẽ hoàn 60% số tiền mua sản phẩm.

🔊 35

財産を相続すると、税金がかかる場合がある。基本的には現金
で一括で納めることになっているが、特別な納税方法として、
分割で納める方法や、相続した財産をそのまま納める方法もあ
る。

165 □	相続[する] そうぞく	名 動3他 inheritance, inherit/继承[继承]/sự thừa kế, thừa kế
166 □	一括[する] いっかつ	名 動3他 lump sum, consolidate/一次性[统一]/một lần, thanh toán một lần
167 □	納税[する] のうぜい	名 動3他 tax payment, pay tax/纳税[纳税]/sự nộp thuế, nộp thuế

When you inherit property, you may have to pay tax on it. Basically, the tax is paid in a lump sum in cash, but there are special ways to pay the inherited property as it is./继承财产，有些场合需要被征税。原则是用现金一次性付清。但有些特别的纳税方法，例如分期付款，又或者用继承的财产来缴纳。/Khi thừa kế tài sản, có khi bạn phải tốn tiền thuế. Về cơ bản thì phải nộp một lần bằng tiền mặt nhưng có cách nộp thành nhiều lần hoặc cách nộp nguyên số tài sản đã thừa kế như là cách nộp thuế đặc biệt.

奨学金には、<u>返済</u>の義務があるものとないもの、<u>利息</u>がかかる
しょうがくきん　　へんさい　　ぎ む　　　　　　　　　　　　り そく
ものとかからないものがある。似た制度として、教育<u>ローン</u>が
　　　　　　　　　　　　　　　　に　せい ど　　　　きょういく
あるが、いずれにせよ借りる前に<u>審査</u>がある。
　　　　　　　　　　　　か　　まえ　しん さ

168 ☐	返済[する] へんさい	名 動3他 repayment, repay/偿还[偿还]/sự hoàn trả, hoàn trả
169 ☐	利息 り そく	名 interest/利息/lãi suất, lợi tức
170 ☐	ローン	名 loan/贷款/khoản vay
171 ☐	審査[する] しん さ	名 動3他 screening, review/审核[审核]/sự xét duyệt, xét duyệt
172 ☐	＋審査員 しん さ いん	名 examiner, reviewer/审核员/người xét duyệt

Scholarships may or may not have to be repaid, and interest may or may not be incurred.
Educational loans follow a similar system, but in any case, there is a screening process before
borrowing./奖学金有分需要偿还和不需要偿还，有利息和没利息的。虽然类似教育贷款的制
度，但不管是哪一种，借之前都需要审查。/Học bổng thì có loại có nghĩa vụ hoàn trả, có
loại mất lãi suất, có loại không. Tuy có hình thức vay nợ giáo dục như là một chế độ tương tự
nhưng loại nào cũng cần xét duyệt trước khi vay.

株式<u>投資</u>は少なからず<u>リスク</u>を伴う。過去の株価<u>変動</u>等を見て
かぶしきとう し　　すく　　　　　　　　とも な　か こ　かぶ か　へんどうとう　み
投資先について吟味し、<u>賢明</u>な判断をしたい。
とう し さき　　　　ぎん み　　けんめい　はんだん

173 ☐	投資[する] とう し	名 動3他 investment, invest/投资[投资]/sự đầu tư, đầu tư
174 ☐	リスク	名 risk/风险/rủi ro, nguy cơ
175 ☐	変動[する] へんどう	名 動3自 fluctuation, fluctuate/变动[变动]/sự biến động, biến động
176 ☐	賢明な けんめい	ナ wise/明智的/sáng suốt, khôn ngoan

Investing in stocks involves no small amount of risk. I want to consider my investment
options and make wise decisions by looking at past stock price fluctuations and other factors./
投资股票会伴有一定风险。应该要看过去的股价变动，来考察投资对象，做出明智的判断。/
Đầu tư cổ phần thì đi kèm với không ít rủi ro. Tôi muốn nhìn những biến động v.v. của giá cổ
phiếu trong quá khứ để xem xét và đưa ra quyết định sáng suốt về nơi đầu tư.

🔊38

この市には、金融機関から融資を受けている中小企業に対し、
利子の一部を補助する制度がある。また、社会保障にも力を入
れており、保育所等で実費徴収される費用の一部を補助してい
る。

177 ☐	金融 きんゆう	名 finance/金融/tài chính
178 ☐	融資[する] ゆうし	名 動3他 loan, lend/融资/融资[融资]/sự đầu tư, đầu tư
179 ☐	利子 りし	名 interest/利息/lợi tức, lãi suất
180 ☐	保障[する] ほしょう	名 動3他 insurance, insure/保障[保障]/an sinh, đảm bảo
181 ☐	実費 じっぴ	名 actual costs/实际费用/chi phí thực tế, thực phí

This city has a system that subsidizes part of the interest for small- and medium-sized enterprises receiving loans from financial institutions. The city also focuses on social insurance and subsidizes a portion of the actual costs charged at daycare centers and other facilities./此市对向金融机构申请融资的中小企业，有补贴一部分利息的制度。并且，也着力于社会保障，也有补贴幼儿园征收实际费用的一部分。/Thành phố này có chế độ hỗ trợ một phần lợi tức cho các doanh nghiệp vừa và nhỏ đang được các tổ chức tài chính đầu tư. Ngoài ra, còn dốc sức trong an sinh xã hội, hỗ trợ một phần chi phí thực tế được đóng ở nhà trẻ v.v.

🔊39

ただいま、開店セール実施中！ 欲しかったあの商品をお値打ち
価格で！ さらに、ポイント 20%還元キャンペーン、先着 100
名様限定プレゼントも実施しております。

182 ☐	（お）値打ち ねうち	名 great value/划算/giá hời, đáng giá
183 ☐	還元[する] かんげん	名 動3他 restoration, return/返还[返还]/sự hoàn lại, hoàn lại
184 ☐	先着[する] せんちゃく	名 動3自 first arrival, arrive first/先到[先到]/sự đến trước, đến trước
185 ☐	＋ 先着順 せんちゃくじゅん	名 first-come-first served basis/先到顺序/thứ tự đến trước

We're having an opening sale right now! Purchase that product you want at a great value price! In addition, we are offering a 20% points return campaign and a limited gift for the first 100 customers to arrive./现在正在实施开店特卖！以划算的价格买到您想要的商品！不仅如此，还有返还20%点数的活动，先到的100位客人还能收到限定礼物！/Hiện nay chúng tôi đang tổ chức chương trình giảm giá nhân dịp khai trương! Mua sản phẩm mà quý vị từng ao ước, với mức giá cực kỳ hời! Hơn thế nữa, còn có chương trình hoàn 20% điểm tích lũy và tặng quà cho 100 khách hàng đến trước.

🔊 40

コンサート等のチケットを転売目的で購入し、非公式のサイトに高額で出品することは、法律で禁じられている。消費者も、チケットが手元に届かなかったり、無効とされて入場できなかったりといったトラブルに遭う可能性もあるので、チケットは必ず正規のルートで購入すべきだ。

186	転売[する] てんばい	名 動3他	resale, resell/转卖[转卖]/sự bán lại, bán lại
187	出品[する] しゅっぴん	名 動3他	exhibit, display for sale/出售[出售]/sự trưng bày, trưng bày, rao bán
188	消費者 しょうひしゃ	名	consumer/消费者/người tiêu thụ, người tiêu dùng
189	手元 てもと	名	to hand/手里/trong tay
190	無効な むこう	ナ	invalid/无效的/vô hiệu, không có hiệu lực

It is forbidden by law to purchase tickets to concerts and other events for the purpose of resale and to display them for sale on unofficial websites at high prices. Consumers should also be sure to purchase tickets through legitimate channels, as they may face problems such as the tickets not arriving to hand or inability to enter the venue due to them being considered invalid./法律禁止为了转卖而购买演唱会的票，也禁止在非官方网站以高额出售。消费者也有可能会遭遇票没有寄到手里又或者入场无效的麻烦。请务必在正规渠道购买。/ Việc mua vé hòa nhạc v.v. với mục đích bán lại, rao bán với giá cao trên các trang web không chính thức bị pháp luật cấm. Cả người tiêu dùng cũng có thể gặp phải những rắc rối như vé không được gửi đến tay, vé không có hiệu lực nên không vào được, vì vậy nhất định phải mua vé theo đường chính thức.

◀)) 41

<u>倹約</u>のために重要なことは、無駄な<u>出費</u>を抑えることだ。私は
もともと<u>浪費</u>家だったが、外食を減らしたり、生活<u>用品</u>をセー
ルで購入したりして少ないお金で<u>やりくりしたら</u>、1年間で海
外旅行の費用を貯めることができた。

191 ☐	**倹約**[する] けんやく	**名 動3他** economy, being thrifty/俭约[节约]/sự tiết kiệm tiền, tiết kiệm tiền
192 ☐	**出費**[する] しゅっぴ	**名 動3自** expenses, spend/花费[花销]/sự chi tiêu, chi tiêu
193 ☐	**浪費**[する] ろうひ	**名 動3他** wasteful spending, spend carelessly/浪费[浪费]/sự lãng phí, lãng phí
194 ☐	**用品** ようひん	**名** goods, items/用品/vật dụng, đồ dùng
195 ☐	**やりくり**[する]	**名 動3他** money management, get by/计划[计划着]/sự xoay sở, xoay sở, sắp xếp

The key to being thrifty is cutting back on unnecessary expenses. I always tended to spend carelessly, but after getting by on less money by eating out less and buying household goods when they're on sale, in a single year I was able to save enough money for an overseas trip./俭约最重要的事，就是控制不必要的开销。我本来是个很浪费的人，但我减少在外面吃，在特价时购买日常用品，计划着用我那不多的钱后，1年我就存到了海外旅游的费用。/Điều quan trọng khi tiết kiệm tiền là hạn chế chi tiêu lãng phí. Tôi vốn là người lãng phí nhưng sau khi giảm đi ăn ngoài, mua đồ dùng sinh hoạt khi giảm giá, xoay sở trong số tiền ít ỏi thì trong 1 năm đã có thể dành dụm được khoản tiền đi du lịch nước ngoài.

◀)) 42

「<u>貨幣</u>価値」とは、貨幣の持つ<u>購買</u>力のことである。<u>流通する</u>
貨幣の量が増えると貨幣価値は下がり、減ると価値が上がる。

196 ☐	**貨幣** かへい	**名** currency, money/货币/tiền tệ, đồng tiền
197 ☐	**購買**[する] こうばい	**名 動3他** purchasing, purchase/购买[购买]/sự mua bán, mua bán
198 ☐	**流通**[する] りゅうつう	**名 動3自** circulation, circulate/流通[流通]/sự lưu thông, lưu thông

The "value of money" is the purchasing power of money. The value of money decreases as the quantity of money in circulation increases, and it increases as the quantity of money decreases./"货币价值"就是货币本身的购买力。货币的流通量增加，货币价值就会降低。减少就会升高。/"Giá trị tiền tệ" là sức mua bán mà đồng tiền có. Khi lượng tiền lưu thông tăng lên thì giá trị tiền tệ giảm xuống, và khi lượng tiền giảm thì giá trị tăng.

◆》43

A：初対面の人に<u>好ましい</u>印象を与える服装ってどんな服だと
　思う？

B：うーん、年齢相応の服装？

A：確かに、脚を出すような服とか、若い頃の服を着ると余計
　に<u>老けて</u>見えることあるよね。

199	好ましい	**イ** favorable/好, 喜欢/dễ mến, thiện cảm
200	相応	**名** appropriateness/符合/sự phù hợp, tương ứng
201	脚	**名** leg/腿/cẳng chân
202	老ける	**動2自** age, get older/老/già

A: What kind of clothes do you think make a favorable impression when meeting someone for the first time? B: Hmmm, age-appropriate clothes? A: It's true. Wearing clothes from your younger days or clothes that show off too much leg can make you look even older./A: 你觉得能给初次见面的人留好印象的服装是什么样的衣服？ B: 嗯～，符合年龄的衣服？ A: 确实。穿那种露腿或者年轻时的衣服，有时候看起来更显老。/A: Cậu nghĩ trang phục thế nào thì tạo thiện cảm cho người mình gặp lần đầu? B: Ư~m, trang phục phù hợp lứa tuổi? A: Đúng nhỉ, mặc trang phục lộ cẳng chân hay đồ khi còn trẻ có khi trông già ấy chứ nhỉ.

🔊 44

A：内定式、「私服でお越しください」って書いてあって。

B：それ一番困るやつだね。まあＴシャツとか、<u>ラフ</u>すぎなければ、いいんじゃない？

A：<u>無難</u>に黒のワンピースとか？

B：うん。変に<u>着飾り</u>すぎても浮いちゃうしね。

203	ラフな	ナ rough/休闲的/xù xì, luộm thuộm
204	無難な ぶ なん	ナ safe/妥当的/an toàn, ổn
205	着飾る き かざ	動1他 dress up/打扮/ăn diện, điệu đà

A: It says "Please wear plain clothes" to attend the ceremony. B: That's the most annoying part. Well, as long as it's not too rough, like a T-shirt, it'll be fine, I think. A: A black dress should be pretty safe, right? B: Yes. If you're too dressed up, you'll look out of place./A: 内定仪式写着要穿"便服"来。 B: 那就是最伤脑筋的。只要不穿T恤那种太休闲的就可以吧？ A: 还是穿黑色连身裙妥当点？ B: 嗯。太刻意打扮也会很出格嘛。/A: Lễ trúng tuyển á, thấy có viết "vui lòng mặc thường phục", nhưng mà... B: Viết vậy là khó xử nhất nhỉ. Chắc chỉ cần không phải áo thun hay cái gì quá luộm thuộm là được chứ gì? A: Hay an toàn nhất là đầm đen cho chắc? B: Ừm, ăn diện quá lại đâm ra nổi bật nhỉ.

🔊 45

A：その桜の浴衣、<u>淡い</u>ピンク色できれいだね。

B：ありがとう。<u>一目ぼれ</u>して買ったんだ。桜が散っているデザインって、ちょっと<u>儚い</u>感じがするよね。

206	淡い あわ	イ pale/淡/nhạt, nhẹ, phơn phớt
207	一目ぼれ[する] ひと め	名 動3自 instant love, fall in love at first sight/一见钟情[一见钟情]/tiếng sét ái tình, yêu thích từ cái nhìn đầu tiên
208	儚い はかな	イ forlorn, wistful/梦幻/phù du, thoáng qua

A: That cherry blossom *yukata* is so beautiful in pale pink. B: Thank you. I fell in love with it at first sight, so I bought it. The scattered cherry blossom design feels a bit wistful, doesn't it?/A: 这件樱花的浴衣（夏季和服），淡粉红色真漂亮。 B: 谢谢。我一见钟情就买下来了。凋落的樱花设计就是有一种梦幻的感觉。/A: Bộ yukata hoa sakura đó, màu hồng phớt đẹp nhỉ. B: Cảm ơn cậu. Tớ thấy là thích ngay nên mới mua đó. Mẫu hoa sakura rơi, có chút cảm giác phù du nhỉ.

A：お父様はどういう<u>系統</u>の服がお好きなんですか。
B：どちらかといえば<u>シック</u>な感じです。
A：なるほど…。割引率がブランドによって<u>まちまち</u>なんですけど、このあたりが特にお得になっております。

209 ☐	**系統** けいとう	名 style, type/风格/hệ, kiểu
210 ☐	**シックな**	ナ chic/雅致的/lịch sự, trang nhã
211 ☐	**まちまちな**	ナ different/形形色色的/đa dạng, nhiều loại

A: What style of clothes does your father prefer? B: He's rather chic. A: I see... The discount rates are different from brand to brand, but these are especially good deals./A: 您父亲喜欢哪一种风格的服装呢？ B: 雅致型的感觉。 A: 原来如此…。虽然品牌的折扣率形形色色，但这一区是很划算的。/A: Ba của chị thích loại trang phục thuộc hệ nào ạ? B: Nếu phải nói thì là kiểu lịch sự. A: Vậy ạ... Tỉ lệ giảm giá thì đa dạng tùy thương hiệu nhưng khu vực này thì đặc biệt hời đấy ạ.

<u>真珠</u>は縄文時代の遺跡から見つかっており、<u>装飾</u>に使われていたと考えられている。また、<u>麻</u>などの植物の<u>繊維</u>も見つかり、この頃からすでに服づくりをしていたと考えられている。

212 ☐	**真珠** しんじゅ	名 pearl/珍珠/trân châu, ngọc trai
213 ☐	**装飾**[する] そうしょく	名 動3他 decoration, decorate/装饰[装饰]/đồ trang sức, trang sức
214 ☐	**麻** あさ	名 hemp/麻/đay, gai
215 ☐	**繊維** せんい	名 fiber/纤维/sợi

Pearls have been found at Jomon-era historical sites, and are thought to have been used for decoration. Plant fibers such as hemp have also been found, and it is believed that people were already making clothes at this time./在绳文时代的遗迹找到珍珠，被认为是拿来用于装饰。并且，还找到麻等的植物纤维。所以一般认为这个时期已经开始制作衣服。/Trân châu được tìm thấy từ các di tích thời Jomon, được cho rằng dùng để làm trang sức. Ngoài ra, các sợi thực vật như sợi đay v.v. cũng được phát hiện, nên người ta cho rằng từ thời này, con người đã biết làm trang phục.

🔊 48

A：これ、<u>大胆な</u>デザインがいいけど、２万円にしては、ちょっと<u>安っぽく</u>見えるかな。

B：確かに。これは？<u>紳士</u>っぽくてぴったりじゃん。

A：かばんと靴も合わせたら、<u>トータル</u>で７万円か。

B：結婚のあいさつでしょ。<u>身なり</u>は整えて行った方がいいよ。

216 ☐	大胆な だいたん	ナ bold/大胆的/táo bạo
217 ☐	安っぽい やす	イ cheap-looking/廉价/có vẻ rẻ tiền
218 ☐	紳士 しんし	名 gentleman/绅士/quý ông
219 ☐	トータル	名 total/总共/tổng cộng
220 ☐	身なり み	名 appearance/仪容/vẻ ngoài, diện mạo

A: I like the bold design of this one, but for 20,000 yen, it's a little cheap-looking. B: You're right. How about this? It's very gentlemanly and perfect. A: Together with the bag and shoes, the total cost is 70,000 yen. B: Meeting the parents before the wedding is important, though. You have to get your appearance right./A: 这设计很大胆真不错，但价格2万日元，看起来有点廉价。 B: 确实。这个呢？很绅士很合适呀。 A: 包包和鞋子加进去，总共7万日元呀。 B: 结婚见家长嘛。还是要注意仪容才行。/A: Cái này mẫu mã táo bạo được đấy chứ nhưng so với giá 20.000 yên thì trông có vẻ rẻ tiền không nhỉ. B: Cũng đúng. Cái này thì sao? Trông ra dáng quý ông, vừa đúng luôn. A: Tính tổng túi xách và giày luôn là 70.000 yên à. B: Là đi ra mắt bố mẹ vợ tương lai đó. Nên chuẩn bị diện mạo chỉn chu thì tốt hơn.

🔊 49

<u>ウール</u>のシャツは軽くて<u>かさばらない</u>上、着心地がいいので、登山をする人に人気がある。<u>現に</u>、同じものを２着買って、<u>交互</u>に着ている人も多い。生地を<u>傷めない</u>よう、<u>裏返し</u>にしてネットにいれれば、洗濯機で簡単に洗うことができる。

221 ☐	ウール	名 wool/羊毛/len
222 ☐	＋羊毛 ようもう	名 sheep's wool/羊毛/lông cừu
223 ☐	かさばる	動1自 be bulky/笨重/cồng kềnh

224 □	**現に** げん	副	in fact/实际上/thực tế
225 □	**交互に** こうご	副	alternately/交替着/thay đổi, luân phiên
226 □	**傷める** いた	動2他	damage/伤到/làm hỏng, gây hại, làm tổn thương
227 □	**裏返し** うらがえ	名	turning inside out/翻面/lột trái, lật ngược

Wool shirts are popular with hikers because they are light, not bulky, and comfortable to wear. In fact, many people buy two identical shirts and wear them alternately. They can be easily washed in a washing machine by turning them inside out and putting them in a net to avoid damaging the fabric./羊毛衬衫不仅很轻也不笨重，穿起来又舒服。爬山的人都很喜欢。实际上，也有很多人会买2件一样的，然后交替着穿。只要把衣服翻过来放进洗衣网袋，就可以用洗衣机洗，很简单又不会伤到纤维。/Áo thun bằng len nhẹ, không cồng kềnh, mặc cảm giác rất thích nên rất được người leo núi ưa chuộng. Thực tế là nhiều người mua 2 cái giống nhau để mặc thay đổi. Để không làm hỏng chất liệu thì chỉ cần lộn trái, cho vào túi lưới là có thể giặt bằng máy giặt một cách đơn giản.

🔊 50

> A：彼女さ、ご飯中もずっとスマホ<u>いじって</u>るんだ。
> かのじょ　　はんちゅう
> B：それはひどいね。
> A：デートの服装もすごく<u>カジュアルで</u>。というか、もうパジャ
> ふくそう
> マみたいな服。僕、<u>異性</u>として見られてない気がする。
> ふく　ぼく　いせい　　　　み　　　　き

228 □	**いじる**	動1他	fiddle with, toy with/滑, 摆弄/sờ, chạm, cầm
229 □	**カジュアルな**	ナ	casual/轻便/bình thường, bình dị
230 □	**異性** いせい	名	opposite sex/异性/sự khác giới, giới tính khác

A: She's fiddling with her phone all the time, even when we're eating. B: That's terrible. A: She wears very casual clothes on our dates. I mean, it's like she's in her pajamas. I don't think she sees me as a member of the opposite sex at all./A: 我女朋友，吃饭的时候也一直在滑手机。B: 那真差劲。A: 约会的服装也很轻便，应该要说，就像睡衣似的。我觉得她没有把我当异性看待。/A: Bạn gái tôi cứ cầm cái điện thoại thông minh suốt cả bữa ăn. B: Vậy không hay tí nào. A: Quần áo mặc hẹn hò cũng cực kỳ bình thường. Nói sao nhỉ, gần như đồ bộ bố luôn. Tôi có cảm giác mình không được xem như người khác giới.

新製品の商品化については、今日も上司に<u>同意して</u>もらえな
かった。どれだけがんばってもうまくいかない。自分が<u>惨めで</u>、
とても<u>むなしい</u>気持ちになる。

231 □	同意[する] どうい	名 動3自 agreement, agree/同意[同意]/sự chấp nhận, đồng ý, chấp nhận
232 □	惨めな みじ	ナ miserable/悲惨的/đáng buồn, đáng thương
233 □	むなしい	イ futile, ineffectual/空虚/khuyết, vô ích, trống rỗng

Again today, I couldn't get my boss to agree with me about commercializing the new product. No matter how hard I try, nothing works. I feel miserable, and completely ineffectual./上司今天还是没同意关于新制品的商品化。不管我怎么努力还是不顺利。这样会让我的心情悲惨又空虚。/Hôm nay tôi cũng không được cấp trên chấp nhận về việc sản phẩm hóa thành phẩm mới. Cho dù cố gắng thế nào đi nữa tôi cũng không gặp thuận lợi. Thấy mình sao đáng thương, cảm giác vô cùng trống rỗng.

🔊 52

A：このレインウェアは、はっ水と防水の両方の機能を持って
　います。はっ水とは水を<u>はじく</u>こと、防水は水を通さない
　ことです。厳しい基準に<u>合致した</u>ものにだけ付けられるマー
　クも付いています。
B：他の色やサイズを<u>取り寄せる</u>こともできますか。

234 □	はじく	動1他 repel, shed/弹/búng, khảy, gảy
235 □	合致[する] がっち	名 動3自 compliance, meet/符合[符合]/sự đáp ứng, đáp ứng, nhất trí
236 □	取り寄せる と　よ	動2他 order in/订购/đặt gửi đến

A: This rainwear is both *hassui* and *bosui*. *Hassui* means that it repels water, and *bosui* means it does not allow water to pass through it. It also bears an exclusive mark for meeting strict standards. B: Can you order in other colors and sizes?/A: 这件雨衣，有"hassui"和"bousui"的两种功能。"hassui"是把水反弹，"bousui"是不让水穿透。还带有只有符合严格基准才能获得的标。 B: 可以订购其他颜色和尺寸吗？/A: Loại áo mưa này có cả hai tính năng là hassui và bousui. Hassui có nghĩa là búng nước đi, còn bousui là không cho nước thấm qua. Có cả dấu chỉ được gắn cho những sản phẩm đáp ứng các tiêu chuẩn khắt khe. B: Có thể đặt các màu hoặc kích cỡ khác không?

人工的にダイヤモンドが生産されるようになって<u>久しく</u>、現代
_{じんこうてき}　　　　　　　　　　　　　　　　　　　　_{ひさ}　　　_{げんだい}
では天然の物と見分けがつかないほど再現性が高くなっている。
　　_{てんねん}　_{もの}　_{み　わ}　　　　　　　　　_{さいげんせい}　_{たか}
<u>相場</u>は天然の物の半分ほどだが、<u>エレガントで</u> <u>きらびやかな</u> 輝
_{そうば}　_{てんねん}　_{もの}　_{はんぶん}　　　　　　　　　　　　　　　　　　　　_{かがや}
きは高く評価されている。
　_{たか}　_{ひょうか}

237	久しい _{ひさ}	**イ** for a long time/很久/lâu, dài
238	相場 _{そうば}	**名** market price/行情/giá cả thị trường
239	エレガントな	**ナ** elegant/优雅的/thanh lịch, trang nhã
240	きらびやかな	**ナ** sparkling/华丽的/lộng lẫy, xa hoa

Diamonds have been produced artificially for a long time, and today artificial diamonds are made so skillfully that they are indistinguishable from natural diamonds. Their market price is about half that of natural diamonds, but their elegant, sparkling brilliance is highly valued./从很久以前就开始人工钻石的生产，在现代，再现性已高达到无法区分和天然钻石的区别。虽然行情只是天然钻石的一半，但优雅华丽的光辉，有很高评价。/Một thời gian dài kể từ khi kim cương nhân tạo được sản xuất, tính tái hiện của nó cao đến nỗi hiện nay không phân biệt được với kim cương tự nhiên. Giá thị trường tuy chỉ bằng một nửa kim cương tự nhiên nhưng sự thanh lịch và độ tỏa sáng lộng lẫy của nó được đánh giá cao.

新しい化粧水を買った。<u>内心</u>、効果を疑っていたが、使ってみ
_{あたら}　_{け しょうすい}　_か　　　_{ないしん}　　_{こうか}　_{うたが}　　　　　　　_{つか}
たらお肌がよく <u>潤って</u>、気に入った。やはり原料に<u>こだわって</u>
　　　_{はだ}　　　　_{うるお}　　_{き　い}　　　　　　　　　_{げんりょう}
作られたものは、いいものだ。
_{つく}

241	内心 _{ないしん}	**名** inward/心中/nội tâm, trong lòng
242	潤う _{うるお}	**動1自** moisturize/滋润/ẩm, trở nên ẩm
243	こだわる	**動1自** be particular about/讲究/cầu kỳ, đòi hỏi cao

I bought a new lotion. Inwardly, I was skeptical about its effectiveness, but when I tried it, I found it moisturized my skin very well and I liked it. If the manufacturer is particular about the ingredients, the lotion will be great./我买了新的化妆水。心中虽然怀疑效果，但用了以后肌肤很滋润，我很喜欢。果然讲究原材料制作的东西就是好。/Tôi đã mua nước hoa hồng mới. Tuy trong lòng tôi nghi ngờ về hiệu quả của nó nhưng dùng thử thì thấy da ẩm mướt nên rất thích. Đúng là những gì được sản xuất mà cầu kỳ về nguyên liệu đều là đồ tốt.

🔊 55

> １９１３年、ガブリエル・シャネルはそれまで男性の下着用に使
> われていたジャージー素材でドレスを作った。彼女は、19世紀
> までの<u>抑圧された</u>女性のファッションに<u>異議</u>を唱え、女性のた
> めの自由で活動的なファッションやライフスタイルを作り出す
> という<u>信念</u>を<u>貫いた</u>。

244 抑圧[する] よくあつ	名 動3他 oppression, oppress/压迫[压迫]/sự áp đặt, áp bức
245 異議 いぎ	名 objection/异议/sự phản đối, kháng nghị
246 信念 しんねん	名 belief/信念/tín niệm
247 貫く つらぬ	動1他 stand by, stick to/贯彻/xuyên suốt, quán triệt

In 1913, Gabrielle Chanel made a dress out of jersey, a material previously used for men's undergarments. She declared her objection to the oppressive women's fashion of the 19th century and stood by her belief in creating free and active fashions and lifestyles for women./1913年，加布里埃·香奈儿用一直以来制作男性内衣的针织布制作了裙子。到19世纪为止，女性的服装一直被压迫，而她一直为此表示异议。她也贯彻了展开为女性实现自由又好活动的服装及生活方式的信念。/Năm 1913, Gabrielle Chanel đã may chiếc váy bằng chất liệu vải dệt kim trước giờ được dùng cho đồ lót nam giới. Bà đã lên tiếng phản đối thời trang nữ giới bị áp đặt cho đến thế kỷ 19, và chuyên tâm tạo ra thời trang và phong cách sống tự do, năng động dành cho nữ giới.

🔊 56

> A：髪の毛の<u>アレンジ</u>、いつも本当にうまいよね。
> B：ありがとう。私、髪の毛<u>縮れて</u>るからさ、うまく<u>ごまかさ
> ない</u>とすごく広がっちゃうの。

248 アレンジ[する]	名 動3他 arrangement, arrange/整理, 造[整理]/sự điều chỉnh, sắp xếp, làm (tóc)
249 縮れる ちぢ	動2自 be frizzy/卷/xù, quăn
250 ごまかす	動1他 cover up, fix/遮掩/che giấu, đánh lừa

A: You're always so good at arranging your hair. B: Thank you. My hair tends be frizzy, so if I don't fix it properly, it gets out of hand./A: 你真的很会整理头发耶。 B: 谢谢。我头发会卷, 所以不好好遮掩会扩的很开。/A: Cậu làm tóc lúc nào cũng khéo thật đấy. B: Cảm ơn. Tóc mình bị xù nên nếu không khéo giấu đi thì nó sẽ bung ra dữ lắm.

A：このロングコート、<u>小柄な</u>私でも大丈夫そう。
　　こがら　　わたし　　　　だいじょうぶ

B：あ、いいね。普段着てる服とは<u>対照的な</u>雰囲気だけど、似
　　　　　　　ふだん き　　ふく　　たいしょうてき　ふんいき　　　　に

合いそう。
あ

A：ほんと？ ちょっと高いんだけど、今持ってるコートは<u>色褪</u>
　　　　　　　　　　　　たか　　　　　いま も　　　　　　　　　いろ あ

<u>せ</u>してきたし、<u>一期一会</u>だと思って、買っちゃおうかな。
　　　　　　　いち ご いち え　　　おも　　　か

251 ☐	小柄な こがら	**ナ** compact, petite/娇小的/nhỏ nhắn, nhỏ con
252 ☐	↔ 大柄な おおがら	**ナ** of large build/高大的/to cao, to con
253 ☐	対照的な たいしょうてき	**ナ** contrasting, opposite/正相反的/đối lập, tương phản
254 ☐	+ 対照[する] たいしょう	**名** **動3他** contrast, contrast/对比[对比]/sự đối chiếu, so sánh
255 ☐	色褪せ[する] いろ あ	**名** **動3自** (color) fading, fade/褪色[褪色]/sự bạc màu, phai màu, mờ dần
256 ☐	+ 褪せる あ	**動2自** fade/褪/phai màu, mờ dần
257 ☐	一期一会 いち ご いち え	**名** once-in-a-lifetime/一期一会(一生中只有一次的缘分)/cuộc gặp gỡ một lần trong đời

A: This long coat looks okay, even for someone petite like me. B: Oh, I like it. It's the opposite of what you usually wear, but I think it would look good on you. A: Really? It's a little expensive, but the coat I have now is fading, so I think I'll buy it. It's a once-in-a-lifetime kind of thing./A: 这个长外套, 我这么娇小也可以穿。 B: 啊, 不错。虽然和你平常穿搭的感觉正相反, 但感觉很适合。 A: 真的吗? 虽然有点贵, 但我现在的外套也开始褪色, 就当一期一会买下来吗? /A: Cái áo khoác dài này, có vẻ người nhỏ con như tôi cũng ổn nhỉ. B: Ờ, được đấy. Tuy phong cách đối lập với đồ mặc thường ngày nhưng có vẻ hợp. A: Thật không? Hơi đắt nhưng cái áo khoác hiện giờ bị bạc màu rồi, thôi thì cứ nghĩ là cơ hội gặp gỡ một lần trong đời mà mua nhỉ.

🔊 58

人によって似合う色の服は異なるが、その人に一番似合う色のことをパーソナルカラーという。その<u>起源</u>はアメリカだが、日本でも話題になっている。調べてみたところ、私は明るい緑や赤など、<u>鮮やかな</u>色がよく似合うが、茶色など、<u>渋い</u>色はあまり似合わないようだ。

258	起源 きげん	名	origin/起源/khởi nguồn, bắt đầu
259	鮮やかな あざ	ナ	vivid/鲜艳/sặc sỡ
260	渋い しぶ	イ	austere, restrained/深, 涩/trầm, đằng, chát

Different people look good clothed in different colors, but the colors that most suit a person are known as their personal colors. This idea has its origin in the U.S., but has become a hot topic in Japan as well. I've researched it and found that vivid colors such as bright green and red really suit me, while brown and other austere colors don't seem to suit me as well./每个人适合的衣服颜色不同，最适合那个人的颜色，我们称之为个人色彩。虽说是起源于美国，但在日本也很有热度。我查了一下，我适合亮绿或者红色等等的鲜艳颜色，但不太适合咖啡色这种深色。/Tùy người mà màu sắc trang phục phù hợp sẽ khác nhau và màu hợp nhất với người đó được gọi là màu cá nhân. Khởi nguồn đó là Mỹ và cũng trở thành đề tài bàn tán ở Nhật. Tôi thử tìm hiểu thì hình như tôi hợp với những màu sáng sặc sỡ như màu xanh lá, đỏ v.v., và không hợp với những màu trầm như màu nâu v.v.

Topic 5
テクノロジー

Technology / 科技 / Công nghệ

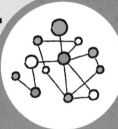

No. 261-369

このデータベースは、<u>ログインした後に</u><u>オプション</u>を設定することで、常に新しい<u>バージョン</u>でデータ<u>同士</u>を<u>連携できる</u><u>権限</u>を持つことができる。

261 ☐	ログイン[する]	名 動3自 login, log in/登录[登录]/sự đăng nhập, đăng nhập
262 ☐	↔ ログオフ[する]	名 動3自 logoff, log off/退出[退出]/sự đăng xuất, đăng xuất
263 ☐	オプション	名 option/选项/tùy chọn
264 ☐	バージョン	名 version/版本/phiên bản
265 ☐	連携[する] れんけい	名 動3自 coordination, link/同步[同步]/sự liên kết, liên kết
266 ☐	権限 けんげん	名 authority/权限/quyền, quyền hạn

Using this database, by setting options after logging in, you can always have the authority to coordinate data mutually with new versions./中/Cơ sở dữ liệu này thì bằng cách thiết lập tùy chọn sau khi đăng nhập, bạn có thể có quyền thường xuyên liên kết các dữ liệu với nhau bằng phiên bản mới nhất.

◀)) **60**

電子メール・ＳＮＳなどの情報メディアは、ユーザーのアカウ
ント を安全に保護するために、常に最新のセキュリティ技術が
使用されている。

267	メディア	名 media/媒体/phương tiện truyền thông
268	ユーザー	名 user/用户/người dùng
269	アカウント	名 account/账号/tài khoản
270	セキュリティ	名 security/安全/bảo mật, an ninh

Information media such as email and social media networks are always using the latest security technologies to secure users' accounts./为了保护用户账号的安全，电子邮件，社交平台等传播各种信息的媒体，时常都保持最新的安全技术。/Các phương tiện truyền thông như e-mail điện tử, mạng xã hội v.v. thường sử dụng kỹ thuật bảo mật mới nhất để bảo vệ tài khoản của người dùng một cách an toàn.

◀)) **61**

スマートフォンを新しく契約したが、機種 本体の価格に加え、
通信料 が高すぎるため、解約の意向を固めた。

271	機種 きしゅ	名 handset, model/机型/loại máy
272	本体 ほんたい	名 (the thing) itself/本体/thân máy
273	通信料 つうしんりょう	名 communications fee/通讯费/cước viễn thông
274	解約[する] かいやく	名 動 3 他 cancelation, cancel (a contract)/解约[解约]/sự hủy hợp đồng, hủy hợp đồng
275	意向 いこう	名 intention, mind/意向/ý hướng, ý định

I signed a new contract for a smart phone, but I made up my mind to cancel it because the communication fees were too high, on top of the price of the handset itself./我新办了一台手机，但不仅机型本体价格贵，通讯费也很贵，我坚定了解约的意向。/Tôi đã ký hợp đồng mới để mua điện thoại thông minh nhưng bên cạnh giá máy, cước viễn thông quá cao nên tôi quyết định hủy hợp đồng.

アンケートアプリを使って<u>フォーム</u>を作成し、データを<u>フィル</u><u>ター</u>処理して<u>分割する</u>ことで、効率的なデータ処理が実現できる。

276	フォーム	名 form/表格/mẫu
277	フィルター	名 filter/过滤/bộ lọc
278	分割[する] ぶんかつ	名 動3他 segment, divide/分割[分割]/sự phân chia, phân chia

Using a survey app, you can create forms, filter and divide data, and process data efficiently./我使用制作问卷调查表格的应用程序，再过滤数据分割处理，这样就可以实现高效的数据处理。/Chúng ta có thể xử lý dữ liệu một cách hiệu quả bằng cách dùng ứng dụng khảo sát để soạn mẫu, xử lý bộ lọc dữ liệu để phân chia.

Ａ社では新たなＣＰＵの開発に当たり、従来の<u>規格</u>を<u>改良した</u>ことで、<u>回路</u>間を<u>またぐ</u><u>干渉</u>を防ぐことが可能となり、<u>画期的</u><u>な</u><u>仕様</u>を実現した。

279	規格 きかく	名 standard/规范/quy cách
280	改良[する] かいりょう	名 動3他 improvement, improve/改良[改良]/sự cải tiến, làm cho tốt lên
281	回路 かいろ	名 circuit/电路/mạch điện
282	またぐ	動1他 cross, span/跨/băng qua
283	干渉[する] かんしょう	名 動3自 interference, interfere/干扰[干扰]/sự can thiệp, can thiệp
284	画期的な かっきてき	ナ radical, revolutionary/划时代的/có tính đột phá
285	仕様 しよう	名 design, specification/规格/thông số kỹ thuật

In developing its new CPU, Company A improved on the previous standard, enabling prevention of interference crossing circuits and achieving a revolutionary new design./关于A公司开发的新款CPU，改良了一直以来的规范，能够跨线抗干扰电路，实现划时代的规格。/Ở công ty A, khi phát triển CPU mới, họ đã có thể ngăn chặn sự can thiệp băng qua giữa các mạch điện bằng cách cải tiến quy cách từ trước đến nay, tạo nên một thông số kỹ thuật có tính đột phá.

🔊 **64**

<u>バーチャル</u> <u>機器</u>は急速に進化し、<u>極めて</u>洗練されたものとなり、
<u>今や</u>さまざまなところで使用されている。

286	バーチャル	名 virtual/虚拟/sự ảo
287	機器 きき	名 device/机器/máy móc
288	極めて きわ	副 extremely/极其/cực kỳ
289	今や いま	副 now/当下/ngay lúc này

Virtual devices have evolved rapidly, becoming extremely sophisticated, and are now used in many different situations./虚拟机器在急速进化，都是极其精湛的东西。现在使用于各式各样的场合。/Máy móc ảo đang tiến hóa cực kỳ nhanh chóng, trở thành món đồ cực kỳ tinh tế, và ngay lúc này được sử dụng ở khắp mọi nơi.

🔊 **65**

サイバー犯罪は、<u>巧妙な</u> <u>手口</u>が使われている。このような<u>悪質
な</u>犯罪を防ぐためには、個人や企業が使用する<u>デバイス</u>やシス
テムに適切なセキュリティ対策を<u>組み込む</u>ことが重要である。

290	巧妙な こうみょう	ナ sophisticated/巧妙的/tinh vi
291	手口 てぐち	名 tactic, technique/伎俩/thủ đoạn
292	悪質な あくしつ	ナ malicious/恶性的/xấu xa, ác ý
293	デバイス	名 device/设备/thiết bị
294	組み込む くこ	動1他 incorporate/编入/đưa vào, lắp vào

Cybercrime uses sophisticated techniques. To prevent such malicious crimes, it is important for individuals and businesses to incorporate appropriate security measures into the devices and systems they use./网络犯罪会使用巧妙的伎俩。为了防止像这样的恶性犯罪，最重要的就是在个人及企业使用的设备系统内编入适合的安全措施。/Thủ đoạn tinh vi được tội phạm không gian mạng sử dụng. Để phòng chống những tội ác như thế này thì quan trọng là phải đưa các biện pháp an ninh phù hợp vào thiết bị và hệ thống mà các cá nhân và doanh nghiệp sử dụng.

精密かつ精巧な技術は兵器製造にも使用されるため、悪用を防
　せいみつ　　せいこう　ぎじゅつ　へいきせいぞう　　しよう　　　　　　あくよう　ぼう
止することが重要である。
し　　　　　　　　　じゅうよう

295	精密な せいみつ	ナ precise/细致的/chính xác, tỉ mỉ
296	精巧な せいこう	ナ sophisticated/精巧的/tinh xảo
297	兵器 へいき	名 weapon/兵器/vũ khí
298	悪用[する] あくよう	名 動3他 misuse, misuse/行恶[行恶]/sự lạm dụng, dùng vào việc xấu

Since precise, sophisticated technology is also used for manufacturing weapons, it is
important to prevent its misuse./精巧又细致的技术也会被拿来用于制造兵器，最重要的是要
防止行恶。/Kỹ thuật chính xác và tinh xảo được sử dụng trong cả sản xuất vũ khí, cho nên
điều quan trọng là ngăn chặn việc sử dụng vào việc xấu.

テレワークの普及により、社内のデータをクラウドに移行する
　　　　　　　ふきゅう　　　　しゃない　　　　　　　　　　　いこう
企業が増えた。それにより業務の引き継ぎが圧倒的に容易と
きぎょう　ふ　　　　　　　　　ぎょうむ　ひ　つ　　あっとうてき　ようい
なった。

299	移行[する] いこう	名 動3他 relocation, relocate/转移[转移]/sự chuyển đổi, chuyển đổi
300	引き継ぎ ひ つ	名 takeover, transfer/交接/sự bàn giao
301	＋ 引き継ぐ ひ つ	動1他 to take over, transfer/接手/bàn giao, tiếp nối
302	圧倒的な あっとうてき	ナ overwhelming/绝对性的, 非常的/một cách áp đảo, cực kỳ
303	＋ 圧倒[する] あっとう	名 動3他 dominance, overwhelm/胜过[胜过]/sự áp đảo, áp đảo

With the spread of remote working, more and more companies are relocating their corporate
data to the cloud. This has made it overwhelmingly easier to transfer business operations./因
远程办公的普及，把公司内数据转移到云端的企业增加了。因此，业务的交接变得非常容易。
/Nhờ làm việc từ xa trở nên phổ biến mà số doanh nghiệp chuyển dữ liệu trong công ty sang
đám mây điện tử tăng lên. Nhờ vậy mà việc bàn giao công việc trở nên đơn giản cực kỳ.

Topic 5 ●テクノロジー

🔊 **68**

最近ＳＮＳでやたら目にするアイドルが、ＡＩで生成された架
空の人物だと知った。あたかも存在しているかのように拡散さ
れていることに恐怖を感じた。

304 ☐	やたら（と）	副 excessively, so much/动不动(就)/cực kỳ, rất
305 ☐	生成[する] せいせい	名 動3他 generation, generate/生成[生成]/sự hình thành, tạo ra
306 ☐	あたかも	副 as if/仿佛/như thế, cứ như là
307 ☐	拡散[する] かくさん	名 動3他 dissemination, circulate/扩散[扩散]/sự phát tán, phát tán

I recently learned that an idol I'd been seeing so much on social media was a fictitious person generated by AI. I was scared to learn that they were being circulated as if they actually existed./我才知道最近在社交平台大量看见的偶像，竟是AI生成的虚构人物。仿佛本来就存在着一直被扩散，为此我感到恐惧。/Gần đây, tôi biết được thần tượng mà tôi rất hay gặp trên mạng xã hội là một nhân vật ảo do AI tạo ra. Tôi cảm thấy sợ trước việc nó được phát tán cứ như là đang tồn tại thật.

🔊 **69**

ＡＩを有益に利用するため、人間が主体的に行動する場面と、
ＡＩを積極的に活用する場面で、使用方法を使い分ける必要が
ある。

308 ☐	有益な ゆうえき	ナ beneficial/有益的/có lợi, hữu ích
309 ☐	↔ 無益な むえき	ナ unhelpful/有害的/không có lợi, vô ích
310 ☐	主体的な しゅたいてき	ナ active, proactive/核心/mang tính chủ thể, trung tâm
311 ☐	使い分ける つか わ	動2他 distinguish/分别运用/phân biệt để sử dụng

For beneficial use of AI, we need to distinguish between methods of use in situations in which humans behave proactively and situations in which AI is used proactively./为了要有益的使用AI，需要分别运用以人类为核心来行动的场面和积极应用AI的场面。/Để sử dụng AI một cách hữu ích, cần phân biệt cách sử dụng, trong tình huống con người là chủ thể hành động và tình huống tích cực sử dụng AI.

タブレットＰＣのバッテリーが完全に消耗してしまった。店の
人に相談して下取りしてもらったところ、新品を安く購入でき
た。

312 ☐	タブレット	名 tablet/平板/máy tính bảng
313 ☐	バッテリー	名 battery/电池/pin
314 ☐	消耗[する] しょうもう	名 動3他 consumption, deplete/消耗[消耗]/sự tiêu hao, tiêu hao
315 ☐	下取り[する] したど	名 動3他 trade-in, trade in/回收[回收]/sự thu mua lại, thu mua lại cái cũ

The battery in my tablet PC is completely depleted. I talked to the guy at the store and asked to trade it in so I could buy a new one at a discount./平板PC的电池完全消耗没了。我和店家商量后，他愿意帮我回收，我便宜的买到了新品。/Pin trong máy tính bảng của tôi đã tiêu hao hoàn toàn. Tôi trao đổi với nhân viên cửa hàng và mua được sản phẩm mới với giá rẻ nhờ họ thu mua lại cái cũ.

端末の動作を操るようなサイバー攻撃に遭った際は、戸惑うこ
となくネットの接続を切断し、端末を強制終了させることを推
奨する。

316 ☐	操る あやつ	動1他 manipulate/操控/điều khiển, thao tác
317 ☐	サイバー攻撃 こうげき	名 cyberattack/网络攻击/tấn công mạng
318 ☐	戸惑う とまど	動1自 hesitate/不知所措/do dự, chần chừ
319 ☐	＋戸惑い とまど	名 confusion/困惑/sự do dự
320 ☐	切断[する] せつだん	名 動3他 disconnection, sever/切断[切断]/sự ngắt, ngắt

If you encounter a cyberattack that manipulates your terminal's operations, the best course is to disconnect from the internet and forcibly shut down your terminal without hesitating./当终端遭到网络攻击时，我建议不要不知所措，直接切断网络接续，强制关闭终端装置。/Khi gặp phải cuộc tấn công mạng như thao tác thiết bị đầu cuối, chúng tôi khuyến khích ngắt kết nối mạng mà không do dự, rồi cưỡng chế tắt luôn thiết bị.

🔊 72

ＡＩを利用する際は、個人のデータが利用されるのかなど、<u>規約</u>を<u>詳細に</u>、<u>じっくりと</u>確認する必要がある。

321 ☐	規約 きやく	名 terms and conditions/规则/điều khoản
322 ☐	詳細な しょうさい	ナ detailed/详细的/chi tiết
323 ☐	じっくり（と）	副 carefully, without haste/仔细(的)/kỹ lưỡng

When using AI, you need to check the terms and conditions in detail and carefully, including whether your personal data will be used./使用AI时，务必要仔细，详细的确认规则，看会不会被使用到个人信息。/Khi sử dụng AI, cần kiểm tra thật kỹ lưỡng và chi tiết các điều khoản như dữ liệu của cá nhân có bị sử dụng không v.v.

🔊 73

撮影道具や再生デバイスの進歩により、<u>繊細で</u> <u>鮮明な</u>画面表示ができるようになった。さらに、映像<u>圧縮</u>の技術を用いた<u>次世代</u>の放送サービスの実用化が進んでいる。

324 ☐	繊細な せんさい	ナ detailed, fine/纤细的/tinh vi, chi tiết
325 ☐	鮮明な せんめい	ナ clear/鲜明的/rõ ràng
326 ☐	圧縮[する] あっしゅく	名 動3他 compression, compress/压缩[压缩]/sự nén, nén
327 ☐	次世代 じせだい	名 next generation/下一代/thế hệ kế tiếp

Advances in imaging and playback devices have enabled detailed, clear screen resolution. On top of that, the next generation of broadcasting services using video compression technology is being put into practical use./因为摄影和播放设备的进步，已经能够呈现出纤细又鲜明的画面。而且，使用压缩影像技术的下一代播放服务逐渐开始实用化。/Nhờ sự tiến bộ của các thiết bị ảnh chụp và mở, nên chúng ta có thể hiển thị màn hình chi tiết và rõ ràng. Hơn thế nữa, việc áp dụng thực tiễn các dịch vụ phát sóng của thế hệ kế tiếp sử dụng kỹ thuật nén hình ảnh đang tiến triển.

さまざまな<u>媒体</u>でＡＩが人間をサポートするようになってきた。
これは古いものが<u>廃れる</u>と同時に、<u>無知な</u>人間が時代に取り残
されていくことを意味する。

328	媒体 ばいたい	名 form, medium/媒体/phương tiện
329	廃れる すた	動2自 become obsolete/衰退/bị loại bỏ
330	無知な むち	ナ ignorant/无知的/vô tri

AI has come to support humans in various media. This means that older things are becoming obsolete and at the same time, ignorant people are being left behind by the times./在各式各样的媒体中，AI已经逐渐可以辅助人类。这代表旧事物的衰退，与此同时，无知的人将会跟不上时代。/Bằng nhiều phương tiện khác nhau, AI đã có thể hỗ trợ con người. Điều này có nghĩa là những gì cũ kỹ sẽ bị loại bỏ, đồng thời con người vô tri sẽ bị thời đại bỏ lại phía sau.

テクノロジーは、<u>何気ない</u>ところから一気に我々に<u>押し寄せ</u>、
便利なものが欲しいという<u>欲望</u>を刺激する。我々は<u>まんまと</u>そ
れにのせられ、新しいテクノロジーに依存していくのだ。

331	何気ない なにげ	イ casual, innocent/无意/tình cờ, ngẫu nhiên
332	押し寄せる お よ	動2自 surge/涌来/bao vây, xô đẩy
333	欲望 よくぼう	名 desire/欲望/lòng tham, ham muốn
334	まんまと	副 completely, thoroughly/彻底的/dễ dàng, hoàn toàn

Technology surges toward us from the most innocent places, stimulating our desire for convenience. We fall for it completely, and become dependent on the new technology./科技在无意中一鼓作气的向我们涌来，刺激我们想要追求便利的欲望。而我们已彻底上钩，往后将会一直依赖着新科技。/Công nghệ nhất loạt bao vây chúng ta từ những nơi rất tình cờ, kích thích lòng ham muốn những gì tiện lợi. Chúng ta dễ dàng bị cuốn theo chúng và phụ thuộc vào công nghệ mới.

🔊 76

現代の戦争では、上空での戦略が重要な役割を果たしている。
そのため、世界各国で航空機や無人機などの技術を見せびらか
し、その力を示すようになった。

335	上空 じょうくう	名 airspace, skies/上空/trên không
336	戦略 せんりゃく	名 strategy/战略/chiến lược
337	見せびらかす み	動1他 show off/炫耀/chứng tỏ, phô diễn

In modern warfare, strategy in the skies plays an important role. For this reason, countries around the world have begun to show off their aircraft, drones, and other technologies to demonstrate their capabilities./在现代战争中，上空战略扮演着很重要的角色。因此，世界各国开始炫耀飞机和无人机等技术。/Trong các cuộc chiến tranh thời hiện đại thì chiến lược trên không đóng vai trò quan trọng. Do đó, các nước trên thế giới phô diễn kỹ thuật như máy bay, máy bay không người lái v.v. để thể hiện sức mạnh đó.

🔊 77

ＡＩが万能であるという先入観は真実ではない。ＡＩはプログ
ラムされた範囲内での処理しか行えないため、人間の判断や直
感を要する場合もある。

338	万能な ばんのう	ナ all-powerful/万能的/vạn năng
339	先入観 せんにゅうかん	名 preconceived notion, preconception/先入之见/định kiến
340	真実 しんじつ	名 true/事实/sự thật, sự chính xác
341	要する よう	動3他 require/需要/cần

The preconceived notion that AI is all-powerful is not true. AI can only perform processing within its programmed scope, which sometimes requires human judgment and intuition./AI是万能的这种先人之见并不是事实。AI只能在程序范围内进行处理，所以有时候还是需要人类的判断和直觉。/Định kiến cho rằng AI là vạn năng không chính xác. AI chỉ có thể xử lý trong phạm vi đã được lập trình nên cũng có khi cần sự phán đoán và trực giác của con người.

M社は、画面がひび割れした際に自己修復が可能なスマホの特
許を取得したそうだ。
しゃ　がめん　　　わ　　　　さい　じこ　しゅうふく　かのう　　　　　　　　　とっ
きょ　しゅとく

342	ひび割れ[する] わ	名 動3自 fracture, crack/裂/裂开/vết nứt, rạn nứt
343	自己 じこ	名 itself, self/自我/tự mình, bản thân
344	修復[する] しゅうふく	名 動3他 repairs, repair/修复[修复]/sự sửa chữa, phục hồi
345	特許 とっきょ	名 patent/专利/bằng sáng chế

Company M has acquired a patent for its smartphone that can repair itself if the screen cracks./M公司取得了屏幕裂开时能够自我修复的手机专利。/Nghe nói công ty A đã lấy được bằng sáng chế điện thoại thông minh có thể tự phục hồi khi màn hình bị rạn nứt.

Web会議中に音声が途切れたり画面がぼやけたりする問題が
ウェブ　かいぎ ちゅう　おんせい　とぎ　　　　がめん　　　　　　　　もんだい
発生した場合、発表者以外の参加者は音声をミュートにし、カ
はっせい　　ばあい　はっぴょうしゃ いがい の さんかしゃ は おんせい
メラをオフにすることで改善する可能性がある。
かいぜん　かのうせい

346	途切れる とぎ	動2自 interrupt/中断/bị đứt, gián đoạn
347	ぼやける	動2自 blur/模糊/mờ, nhạt đi
348	ミュート	名 mute/静音/sự tắt âm thanh

If a problem occurs during online conferencing where the audio is interrupted or the screen is blurred, participants other than the presenter may be able to remedy the problem by muting the audio and turning off the camera./如果在WEB会议中发生了声音中断，画面模糊等情况，除了发表者以外的参加者可以把声音关静音，摄像头关掉，就有改善的可能性。/Nếu phát sinh các vấn đề như bị mất tiếng hay màn hình bị mờ trong lúc họp online thì ngoại trừ người phát biểu, người tham gia nên tắt tiếng và tắt camera thì có thể cải thiện tình trạng đó.

🔊 80

テクノロジーの発展は生活を豊かにするが、場合によっては依
存症を招くなどの弊害もあるため注意が必要だ。

349	テクノロジー	名 technology/科技/công nghệ
350	依存症 いぞんしょう	名 dependence, reliance/上瘾/chứng phụ thuộc, nghiện
351	＋ 依存[する] いぞん	名 動3自 dependence, rely/瘾[上瘾]/sự phụ thuộc, phụ thuộc vào
352	弊害 へいがい	名 downside, harmful effect/弊端/tác hại

The development of technology enriches our lives, but it also has harmful effects in some
cases, such as leading to dependence./科技发展能够使生活丰富，但有时会有上瘾等弊端，需
要注意。/Sự phát triển của công nghệ giúp đời sống phong phú nhưng tùy trường hợp mà
cần lưu ý do chúng còn có cả tác hại như gây chứng phụ thuộc v.v.

🔊 81

インターネット上では、匿名でつぶやいた投稿を削除しても、
履歴のデータが消去されていない可能性がある。

353	匿名 とくめい	名 anonymous/匿名/sự ẩn danh, giấu tên
354	つぶやく	動1他 tweet/嘀咕/thì thầm, chia sẻ trên twitter
355	投稿[する] とうこう	名 動3他 post, post/发文[发文]/bài đăng, đăng bài
356	履歴 りれき	名 history/记录/lịch sử, dữ kiện
357	＋ 着信履歴 ちゃくしんりれき	名 call history/来电记录/lịch sử cuộc gọi
358	消去[する] しょうきょ	名 動3他 erasure, erase/清除[清除]/sự xóa bỏ, xóa bỏ

On the internet, even after you delete a post that you tweeted anonymously, data in your
history may not be erased./在网上，就算删除匿名嘀咕的发文，可能也无法清除记录数据。/
Trên mạng internet, cho dù đã xóa bài đăng đã chia sẻ ẩn danh đi nữa thì dữ kiện vẫn có thể
chưa được xóa bỏ.

ＡＩは我々の生活に深く<u>絡ん</u>できている。一部の人たちは、<u>突如</u>現れた技術に<u>びくびくし</u>ながら、<u>渋々</u>ＡＩを利用しているのかもしれない。

359 ☐	絡む から	**動1自** entangle/参与, 缠绕/liên quan, dính dáng
360 ☐	突如 とつじょ	**副** suddenly/突如其来/thình lình, đột nhiên
361 ☐	びくびく（と）	**副** fearfully, nervously/战战兢兢(的)/run rẩy, lo lắng
362 ☐	渋々 しぶしぶ	**副** reluctantly/不得已/miễn cưỡng

Our lives have become deeply entangled with AI. Some people may use AI reluctantly, fearful of this technology that has suddenly appeared./AI逐渐深入参与我们的生活。可能一部分的人们被突如其来的技术吓得战战兢兢，但又不得已的使用AI。/AI liên quan sâu sắc đến đời sống của chúng ta. Có thể có một số người vừa lo lắng trước công nghệ đột nhiên xuất hiện vừa miễn cưỡng sử dụng AI.

Topic 5 ● テクノロジー

テクノロジーの発展によって、自身に限らず<u>身内</u>の情報も簡単に漏れるようになった。<u>要するに</u>、私たちは、何を個人情報と<u>見なす</u>べきかを判断しなければならない。

363 ☐	身内 みうち	**名** relative (family)/家人/người thân, người quen
364 ☐	要するに よう	**副** in short/总而言之/nghĩa là
365 ☐	見なす み	**動1他** consider, deem/视作/xem là, coi như là

The development of technology has made information more prone to leaking—not only about ourselves, but also about our relatives. In short, we have to make a decision what should be considered personal information./因为科技的发展，不仅自己，连家人的信息也容易泄漏。总而言之，我们要懂得判断什么才能视作为个人信息。/Vì sự phát triển của công nghệ, thông tin của không chỉ bản thân mà của cả người thân mình cũng bị rò rỉ. Nghĩa là, chúng ta phải đánh giá xem điều gì phải được coi như là thông tin cá nhân.

🔊 84

<u>短気</u>な人でも、<u>テンプレート</u>を使えば<u>軽快</u>に <u>クール</u>なデザイン
たん き ひと　　　　　　　　　　　　　　　　つか　　 けいかい
のホームページが作成できる。
　　　　　　　　　　　さくせい

366	短気な たん き	ナ impatient, short-tempered/急性子的/nóng nảy, nóng tính
367	テンプレート	名 template/模版/mẫu web
368	軽快な けいかい	ナ casual, light/轻快地/dễ dàng, thoải mái
369	クールな	ナ cool/酷的/có phong cách, điểm tĩnh

Even an impatient person can casually create a website with a cool design by using a template./就算是急性子的人，只要使用网站模版，也能做出轻快又酷的设计。/Ngay cả người nóng tính cũng có thể làm trang web thiết kế đầy phong cách một cách dễ dàng nếu sử dụng mẫu web

Topic 6

流行
りゅうこう

Trends / 流行 /
Sự lưu hành, phổ biến

No. 370-497

◀) 85

初心者のうちは<u>絶大な</u>威力の技、<u>ダメージ</u>の<u>数値</u>が大きい技ば
しょしんしゃ　　　　ぜつだい　　いりょく　わざ　　　　　　　　　　すうち　　おお　　わざ
かりを使いたがる。しかし、対戦で勝つには、自分の攻撃力を
　　　　つか　　　　　　　　　　　　　　たいせん　か　　　　　　じぶん　　こうげきりょく
あげたり、相手をやけどさせたりなど、<u>多彩な</u>技を使うことが
　　　　　　あいて　　　　　　　　　　　　　　　たさい　わざ　つか
<u>こつ</u>だ。

370	絶大な ぜつだい	ナ immense/巨大的/tuyệt đại, to lớn
371	ダメージ	名 damage/伤害/sự tổn hại, sự hủy hoại
372	数値 すうち	名 value/数值/chỉ số
373	多彩な たさい	ナ diverse/多彩的/đa dạng
374	こつ	名 knack, trick/诀窍/bí quyết

As a beginner, you tend to want to use only techniques with immense power or a high damage value. However, in order to win matches, the trick is to use diverse techniques, such as increasing your own attack power or burning your opponent./初学者老是喜欢用有巨大威力，伤害数值很大的技能。但在决战里要赢的诀窍，是需要提高自己的攻击力，让对手烧伤等等，使用多彩的技能。/Lúc còn là người mới thường muốn dùng toàn những chiêu có uy lực to lớn, chiêu có chỉ số tổn hại lớn. Nhưng để thắng trong cuộc đối đấu thì bí quyết là sử dụng nhiều chiêu thức đa dạng như nâng cao sức mạnh tấn công của mình, làm cho đối thủ bị phỏng v.v.

🔊 86

A：いつもやってるけど、そのゲーム、そんなに面白いの？

B：いや。キャラクターを育成するためには、戦闘の報酬として大量のアイテムを集めないといけないんだ。だから暇な時間はずっと戦ってるんだ。

A：果てしない道だね…。こうして人は中毒になっていくのか。

375 ☐	キャラクター	名 character/人物、角色/nhân vật
376 ☐	育成[する] いくせい	名 動3他 cultivation, develop/养成[养成]/sự nuôi dưỡng, đào tạo
377 ☐	戦闘[する] せんとう	名 動3自 battle, fight/战斗[战斗]/cuộc chiến, chiến đấu
378 ☐	報酬 ほうしゅう	名 remuneration, reward/报酬/thù lao
379 ☐	果てしない は	イ endless/无止境/không cùng, vô biên
380 ☐	中毒 ちゅうどく	名 addiction/中毒、上瘾/sự ghiền, nghiện, trúng độc

A: You're always playing that game. Is it really that much fun? B: No. In order to develop my character, I have to collect a lot of items as rewards for fighting. So I spend all my free time fighting. A: So it's an endless road ... Is this how people end up addicted?/A: 你一直在玩的那个游戏，这么好玩吗？ B: 不是。为了养成角色，要收集大量的战斗报酬。所以我一有空就去战斗。 A: 无止境的路程呀…。人就是这样上瘾的。/A: Lúc nào cũng chơi nhỉ, cái game đó hay vậy sao? B: Không, để nuôi nhân vật đó, phải tập hợp hàng tỉ món đồ như là thù lao chiến đấu. Cho nên thời gian rảnh là tớ chiến đấu suốt thôi. A: Đường đi không cùng nhỉ… Cứ như vậy mà người ta bị ghiền hay sao.

🔊 87

その冒険の目的が、「宝」を手に入れることだということははっきりしている。しかし、一体その宝の正体は何なのか、分かっていない。インターネットではたくさんの人が推理を楽しんでいる。

| 381 ☐ | 一体
いったい | 副 at all/到底/rốt cuộc là, tóm lại là |
| 382 ☐ | 正体
しょうたい | 名 true nature/真面目/danh tính, bộ mặt thật, sự thật |

383	推理[する] すい り	名 動3他 guess, deduce/推理[推理]/sự suy luận, suy đoán

It is clear that the purpose of this adventure is to obtain the "treasure". However, we have no idea at all what the true nature of the treasure is. On the internet, many people enjoy guessing at it./那次冒险的目的很明确，就是要拿到"宝藏"。但到底宝藏的真面目是什么却无人知晓。在网上，有很多人在享受推理。/Mục đích của chuyến phiêu lưu đó rõ ràng là lấy "kho báu". Nhưng, không biết rốt cuộc sự thật của kho báu đó là gì. Trên mạng có rất nhiều người đang thích thú suy đoán.

その悪役は、人間を<u>丸ごと</u> <u>滅ぼそう</u>とするようなことはせず、ただ自分のエゴを周りに<u>押し付けて</u>いるだけである。時にはいい人を<u>演じる</u>ことも.あるが、<u>冷酷</u>に他人や部下を殺す。そして、負けそうになるとすぐに逃げる<u>情けない</u>一面もある。しかし、その特徴が人気を生んだ。

384	丸ごと まる	副 entirely/全部/toàn bộ, trọn vẹn
385	滅ぼす ほろ	動1他 destroy/消灭/hủy diệt
386	⑩ 滅びる ほろ	動2自 be destroyed, die out/毁灭/sa sút, diệt vong
387	押し付ける お つ	動2他 impose/强加/áp đặt
388	演じる えん	動2他 play, pretend/扮演/diễn
389	冷酷な れいこく	ナ cruel/冷酷的/lạnh lùng, tàn nhẫn
390	情けない なさ	イ pathetic, wretched/窝囊/đáng thương, đáng buồn

This villain does not try to destroy the human race entirely, but only to impose his ego on those around him. Sometimes he plays the good guy, but he cruelly kills his underlings and others. And he also has a pathetic side, so he runs away as soon as he is about to lose. But these traits have made him popular./那个坏角色并不想把全人类都消灭，只是把自己的自我强加于周围的人。有时候会扮演好人，但杀其他人和下属时也很冷酷。然后快输的时候还会有马上逃避，窝囊的一面。但他的这些特征却饱受欢迎。/Vai ác đó chỉ là áp đặt cái tôi của mình lên những người xung quanh mà không có ý định như kiểu tiêu diệt toàn bộ con người. Cũng có khi đóng vai người tốt nhưng giết người khác và cấp dưới một cách tàn nhẫn. Và có cả mặt đáng thương là nếu sắp thua thì sẽ bỏ chạy ngay lập tức. Nhưng, đặc trưng đó đã tạo ra sự yêu thích.

🔊 89

A：いろいろな人が言ってるけど、アニメは映像の美しさより
も脚本の方が大事だよね。ストーリーに共感できないと意
味がないから。

B：映像も、単純な美しさよりも、ストーリーやキャラクター
の感情にマッチした演出になっているかが大事だね。

391	映像 えいぞう	名 image/影像/hình ảnh
392	脚本 きゃくほん	名 script/剧本/kịch bản
393	共感[する] きょうかん	名 動3自 empathy, relate/共情[共情]/sự đồng cảm, đồng cảm
394	マッチ[する]	名 動3自 match, match/相配[相配]/sự phù hợp, hợp
395	演出[する] えんしゅつ	名 動3他 direction, direct/演出效果[表演]/sự lột tả, lột tả, trình diễn

A: Many people say that for animation, the script is more important than the beauty of the images. If you can't relate to the story, it's meaningless. B: For the images too, rather than simply being beautiful, it's more important that their direction matches the story and the emotions of the characters./A: 有很多人都在说，以动画片来说，相比影像的美观，还不如剧本重要。如果故事无法共情就没意义了。 B: 影像也是，单纯的表达美观，还不如故事和角色的感情相配之下的演出效果，这才是最重要的。/A: Có nhiều người nói là phim hoạt hình thì kịch bản quan trọng hơn vẻ đẹp hình ảnh. Vì nếu không đồng cảm với câu chuyện thì không có nghĩa gì cả. B: Lột tả phù hợp với câu chuyện và cảm xúc của nhân vật được hay không còn quan trọng hơn cả hình ảnh, cả vẻ đẹp đơn thuần nhỉ.

🔊 90

今は少し下火になっているが、ロボットものは、日本のアニメーションの類型の一つだ。その特徴は人間が巨大ロボットに乗り込み、操縦する点にある。最初は巨大な怪物と戦っていたが、やがてライバルも同じようにロボットに乗り、ロボット同士が対決するようになった。

| 396 | 下火になる
したび | 句 on the decline, go out of fashion/退潮/nguội lạnh,
giảm sức nóng |
| 397 | 類型
るいけい | 名 type/类型/loại hình, kiểu |

398 ☐	操縦 [する] そうじゅう	名 動3他 manipulation, pilot/操纵[操纵]/việc thao tác, điều khiển
399 ☐	対決 [する] たいけつ	名 動3自 confrontation, face off/决战[决战]/sự đối đấu, đương đầu

Robot animation is one type of Japanese animation, although it is on the decline these days. Typically, a human pilots a gigantic robot from inside. At first, these robots fought giant monsters, but eventually their rivals started riding in them as well, and the robots began to face off against each other./现在虽然有点退潮，但机器人系列，也是日本动画片类型的一种。特征是人类坐在巨大机器人里面操纵。一开始都是打巨大怪物，但不久之后，竞争对手也开始搭乘机器人，变成机器人和机器人的决战。/Tuy bây giờ có giảm sức nóng một chút nhưng chính người máy là một loại hình phim hoạt hình của Nhật. Đặc trưng của nó nằm ở điểm con người leo lên người máy khổng lồ để điều khiển. Ban đầu là chiến đấu với quái vật khổng lồ nhưng rồi đối thủ cũng giống vậy, leo lên người máy và biến thành cuộc đối đấu giữa người máy với nhau.

ゲームは子どもにとって<u>不健全で</u>あるとして、１日１時間までに制限する条例が提案されたことがある。確かに、勉強を忘れるほどゲームに<u>興じ</u>たり、ゲームのために<u>夜ふかし</u>をしたりすることはよくないかもしれない。しかし、それはゲーム以外でも起こることではないだろうか。

400 ☐	不健全な ふけんぜん	ナ unhealthy/不健全的/không lành mạnh
401 ☐	↔ 健全な けんぜん	ナ healthy, sound/健全的/lành mạnh
402 ☐	興じる／興ずる きょう きょう	動2他 have fun, play/取乐, 取乐/hứng thú, vui vẻ chơi
403 ☐	夜ふかし [する] よ	名 動3自 staying up late, keep late hours/熬夜[熬夜]/sự thức khuya, thức khuya

A law has been proposed to limit video games to one hour per day on the grounds that they are unhealthy for children. Certainly, playing games to the point of neglecting study or staying up late for games is not good. But that can also happen outside of gaming./游戏使孩子不健全，曾经有建议成立一天只能玩一小时的条例。确实，有时候会忘记学习只知道取乐于游戏，又为了游戏熬夜是不好的行为。但除了游戏以外也会发生这样的事。/Cho rằng game không lành mạnh đối với trẻ em nên từng có điều lệ được đề xuất là giới hạn 1 ngày tối đa 1 tiếng. Đúng là say sưa chơi game đến quên học hay thức khuya chơi game là không tốt. Nhưng chẳng phải chuyện đó cũng xảy ra ở các lĩnh vực khác ngoài game sao?

🔊 92

> A：ここの敵が倒せないんだけど…。
>
> B：あー、これはちょっと放置すると、背中を見せて帰ってい
> くからタイミングを見計らって後ろから攻撃すればいいよ。
>
> A：やってみる。あー！ やられた！ 不意に振り返るのはずる
> いって！
>
> B：今のは動揺しなければ倒せてたね。まあ、慣れだね。その
> うち振り返るタイミングも把握できるよ。

404 □	放置[する] ほうち	名 動3他 neglect, leave alone/搁置[擱置]/sự bỏ mặc, bỏ mặc
405 □	見計らう み はか	動1他 choose the right moment/看准/canh giờ
406 □	不意に ふ い	副 unexpectedly/猛不防的/bất thần, thình lình
407 □	動揺[する] どうよう	名 動3自 shaking, get agitated/慌张[慌張]/sự dao động, dao động
408 □	慣れ な	名 getting used to (something)/熟练/sự quen
409 □	把握[する] は あく	名 動3他 understanding, figure out/掌握[掌握]/sự nắm bắt, nắm bắt

A: I can't beat the enemy here... B: Ah, if you leave this one alone for a bit, it will turn around and leave, so you can choose the right moment to attack it from behind. A: I'll give it a try. Oh no! It beat me! It's not fair—it turned around unexpectedly! B: If you hadn't gotten agitated, you could have taken it down. Well, you'll get used to it. You'll figure out the timing eventually./A: 这里的敌人我打不过…。 B: 啊~这个只要搁置一下，看准他转身回去的时机从后面攻击就行了。 A: 我试试看。啊～! 被打败了! 猛不防的回头也太赖皮了! B: 刚才你只要不慌张就可以打倒的。嗯，熟练就好。到时候你也可以掌握回头的时机。 /A: Tớ không thể đánh bại kẻ thù ở đây... B: À, cái này thì cậu cứ để mặc nó một chút, nó sẽ quay lại đưa lưng ra sau nên canh đúng thời điểm đến tấn công nó từ sau là được. A: Để tớ thử. À, bị thua rồi! Bất thần quay lại vậy ác ghê! B: Lần này nếu cậu không dao động là đã diệt được rồi. Thôi, sẽ quen thôi. Đến lúc đó cậu sẽ nắm được thời điểm quay lại đấy.

🔊 93

> 待望の新型ゲーム機が発表されるやいなや、旧型機をしのぐ数
> の予約が殺到した。それから2年が経っても在庫はほとんどな
> く、入手が困難な状態が続いた。

410 待望[する] たいぼう	名 動3他 anticipation, eagerly await/期待已久[期待已久]/sự kỳ vọng, kỳ vọng
411 しのぐ	動1他 overtake, surpass/凌驾/áp đảo, vượt trội
412 殺到[する] さっとう	名 動3自 rush, flood/蜂拥而至[蜂拥而至]/sự chen lấn, đổ xô đến
413 在庫 ざいこ	名 stock/库存/hàng tồn kho
414 入手[する] にゅうしゅ	名 動3他 acquisition, obtain/到手[到手]/sự có được, có được

As soon as the eagerly awaited new video game console was announced, reservations flooded in, surpassing those for the older model. Two years later, there was still almost no stock, and it remained difficult to obtain one./期待已久的新型游戏机一公布后，马上就收到了凌驾于旧机型，蜂拥而至的预定。过了2年后，还是几乎没有库存，一直持续着很难到手的状态。/Ngay sau khi máy chơi game kiểu mới đầy mong chờ được công bố, số lượng đặt hàng đổ về áp đảo máy cũ. Sau đó dù 2 năm đã trôi qua nhưng hàng tồn kho hầu như không còn, tiếp tục tình trạng khó có được.

🔊 94

子どもの頃、「ドラえもん」が掲載されている分厚い月刊漫画雑誌が刊行されていた。おもちゃの付録も魅力的だった。発売日には、お小遣いを握り締めて、本屋に走ったものだ。

415 分厚い ぶあつ	イ thick/厚实/dày cộp
416 ～刊 かん	接尾 released ~ (weekly, monthly, etc.)/～刊/~ san (tạp chí phát hành định kỳ theo tuần, tháng, quý v.v.)
417 刊行[する] かんこう	名 動3他 publication, publish/刊行[刊行]/sự phát hành, phát hành
418 付録 ふろく	名 supplement/附录/phụ lục, quà tặng kèm
419 握り締める にぎ し	動2他 grasp, squeeze/握紧/nắm chặt

When I was a child, there was a thick manga publication, released monthly, that featured the character *Doraemon*. The toy supplement was also very appealing to me. On the day it was released, I would run to the bookstore grasping my allowance in hand./小时候，"哆啦A梦"是刊登在很厚实的月刊漫画杂志内刊行。玩具的附录也很有魅力。只要一到发售日，我就握紧零花钱跑向书店去。/Lúc tôi còn nhỏ, tạp chí truyện tranh hằng tháng dày cộp có đăng tải "Doraemon" đã được phát hành. Đồ chơi tặng kèm cũng rất hấp dẫn. Ngày tạp chí được bán là tôi nắm chặt tiền tiêu vặt chạy ra tiệm sách.

🔊 95

好きなキャラクターが凶悪な悪魔の犠牲になった。漫画のキャ
ラクターであるにもかかわらず、実在の人物が亡くなったかの
ような喪失感を味わった。

420 ☐	犠牲 ぎ せい	名 sacrifice, victim/牺牲/hi sinh, chết
421 ☐	＋ 犠牲者 ぎ せいしゃ	名 victim, casualty/牺牲品/người chết, nạn nhân
422 ☐	実在[する] じつざい	名 動3自 actual, exist/实际存在[实际存在]/sự tồn tại, có thật
423 ☐	喪失[する] そうしつ	名 動3他 loss, lose/失去, 失落[失去]/sự mất mát, mất mát

My favorite character fell victim to a vicious demon. Even though it was a character from a comic book, I felt a sense of loss as if an actual person had died./喜欢的角色成为了凶恶恶魔的牺牲品。虽然只是漫画中的角色，但我感到了现实存在的人过世的失落感。/Nhân vật yêu thích của tôi đã hi sinh vì ác ma cực kỳ hung ác. Dù là nhân vật truyện tranh nhưng tôi đã nếm trải cảm giác mất mát như thể một nhân vật có thật mất đi.

🔊 96

A：性格悪いから、あまりにも好評だと、本当は面白くないん
　　じゃないかって思っちゃうんだけどさ。

B：実際どうだった？

A：傑作だと思った。オープニングもかっこよくて音楽配信サ
　　イトでずっと再生してるし、つい口ずさむときもある。

B：めちゃくちゃはまってるね。

424 ☐	好評な こうひょう	ナ popular, well liked/好评/nhận xét tốt, đánh giá tốt
425 ☐	↔ 不評な ふ ひょう	ナ unpopular, poorly liked/差评/nhận xét không hay, đánh giá không tốt
426 ☐	傑作 けっさく	名 masterpiece/杰作/kiệt tác
427 ☐	再生[する] さいせい	名 動3他 playback, replay/播放[播放]/sự mở, bật, mở
428 ☐	口ずさむ くち	動1他 croon, sing softly/哼/ngân nga, hát thầm
429 ☐	はまる	動1自 be into something/上头/ghiền, bị kẹt

A: I can be difficult sometimes. If something is too popular, I tend to think it won't actually be any good. B: But did you actually like it? A: I thought it was a masterpiece. The opening is so cool that I play it back all the time on music streaming sites, and sometimes I even sing softly along to it. B: You're really into it, aren't you?/A: 我性格不好，一听到很多好评，就会觉得其实不好看。 B: 结果事实是？ A: 我觉得是杰作。开场也很帅，在线音乐网也一直播放，不知不觉中还会哼出来呢。 B: 你很上头呀。/A: Vì tính cách xấu nên khi có đánh giá quá tốt, tớ đã nghĩ thật sự chẳng phải không thú vị sao. B: Thực tế thì sao? A: Tớ cho là kiệt tác đó. Mở đầu cũng ngầu, tớ mở xem trên trang web phát nhạc suốt, có khi còn buột miệng ngân nga nữa. B: Xem ra ghiền quá rồi nhỉ.

🔊 97

化石は恐竜について知ることができる貴重な手掛かりだ。化石
から恐竜をよみがえらせるという映画があったが、これはフィ
クションだ。実際には細胞の核が失われているので難しい。し
かし、研究は続いている。

430	化石 かせき	名 fossil/化石/sự hóa thạch
431	恐竜 きょうりゅう	名 dinosaur/恐龙/khủng long
432	手掛かり て が	名 clue, hint/线索/đầu mối, manh mối
433	よみがえる	動1自 bring back to life/复苏/hồi sinh, sống lại
434	フィクション	名 fiction/虚构/hư cấu
435	↔ ノンフィク ション	名 non-fiction/写实/phi hư cấu
436	核 かく	名 nucleus/核/hạt nhân
437	＋ 核心 かくしん	名 core/核心/trung tâm, hạt nhân, nòng cốt

Topic 6 ● 流行

Fossils offer valuable clues to insights we can learn about dinosaurs. In movies, we see dinosaurs brought back to life from fossils, but these are fiction. In reality, this is difficult because the nucleus of the cell is missing. However, research continues./化石能够让我们了解到关于恐龙的珍贵线索。曾经有部电影是拍从恐龙化石复苏恐龙，但这纯属虚构。实际上已经失去细胞核要复苏是很困难的事。但还在持续研究。/Hóa thạch là đầu mối quan trọng giúp ta có thể biết về khủng long. Có bộ phim cho khủng long sống lại từ hóa thạch nhưng đấy chỉ là hư cấu. Thực tế thì khó vì hạt nhân của tế bào đã bị mất rồi. Nhưng người ta vẫn tiếp tục nghiên cứu về vấn đề này.

A：デビューを目指してこつこつ応募してきたけど、この作品
　がだめだったら潔く諦めるよ。
B：本当に？ もう漫画家に未練はないの？
A：うーん。

438	デビュー[する]	名 動 3 自 debut, make one's debut/出道[出道]/sự ra mắt, trình diễn lần đầu
439	こつこつ(と)	副 steadily/脚踏实地(的)/đều đặn, chăm chỉ
440	潔 い　いさぎよ	イ gracious/毫不犹豫/dứt khoát, mạnh mẽ
441	未練　みれん	名 regret/舍不得/sự tiếc nuối, quyến luyến

A: I've been working steadily on my application toward my debut, but if this piece doesn't work out, I'll bow out graciously. B: Really? With no regrets about becoming a manga artist? A: Well …/A: 为了出道，我脚踏实地的报名，如果这个作品还是不行我会毫不犹豫的放弃。B: 真的吗？你不会舍不得成为漫画家这件事吗？ A: 嗯…。/A: Tớ đã chăm chỉ ứng tuyển để ra mắt nhưng nếu tác phẩm này không được nữa thì dứt khoát từ bỏ thôi. B: Thật sao? Cậu không có tiếc nuối gì với nghề tác giả truyện tranh sao? A: Ừm!

🔊 99

そのアニメ映画は、新型コロナウイルスの影響でしばらく映画
が上映されていなかったこともあってか、驚異的な反響があ
り、日本で配給された映画の中で一番の売り上げを記録した。

442	驚異的な　きょういてき	ナ astounding, phenomenal/惊人的/kinh ngạc, kỳ diệu
443	反響　はんきょう	名 response/反响/tiếng vang, sự phản ứng
444	配給[する]　はいきゅう	名 動 3 他 distribution, distribute/发行[发行]/sự phân phối, phân phối

That animated film received an astounding response, probably because films had not been screening for some time due to the COVID pandemic, and it became the best-selling film distributed in Japan./那部动画片电影，不知道是不是因为新冠影响暂停上映了很久，获得了更加惊人的反响。在日本发行的电影史中创造出了第一名的票房。/Không biết có phải một phần do ảnh hưởng của COVID-19 mà phim ảnh không được chiếu nên bộ phim truyện hoạt hình đó đã gây tiếng vang kinh ngạc, ghi dấu ấn doanh thu số 1 trong các bộ phim được phân phối tại Nhật.

有名なミュージカルが日本で<u>公演</u>されたので、初めて見に行っ
た。好きな俳優が<u>主演</u>していたというのが一番の理由だが、話
の<u>筋</u>は知っていたので、楽しめた。

445 ☐	公演[する] こうえん	名 動3他 performance, perform/公演[公演]/buổi công diễn, công diễn
446 ☐	＝ 上演[する] じょうえん	名 動3他 staging, present/上映[上映]/sự trình diễn, biểu diễn
447 ☐	主演[する] しゅえん	名 動3他 leading role, star/主演[主演]/sự đóng vai chính, đóng vai chính, thủ diễn
448 ☐	＋ 出演[する] しゅつえん	名 動3自 performance. appear/出演[出演]/sự diễn xuất, biểu diễn
449 ☐	筋 すじ	名 plot/情节/cốt, nội dung chính

A famous musical was being performed in Japan and I went to see it for the first time. The main reason was because one of my favorite actors was starring in it, but I knew the plot already, so I enjoyed it./某有名歌剧在日本公演，我第一次去看了。虽然最大的理由是我喜欢的演员担任主演，但因为我了解故事情节，所以很享受。/Vở nhạc kịch nổi tiếng được công diễn ở Nhật nên lần đầu tiên tôi đã đi xem. Tuy lý do lớn nhất là vì diễn viên yêu thích của tôi đóng vai chính, nhưng nhờ biết được cốt truyện nên tôi đã tận hưởng buổi diễn.

A：ドラマとかの<u>告白</u>シーンってだいたい<u>中断させられる</u>よね。
B：でもそれを別の人が見ていて、<u>ばらされる</u>ことも多いよね。

450 ☐	告白[する] こくはく	名 動3他 confession, confess/表白[表白]/sự tỏ tình, thổ lộ
451 ☐	中断[する] ちゅうだん	名 動3他 interruption, interrupt/中断[中断]/sự gián đoạn, ngừng
452 ☐	ばらす	動1他 expose/暴露/phơi bày, tiết lộ

A: Confession scenes in dramas are usually interrupted, aren't they? B: But often someone else is watching, and so the secret is exposed./A: 在电视剧那些表白的场景，大部分会都被中断。 B: 然后很多时候会有其他人看见，先行暴露。/A: Phim truyền hình nhiều tập á, toàn bị ngưng ở mấy cảnh tỏ tình thôi nhỉ. B: Nhưng cũng có nhiều khi người khác xem rồi là bị tiết lộ hết.

Topic 6 ● 流行

🔊 102

原作がある作品をアニメ化するとき、原作に忠実に作るか、脚色を加えるかは究極の選択だ。ただ原作をなぞるだけでは意味がない。しかし、変更が大きければそれは別の作品だ。原作で描かれなかった部分を適宜補足するような脚色は、ファンからの評価も高い。

453 ☐	原作 げんさく	名 original work/原著/nguyên tác
454 ☐	忠実な ちゅうじつ	ナ faithful/忠实的/sự trung thực, trung thành
455 ☐	脚色 きゃくしょく	名 dramatization/戏剧化/sự soạn kịch bản, soạn kịch bản
456 ☐	なぞる	動1他 imitate, reproduce/遵循/tô, đồ lại
457 ☐	適宜 てきぎ	副 appropriately/适当/vừa phải, phù hợp

When adapting an original work into an animated film, the ultimate choice is whether to remain faithful to the original work or to add dramatization. Simply imitating the original work is meaningless. However, if the changes are significant, it is a different work. Adaptations that supplement the original work appropriately by adding aspects it lacked are highly appreciated by fans./把原著作品改成动画片时，最极致的选择是要忠实还原原著还是添加戏剧化的成分。如果只遵循原著就没有意义。但如果变化太大又会成为别的作品。适当补充原著没有的部分，可以获得粉丝的高评价。/Khi chuyển thể tác phẩm có nguyên tác thành phim hoạt hình, làm trung thành với nguyên tác hay soạn kịch bản thêm là một sự lựa chọn cùng cực. Có điều, nếu chỉ tô theo nguyên tác thì không có ý nghĩa. Nhưng nếu thay đổi nhiều quá thì thành tác phẩm khác. Việc soạn thêm kịch bản để bổ sung vừa phải cho phần mà nguyên tác không vẽ cũng được người hâm mộ đánh giá cao.

🔊 103

「追放系」というジャンルがはやっている。最初は特殊能力を有する主人公が勇者や騎士団の仲間に勧誘されるが、「仲間失格」と言われ、グループから追放される。そして主人公は元いたグループに復讐するのだ。

458 ☐	追放[する] ついほう	名 動3他 exile, exile/驱逐[驱逐]/sự đuổi đi, trục xuất
459 ☐	有する ゆう	動3他 possess/拥有/có, sở hữu

460	勧誘[する] かんゆう	名 動3他 invitation, recruit/劝诱[劝诱]/sự mời gọi, kêu gọi
461	失格[する] しっかく	名 動3自 disqualification, disqualify/失去资格[失去资格]/sự mất tư cách, mất tư cách
462	復讐[する] ふくしゅう	名 動3自 revenge, seek revenge/复仇[复仇]/sự báo thù, trả thù

The "exile" genre is gaining popularity. At first, a hero possessing special abilities is recruited to join a group of heroes or knights, but is later informed that he is "disqualified" and expelled from the group. The hero then seeks revenge on his former group./现在很流行"驱逐系"类型。一开始拥有特殊能力的主角被勇者或骑士团劝诱成为伙伴，但却被告知"失去成为伙伴资格"后被组织驱逐。然后主角再向原组织复仇。/Thể loại "Hệ trục xuất" đang thịnh hành. Lúc đầu nhân vật chính sở hữu năng lực đặc biệt được dũng sĩ hoặc đoàn kỵ sĩ mời gọi nhưng lại bị nói "mất tư cách bạn bè", bị đuổi khỏi nhóm. Và rồi nhân vật chính báo thù nhóm mà mình từng thuộc về.

フィギュアやプラモデルは、平面である漫画やアニメのキャラクターを立体にするという課題をクリアしたものだ。細かいところまでリアルに作られている。土台がついていて、いろいろなポーズをとれるものもある。

463	平面 へいめん	名 flat plane, two-dimensional/平面/mặt phẳng
464	立体 りったい	名 solid body, three-dimensional/立体/lập thể
465	クリア[する]	名 動3他 clear, solve/通过[通过]/sự giải quyết, giải quyết
466	リアルな	ナ real/真实的/thực, sống động
467	土台 どだい	名 base/地台/kệ, bàn đỡ

Figurines and plastic models solve the challenge of taking two-dimensional manga and anime characters and making them three-dimensional. They are made very realistic, down to the tiniest details. Some have a base and can be posed in various ways./手办或者模型，是通过解决动漫，动画片角色的平面问题而立体化的东西。很细致的部位也做得很真实。还附带地台，可以摆出各式各样的姿势。/Búp bê mô hình và mô hình nhựa là những thứ đã giải quyết được vấn đề là biến các nhân vật trong truyện tranh và hoạt hình từ mặt phẳng thành lập thể. Chúng được chế tạo thực đến từng chi tiết. Còn có kệ đi kèm nên có thể tạo nhiều tư thế khác nhau.

この映画は軍隊に入ったばかりの主人公たちがずらっと並んでいるシーンから始まる。軍隊では階級が上の軍人からの命令にはすぐに応答しなければならないことを教え込まれる。訓練の後、映画の後半は戦場を描く。多くの尊い命が犠牲になる。

468	ずらっと	副 in a row／一长排／thẳng hàng
469	階級 かいきゅう	名 grade, rank／阶级／cấp bậc
470	応答[する] おうとう	名 動3他 response, respond／应答[应答]／sự trả lời, trả lời
471	戦場 せんじょう	名 battlefield／战场／chiến trường
472	尊い／貴い とうとい とうとい	イ precious, valuable／宝贵, 尊贵／quý giá, cao quý
473	🔊 尊ぶ／貴ぶ とうとぶ とうとぶ	動1他 cherish, respect／尊敬／quý trọng, trân quý

This film begins with a scene in which the main characters, who have just joined the army, are all lined up in a row. In the army, they are taught that they must respond immediately to orders from higher-ranking soldiers. After the training, the second half of the film shows the battlefield. Many precious lives are sacrificed./这部电影一开始的场景就是从主人公们刚进军队排一长排开始的。在军队，被教导到比自己高阶级的军人命令时，需要马上做出应答。训练后的电影后半，都在描写战场。会牺牲很多宝贵的生命。/Bộ phim này mở màn từ cảnh những nhân vật chính vừa gia nhập quân đội đang xếp thẳng hàng. Trong quân đội, họ được dạy là phải trả lời ngay lập tức các mệnh lệnh của quân nhân có cấp bậc trên mình. Sau thời gian huấn luyện, phần cuối bộ phim mô tả chiến trường. Nhiều sinh mạng quý giá đã hi sinh.

🔊 106

時代を象徴する、伝説とよばれるようなアニメがある。それらの後には似たような企画の作品が次々と出現するものだ。模倣すればお金が儲かるという考えは勘違いも甚だしい。

474	象徴[する] しょうちょう	名 動3他 symbol, symbolize／象征[象征]／biểu tượng, tượng trưng
475	＋ 象徴的な しょうちょうてき	ナ symbolic／象征性的／mang tính biểu tượng
476	伝説 でんせつ	名 legend／传说／truyền thuyết

477 □	**企画**[する] き かく	名 動3他 project, plan/企划[企划]/kế hoạch, dự án, lập kế hoạch
478 □	**出現**[する] しゅつげん	名 動3自 appearance, appear/出现[出现]/sự xuất hiện, xuất hiện
479 □	**模倣**[する] も ほう	名 動3他 imitation, imitate/模仿[模仿]/sự sao chép, sao chép, bắt chước
480 □	**勘違い**[する] かんちが	名 動3他 misunderstanding, mistake/误解[误解]/sự hiểu lầm, hiểu lầm
481 □	**甚**だしい はなは	イ excessive, terrible/离谱/mãnh liệt, đáng sợ, tai hại

Some animated films come to symbolize an era and are considered legends. These are often followed by a succession of similar projects appearing. This idea that imitation is the right way to make money is a terrible mistake./某动画片被称之为象征时代的传说。后来又会陆续出现相似企划的作品。觉得只要模仿就能赚钱，这个误解太离谱了。/Có những bộ phim hoạt hình được gọi là truyền thuyết, tượng trưng cho thời đại. Những tác phẩm dự án giông giống sau đó lần lượt xuất hiện. Cách nghĩ cho rằng chỉ cần sao chép là kiếm được tiền là một sự hiểu lầm tai hại.

◀)) **107**

英雄の 条件には いろいろ あるが、必ずしも 力の 強さだけが 条件
えいゆう じょうけん かなら ちから つよ じょうけん
ではない。自分が 敵わない ような 悪者にも 勇敢に 立ち向かう。
じ ぶん かな わるもの ゆうかん た む
そんな 精神的な 強さが 条件ではないだろうか。
せいしんてき つよ じょうけん

482 □	**英雄** えいゆう	名 hero/英雄/anh hùng
483 □	**敵**う かな	動1自 match, be a match for/胜过/sự cân sức, đối thủ, đối đầu
484 □	**悪者** わるもの	名 villain/坏人/kẻ ác
485 □	**勇敢**な ゆうかん	ナ brave/勇敢的/dũng cảm

There are many requirements for a hero, and strength is not necessarily the only one. Heroism also means bravely standing up to villains whom the hero is no match for. This strength of spirit is also a requirement./成为英雄的条件有很多，力量的强度并不是唯一条件。即使是自己不及的坏人也勇敢面对。我觉得这种精神上的强度才是基本条件。/Điều kiện để trở thành anh hùng thì có nhiều và không nhất thiết chỉ có điều kiện sức mạnh cơ bắp. Ngay cả với kẻ ác mà có thể mình không cân sức cũng phải dũng cảm đối đầu. Chẳng phải sức mạnh tinh thần như thế mới là điều kiện sao.

🔊 **108**

漫画雑誌の電子化にはさまざまな<u>利点</u>がある。まずは、<u>隔週</u>連
載などさまざまなペースでの連載が可能になった。また、ＳＮ
Ｓで<u>先行して</u>一部の<u>コマ</u>を流し、<u>読者</u>の期待を<u>煽る</u>宣伝も可能
になった。さらに、過去の回を<u>一挙に</u>無料で見られるようにして、
新しい読者を獲得することもできる。

486 □	利点 りてん	名 advantage/优点/lợi điểm
487 □	隔週 かくしゅう	名 bi-weekly, every two weeks/隔周/cách tuần
488 □	＋隔〜 かく	接頭 every other 〜/隔〜/cách 〜
489 □	先行[する] せんこう	名 動3自 lead, being ahead of time/先行[先行]/sự tiên phong, đi trước
490 □	コマ	名 frame, panel/分镜/ô thoại, cảnh
491 □	読者 どくしゃ	名 reader/读者/độc giả
492 □	煽る あお	動1他 build up, incite/鼓动/lay động
493 □	一挙に いっきょ	副 all at once/一举/một cú, một lần

Digitization of manga magazines has had a number of advantages. First, it has made it
possible to serialize at various intervals, such as bi-weekly. It has also made it possible to
advertise on social media by posting some of the panels ahead of time to build up readers'
anticipation. Furthermore, past installments can be made available for free all at once to
attract new readers./电子化后漫画杂志有各式各样的优点。首先，隔周连载等等，能够有各
式各样的连载方式。并且可以在SNS（社交媒体）先行发布一部分的分镜，这种宣传方式能
够鼓动读者的期待。而且还可以免费一举发布前几集来获得新读者。/Việc điện tử hóa các tạp
chí manga có nhiều lợi điểm. Trước tiên, có thể đăng tải nhiều kỳ với nhiều tốc độ khác nhau
như đăng tải cách tuần v.v. Ngoài ra, còn có thể đăng một số ô thoại trước trên mạng xã hội
để quảng cáo kích thích sự mong đợi của độc giả. Hơn thế nữa, còn có thể có được lượng độc
giả mới nhờ việc được xem miễn phí những số cũ một lần.

A：ああっ、やられた！ <u>全滅</u>した！ <u>回避</u>率90％って出てたの
　　に、なんでよけないんだよ！

B：<u>確率</u>に<u>頼る</u><u>作戦</u>は<u>失敗</u>するから。

494 □	**全滅**[する] ぜんめつ	名 動3自 complete destruction, be wiped out/全军覆没[全被毁灭]/sự tiêu diệt hoàn toàn, hủy diệt
495 □	**回避**[する] かい ひ	名 動3他 evasion, evade/躲避[躲避]/sự né tránh, tránh
496 □	**よける**	動2他 dodge/躲/tránh xa, giữ khoảng cách
497 □	**作戦** さくせん	名 strategy/战略/chiến thuật, tác chiến

A: Oh, I'm hit! I've been wiped out! The evade rate was 90%, but I didn't dodge! B: That's because a strategy that relies on probability will fail./A: 啊～！被打败了！全军覆没了！明明显示躲避率90%的，怎么没有躲开！ B: 依赖概率的战略会失败的。/A: Á à, tiêu rồi! Diệt hết rồi! Đã đạt tỉ lệ tránh được là 90% vậy mà sao lại không tránh được cơ chứ!? B: Vì chiến thuật dựa vào xác suất thì thất bại thôi.

Topic 6 ● 流行

趣味
しゅ　み

Hobbies / 爱好 / Sở thích

No. 498-575

◀) 110

園芸初心者は、まずは直径15cmくらいの鉢で育ててみると良
えんげいしょしんしゃ　　　　　　　ちょっけい　　　　　　　　はち　そだ
い。また、庭で育てる場合は、柄の長い鎌を用意すると、しょ
　　　　　　にわ　そだ　ばあい　　え　なが　かま　ようい
がまずに草刈りができるので便利だ。
　　　　くさか　　　　　　　　べんり

498 ☐	園芸 えんげい	名 gardening/园艺/nghệ thuật làm vườn, nghệ thuật cây cảnh
499 ☐	直径 ちょっけい	名 diameter/直径/đường kính
500 ☐	＋半径 はんけい	名 radius/半径/bán kính
501 ☐	鉢 はち	名 pot/盆/chậu cây
502 ☐	柄 え	名 handle/把手/cán

Beginners to gardening should first try growing it in a pot about 15 cm in diameter. Also, if growing in a garden, it is handy to have a sickle with a long handle so that you can weed the garden without having to squat down./推荐园艺新手先准备直径15cm的盆来种植。如果要种在庭院，可以准备把手长一点的镰刀。这样就不需要蹲下除草，很方便。/Người mới chơi nghệ thuật cây cảnh thì trước tiên nên thử trồng cây trong chậu đường kính khoảng 15cm. Ngoài ra, nếu trồng trong vườn thì nên chuẩn bị sẵn cây liềm cán dài, sẽ rất tiện lợi vì có thể cắt cỏ mà không phải cúi xuống.

よく<u>吟味</u>し、<u>最善</u>だと思われた策に重大な欠陥が見つかり、また<u>議論</u>が<u>振り出し</u>に戻ってしまった。

503	吟味[する] ぎんみ	名 動3他 examination, examine/斟酌[斟酌]/sự thẩm định, thẩm định
504	最善 さいぜん	名 best/最好/hết sức, tốt nhất
505	振り出し ふ だ	名 beginning, starting point/头, 起点/sự bắt đầu

After careful examination, we found a serious flaw in what we'd thought to be the best plan, so we had to go back to the starting point./反复斟酌，认为最好的方案竟然发现了重大的缺陷。这样又得从头讨论了。/Thẩm định kỹ càng rồi người ta phát hiện lỗ hổng nghiêm trọng trong phương án được cho là tốt nhất nên việc tranh luận quay lại từ đầu.

A：本日は、<u>占い</u>の本で<u>ベストセラー</u><u>連発</u>の、あの<u>著名</u>な先生を<u>スタジオ</u>にお招きしています。

B：これから先生には、ゲストのみなさまの<u>姓名</u>をもとに<u>予言</u>をしていただきます。

506	占い うらな	名 fortune telling/占卜/việc bói toán, tiên đoán vận mệnh
507	ベストセラー	名 bestseller/畅销书/best-seller, bán chạy nhất
508	連発[する] れんぱつ	名 動3他 consecutive release, release a succession/连续产出[连续产出]/sự liên tiếp, liên tiếp
509	著名な ちょめい	ナ distinguished/著名的/nổi tiếng, trứ danh
510	スタジオ	名 studio/摄影棚/trường quay, phòng thu
511	姓名 せいめい	名 full name/姓名/họ tên
512	予言[する] よげん	名 動3他 prediction, predict/预言[预言]/sự dự đoán, tiên đoán

A: Today, we've invited to our studio a distinguished expert who has released a succession of bestsellers about fortune telling. B: This expert is going to make predictions based on the full names of our guests./A: 今天我们请来了连续产出占卜畅销书的那位著名老师来到摄影棚。B: 现在开始要请老师预言各位来宾的姓名。/A: Hôm nay chúng tôi mời đến trường quay tiên sinh nổi tiếng trong giới bói toán với hàng loạt best-seller. B: Bây giờ, chúng ta sẽ nhờ tiên sinh dự đoán dựa trên họ tên của quý vị khách mời.

🔊 113

紅葉のシーズンを迎え、高尾山は連日多くの人が訪れている。
山頂に行く途中にあるカフェも、毎日繁盛しているようだ。

513	連日 れんじつ	名 副 everyday, daily/连日/nhiều ngày liên tục
514	山頂 さんちょう	名 summit/山顶/đỉnh núi
515	繁盛[する] はんじょう	名 動3自 prosperity, do good business/兴荣[兴荣]/sự phát đạt, phồn vinh, thịnh vượng

With the autumn foliage season upon us, Mt. Takao is attracting crowds of visitors daily. The cafes on the way to the mountain's summit seem to be doing good business every day./迎来红叶季节，连日有很多人到访高尾山。前往山顶途中的咖啡店，每天都生意兴隆。/Đón mùa lá đỏ, nhiều ngày liên tục núi Takao có đông đảo người đến thăm. Cả quán cà phê nằm trên đường đi lên đỉnh núi ngày nào cũng có vẻ phát đạt.

🔊 114

定年退職をしてからいたずらに時を過ごしていたが、最近、友
人の勧めで手芸を始めた。主にポーチなどの雑貨を作っている
のだが、何かを創造するというのは本当に楽しいことだ。

516	いたずらに	副 aimlessly/徒然的/nghịch ngợm, vô dụng
517	手芸 しゅげい	名 handicrafts/手工艺/thủ công
518	ポーチ	名 pouch/小包包/ví
519	雑貨 ざっか	名 miscellaneous items/小东西/món đồ lặt vặt
520	創造[する] そうぞう	名 動3他 creation, create/创造[创造]/sự sáng tạo, sáng tạo

I'd been spending my time aimlessly since I retired, but recently, at a friend's suggestion, I started doing handicrafts. I mainly make pouches and other miscellaneous items. Creating things is really fun./到龄退休后，本来徒然的浪费时间，但最近因朋友推荐，我开始做手工艺。主要是做小包包等的小东西，但我觉得创造东西真的是一件好快乐的事。/Sau khi thôi việc về hưu, tôi chỉ để thời gian trôi qua vô dụng nhưng gần đây, được người bạn giới thiệu, tôi bắt đầu môn thủ công. Chủ yếu là làm mấy món lặt vặt như ví v.v. nhưng việc sáng tạo ra một thứ gì đó thật sự rất vui.

私の友人は、高校時代をすべて勉強に<u>ささげ</u>、苦手科目を<u>克服</u>するために血の<u>にじむ</u>ような努力をし、見事東京大学に合格した。

521	ささげる	動2他 devote/献给/dâng hiến, dành trọn
522	克服[する] こくふく	名 動3他 conquest, overcome/克服[克服]/sự khắc phục, khắc phục
523	にじむ	動1自 bleed, ooze/渗/rỉ, thấm ra

A friend of mine devoted all his high school years to studying, worked until he bled to overcome his weak subjects, and was successfully admitted to the University of Tokyo./我朋友的高中时期全都献给了学习，为了克服不擅长的科目，付出了渗血般（「血のにじむ」形容非常折磨人）的努力，非常优秀的考上东京大学。/Người bạn thân của tôi dành trọn cả thời cấp ba cho việc học, để khắc phục các môn còn yếu, cậu ta nỗ lực như muốn rỉ máu và đã xuất sắc đậu vào đại học Tokyo.

この度、このような<u>名誉な</u>賞をいただくことができたのは、私の考えに<u>共鳴し</u>、支えてくださったみなさまのおかげです。<u>うぬぼれる</u>ことなく、これからも謙虚な姿勢で努力を続けたいと思います。

524	名誉な めいよ	ナ prestigious/光荣的/danh dự, danh giá
525	共鳴[する] きょうめい	名 動3自 resonance, sympathize/共鸣[共鸣]/sự đồng cảm, cộng hưởng
526	うぬぼれる	動3自 be conceited/自负/tự cao tự đại, đòi hỏi quyền lợi
527	＋うぬぼれ	名 conceit, pride/自大/tính tự cao tự đại

It is thanks to everyone who sympathized with my approach and supported me that I have been honored with this prestigious award. Without being conceited, I hope to continue my efforts with a humble attitude./这次能够获得这项光荣的奖项，多亏了所有支持我，对我想法产生共鸣的人们。我不会因此而自负，今后也会以谦虚的态度继续保持努力。/Lần này, tôi được nhận giải thưởng danh giá như thế này là nhờ quý vị đã đồng cảm với suy nghĩ của tôi và đã nâng đỡ tôi. Tôi sẽ tiếp tục nỗ lực với thái độ khiêm nhường, không tự cao tự đại.

🔊 117

私の父は、新聞の社説・投書欄・囲碁ページのチェックが日課だ。
また、週末には、毎週日曜掲載のクロスワードパズルを解き、
懸賞に応募しているが、当たったことは一度もないようだ。

528 社説 しゃせつ	名 editorial/社论/xã luận
529 投書[する] とうしょ	名 動3他 letter to the editor, write a letter to the editor/投稿[投稿]/thư bạn đọc, gửi thư đăng báo
530 囲碁 いご	名 (the game of) go/围棋/cờ Go
531 懸賞 けんしょう	名 contest/抽奖/giải thưởng

My father always checks the editorials, letters to the editor, and go pages of the newspaper. On weekends, he solves the Sunday crossword puzzle and enters the contests, but he has never won./我父亲每天都要看报纸的社论，投稿栏，围棋页面。还有，一到周末，他就会解每周日刊登的填字游戏，寄去抽奖。但好像一次都没有中奖过。/Việc mà cha tôi làm hằng ngày là kiểm tra các trang xã luận, mục thư bạn đọc và trang cờ Go. Ngoài ra, cuối tuần ông còn giải ô chữ đăng vào chủ nhật hằng tuần, tham gia chương trình giải thưởng nhưng chưa trúng giải lần nào.

🔊 118

「フィガロの結婚」はモーツァルトが手掛けた有名なオペラで、
貴族に仕えるフィガロの結婚にまつわる事件を描いた喜劇だ。
弾むようなリズムの明るい曲が多く、初心者でも楽しく見られ
るだろう。

532 手掛ける てがける	動2他 handle, work on/亲手制作/sáng tác, tự tay làm
533 オペラ	名 opera/歌剧/vở opera
534 貴族 きぞく	名 the nobility/贵族/quý tộc
535 仕える つかえる	動2自 serve/侍奉/phụng sự, phục vụ
536 喜劇 きげき	名 comedy/剧/hài kịch, kịch vui
537 弾む はずむ	動1自 bounce/轻快/nảy, rộn ràng

"The Marriage of Figaro" is a famous opera that Mozart worked on, a comedy about the events surrounding the marriage of Figaro, who served the nobility. With its many cheerful songs with bouncy rhythms, even novices will enjoy this opera./"费加罗的婚礼"是莫扎特亲手制作的有名喜歌剧。是描述侍奉贵族的费加罗到结婚为止发生的事。包含很多轻快节拍的歌曲，我觉得新手也能看得很开心。/"Đám cưới của Figaro" là vở opera nổi tiếng mà Mozart sáng tác, và là vở hài kịch mô tả vụ việc liên quan đến Figaro, người phục vụ giới quý tộc. Vở kịch có nhiều khúc nhạc nhịp điệu tươi vui rộn ràng, người mới bắt đầu cũng có thể xem vui vẻ.

◆))119

ある音楽家の<u>伝記</u>映画の制作が発表された。学生の頃、彼の曲が大好きで、バイト代から生活費を差し引いた<u>残金</u>をつぎ込んでピアノの<u>楽譜</u>を買い集め、<u>一心に</u>練習に励んだものだ。映画の制作には、有名なハリウッド映画のスタッフが名を<u>連ねて</u>おり、<u>公開</u>が<u>楽しみ</u>だ。

538 □	**伝記** でんき	名 biography/传记/tiểu sử
539 □	**残金** ざんきん	名 balance, remaining money/余额/số dư (tiền)
540 □	**楽譜** がくふ	名 sheet music, score/乐谱/bản nhạc, nhạc phổ
541 □	**一心に** いっしん	副 with all one's heart/专心的/quyết tâm, đồng lòng
542 □	**連ねる** つら	動2他 associate with, connect/排列/xếp hàng, hàng loạt
543 □	⑩ **連なる** つら	動1自 be connected with, be linked to/成排/xếp thành dãy, xếp hàng loạt

The production of a biographical film about a certain musician has been announced. When I was a student, I loved his music so much that after deducting my living expenses, I spent all my remaining money from my part-time job to buy piano scores, and I practiced with all my heart. The film was produced by a crew associated with famous Hollywood movies, so I'm really looking forward to its release./公布了要制作某位音乐家的传记电影。学生时期，我很喜欢他的歌，打工赚来的钱扣除生活费的余额全部都拿去买钢琴乐谱，很努力专心的练习。制作电影的工作人员名单，排列的全部都是好莱坞知名人士。我好期待上映。/Người ta đã công bố sản xuất bộ phim tiểu sử nhà soạn nhạc nọ. Thời sinh viên, tôi rất thích các ca khúc của ông ấy, thường tiêu thâm vào số tiền dư sau khi đã trừ sinh hoạt phí từ tiền làm thêm để mua sưu tầm nhạc phổ piano và quyết tâm ra sức luyện tập. Hàng loạt cái tên trong giới làm phim Hollywood nổi tiếng xuất hiện để sản xuất phim, tôi thật mong đến ngày bộ phim công chiếu.

Topic 7

趣味

🔊 120

半年かけて仕上げた船の模型を保管ケースごと落として壊して
しまった。一番気に入っているのを壊すなんて、つくづくつい
ていない。

544 ☐	仕上げる しあ	動2他	finish up/打造/hoàn thành, hoàn thiện
545 ☐	⑩ 仕上がる しあ	動1自	be finished/完成/được hoàn thành
546 ☐	模型 もけい	名	model/模型/mô hình
547 ☐	保管[する] ほかん	名 動3他	storage, keep/保管[保管]/sự bảo quản, bảo quản
548 ☐	つくづく	副	completely, utterly/真的很～/thật sự, nghiền ngẫm

I dropped the entire storage case and broke a model ship I had spent six months finishing up.
I'm so utterly unlucky, I broke my absolute favorite./我把保管箱弄丢了，连带弄丢了半年打造
的船模型一起全坏了。竟然弄坏了我最喜欢的，真的很倒霉。/Tôi lỡ làm rơi hỏng cả cái hộp
bảo quản mô hình chiếc tàu đã tốn nửa năm hoàn thiện. Làm hỏng thứ mình thích nhất thì
thật tối tệ.

🔊 121

このアーティストは、ジャンルにとらわれない独創的なメロ
ディーが強みだ。さまざまなジャンルの曲を分け隔てなく聞き、
より良い音色を追い求めているらしい。

549 ☐	ジャンル	名	genre/分类/loại, thể loại
550 ☐	独創的な どくそうてき	ナ	creative/独创性的/mang tính sáng tạo
551 ☐	メロディー	名	melody/曲调/giai điệu
552 ☐	音色 ねいろ	名	tone, tone quality/音色/thanh điệu, âm sắc
553 ☐	追い求める おもと	動2他	pursue/追求/theo đuổi

This artist's strength lies in his creative, genre-defying melodies. It is said that in pursuit of superior tones, he listens to music regardless of the genre./这位音乐家的强项就是有独创性的曲调，不会被分类影响。听说他不会特别区分分类，会去听各式各样的曲子，追求更好的音色。/Người nghệ sĩ này có thế mạnh về giai điệu mang tính sáng tạo bất kể thể loại. Nghe nói anh ấy nghe các ca khúc không phân biệt thể loại khác nhau để theo đuổi âm sắc hay hơn.

122

A：いてて…。

B：どうしたの？

A：昨日、結成当初からずっと応援してるバンドの野外ライブに行ったんだけど、ひたすら腕を振ってたから筋肉痛で…。

B：へえ、楽しかったんだね。

A：うん。チケットの倍率がすごく高いんだけど、偶然当ったさ。アンコールでは一番好きな曲も歌ってくれて、本当に幸せ…。

554	結成[する] けっせい	名 動3他 formation, form/组成[组成]/sự kết thành, tạo thành
555	野外 やがい	名 outdoors/户外/ngoài trời
556	ひたすら	副 enthusiastically/全神贯注/nhất mực, từ đầu đến cuối, cắm cúi
557	筋肉痛 きんにくつう	名 muscle pain/肌肉酸痛/đau cơ bắp
558	倍率 ばいりつ	名 competition/倍率/tỉ lệ cạnh tranh
559	アンコール	名 encore/安可/sự yêu cầu diễn lại vào cuối buổi trình diễn

A: Ouch ... B: What's wrong? A: Yesterday, I went to an outdoor concert by a band I've supported since they formed, and now I have muscle pain from all my enthusiastic arm-waving ... B: Wow, you must have had fun. A: Yeah. There was a lot of competition for tickets, so I was lucky to get them. They sang my favorite song for the encore, and I was really happy .../A: 好痛…。 B: 怎么了？ A: 昨天我去了从组成就一直支持的乐队的户外演唱会。全神贯注地一直挥手，结果肌肉酸痛…。 B: 是哦，很开心吧。 A: 嗯。票的倍率很高，但我偶然中了。安可也唱了我最喜欢的歌，真的好幸福…。/A: Ui da đau, đau quá...B: Cậu sao vậy? A: Hôm qua tớ đi xem buổi trình diễn ngoài trời của ban nhạc mà tớ ủng hộ từ thời đầu thành lập, cứ lắc cánh tay suốt từ đầu đến cuối nên bị đau cơ bắp ... B: Chà, chắc là vui lắm nhỉ. A: Ừ, tỉ lệ cạnh tranh mua vé cao cực kỳ mà may là tớ trúng. Lúc yêu cầu diễn lại cuối buổi trình diễn lại là bài tớ thích nhất nên hạnh phúc thật sự luôn...

Topic 7 ● 趣味

◀))123

A：この雑誌、買ってるんだ！
B：うん。創刊号からずっと買ってるよ。
A：え、じゃあ、去年の 12 月号も持ってる？ 特集ページに最
近好きになったアイドルの独占インタビュー記事が載って
るんだけど…。

560 □	創刊[する] そうかん	名 動 3 他 first issue, establish (a publication)/创刊[创刊]/số báo đầu tiên, xuất bản
561 □	特集[する] とくしゅう	名 動 3 他 special feature, feature/特辑[特辑]/đặc san, ra chuyên san
562 □	独占[する] どくせん	名 動 3 他 exclusive, monopolize/独家[独占]/sự độc chiếm, độc quyền

A: You buy this magazine!? B: Yes. I've been buying it since the first issue. A: Well, do you have last December's issue? There's an exclusive interview on the feature page with an idol I've recently started to like .../A: 你有买这本杂志呀！ B: 嗯，我从创刊号开始一直有买。 A: 诶，那去年12月那集你有吗？特辑页面有我最近喜欢上的爱豆独家采访报导…。/A: Cậu mua tạp chí này á! B: Ừ, mua suốt từ hồi ra số đầu tiên cơ. A: Chà, vậy có số tháng 12 năm ngoái không? Ở trang đặc san có đăng bài phóng sự phỏng vấn độc quyền thần tượng mà dạo này tớ thích á...

◀))124

この展示会では、木彫りの彫刻作品、ガラス細工、美しい模様
が織られた織物など、技巧を凝らし、美を追求した数々の伝統
工芸品を見ることができる。

563 □	展示会 てんじかい	名 exhibition/展示会/buổi triển lãm
564 □	彫刻 ちょうこく	名 carving/雕刻/điêu khắc
565 □	細工[する] さいく	名 動 3 他 work, work on/手工艺[手工]/sự chế tác, chế tác
566 □	織る お	動 1 他 weave/编织/dệt
567 □	凝らす こ	動 1 他 elaborate, refine/别出心裁/dày công, đầy
568 □	美 び	名 beauty/美/cái đẹp, vẻ đẹp

569	追求 [する] ついきゅう	名 動3他 pursuit, pursue/追求[追求]/sự theo đuổi, theo đuổi
570	工芸 こうげい	名 crafts/工艺/đồ thủ công mỹ nghệ

At this exhibition, visitors can see a number of traditional crafts demonstrating refined skills in the pursuit of beauty, such as wood carvings, glass works, and textiles with beautiful woven patterns./这个展示会有木雕的雕刻作品，玻璃手工艺，编织成美丽样式的编织品等等。可以看到很多为了追求美，使用了别出心裁技巧的工艺品。/Tại buổi triển lãm này, chúng ta có thể ngắm nhiều tác phẩm thủ công mỹ nghệ truyền thống đầy tinh xảo, theo đuổi cái đẹp như tác phẩm điêu khắc gỗ, chế tác thủy tinh, sản phẩm dệt với các hoa văn tuyệt đẹp v.v.

◀)) 125

> A：このカップ、<u>粋な</u>デザインだね。
> いき
>
> B：ありがとう。実は私が作ったんだ。最近、<u>陶芸</u>を始めて…。
> じつ わたし つく さいきん とうげい はじ
>
> A：え、すごい。ずいぶん<u>高尚な</u>趣味だね。
> こうしょう しゅみ
>
> B：いや、親戚が道具を<u>一式譲って</u>くれて、やってみたら面白
> しんせき どうぐ いっしきゆず おもしろ
> くて。
>
> A：へえ。コーヒーに<u>凝って</u>るって言ってたけど、今度は食器
> こ い こんど しょっき
> にもこだわり始めたわけだ。
> はじ

571	粋な いき	ナ stylish/雅致的/tinh tế, nhã nhặn
572	陶芸 とうげい	名 ceramics/陶艺/đồ gốm, nghệ thuật làm gốm
573	高尚な こうしょう	ナ noble, refined/高尚的/lịch sự, tao nhã, có học thức
574	一式 いっしき	名 a set/一套/một bộ
575	凝る こ	動1自 be hooked on, be into/专研/đông cứng, tập trung

A: This cup has a stylish design. B: Thanks. Actually, I made it. I've recently started making ceramics. A: Wow, that's great. That's quite a refined hobby. B: Well, a relative gave me a set of tools, so I tried it and found I enjoyed it. A: Really? You said you were into coffee, but now you're into tableware, too./这个杯子，设计的好雅致呀。 B: 谢谢。其实是我做的。最近我开始学陶艺…。 A: 诶，好厉害。真是个高尚的爱好。 B: 不是，因为亲戚送了我一套工具，结果一尝试觉得好有趣…。 A: 是哦。你之前还说在专研咖啡，结果现在连食器也开始讲究了。 /A: Cái cốc này, thiết kế tinh tế nhỉ. B: Cảm ơn chị. Thật ra là do tôi làm đấy. Tôi bắt đầu làm gốm... A: Ôi, tuyệt quá! Sở thích tao nhã quá đi mất. B: Không, có người bà con nhượng lại một bộ dụng cụ nên tôi thử làm rồi thấy thích. A: Chà, anh nói tập trung vào cà phê nhưng thì ra lần này là bắt đầu với dụng cụ chén bát rồi nhỉ.

Topic 7 ● 趣味

91

言語
げん ご

Language / 语言 / Ngôn ngữ

No. 576-637

🔊 126

日本の小中学校で使われている教科書は、グローバル化やＡＩの飛躍的な進歩といった社会の変化に合わせ、4年に1度改訂される。また、日本の法律や規則が変わることにより、教科書の内容が訂正されることもある。

576	飛躍的な ひやくてき	ナ dramatic, rapid/飞跃性的/nhảy vọt
577	**＋** 飛躍[する] ひやく	名 動3自 leap, fly/飞跃[飞跃]/sự nhảy vọt, nhảy vọt, tiến xa
578	改訂[する] かいてい	名 動3他 revision, revise/修订[修订]/sự sửa đổi, sửa đổi
579	訂正[する] ていせい	名 動3他 amendment, amend/修改[修改]/sự đính chính, đính chính

Textbooks used in elementary and junior high schools in Japan are revised every four years to keep up with changes in society, such as globalization or the dramatic progress of AI. Textbooks may also be amended due to changes in Japanese laws or regulations./日本的小学初中使用的课本，为了迎合国际化以及AI飞跃性的进步等等的社会变化，4年会修订一次。并且，会因为日本法律规则的变化，修改课本内容。/Sách giáo khoa được dùng ở trường tiểu học và cấp 2 của Nhật được sửa đổi 4 năm 1 lần cho phù hợp với sự thay đổi của xã hội như toàn cầu hóa và tự tiến bộ nhảy vọt của AI. Ngoài ra, cũng có khi nội dung trong sách giáo khoa được đính chính do luật và quy định của Nhật thay đổi.

入学式での学長のあいさつは「学生諸君、入学おめでとう」か
ら始まった。継続して努力することの大切さを説き、転じて言
論の自由とヘイトスピーチの相違に言及した。最後に、新入生
の大学生活が豊かなものとなるよう祈って結びとした。学長の
話は大学のホームページに掲載されているので、誰でも見るこ
とができる。

580	**諸君** しょくん	名 you all (collective)/各位/quý vị, các em
581	**説く** と	動1他 emphasize, explain/提倡/giảng giải, thuyết giáo
582	**転じる** てん	動2他 turn/转入/chuyển, đổi sang
583	**言論** げんろん	名 speech/言论/ngôn luận
584	**相違[する]** そうい	名 動3自 difference, differ/差异[相违]/sự khác nhau, khác biệt
585	**言及[する]** げんきゅう	名 動3自 mention, mention/言及[提到]/sự đề cập, trình bày
586	**結び** むす	名 conclusion/告终/phần kết
587	**掲載[する]** けいさい	名 動3他 post, post/刊登[刊登]/sự đăng tải, đăng

The President's address at the entrance ceremony began with, "I would like to congratulate you all on your enrollment." He emphasized the importance of continuous efforts, then turned to mention the difference between freedom of speech and hate speech. In conclusion, he wished the new students a successful university life. The President's speech has been posted on the university's website and is available to all./入学典礼的学长致辞，从"各位学生，欢迎入学"开始。然后提倡持续努力的重要性。又转入言及到言论自由和仇恨言论的差异。最后以希望新生们能够充分的享受大学生活而告终。学长说的内容刊登在大学网站，任何人都可以看见。/Lời chào của hiệu trưởng trong lễ nhập học bắt đầu từ "Chào các em sinh viên, chúc mừng các em nhập học". Hiệu trưởng đã giảng giải về tầm quan trọng của việc nỗ lực không ngừng, rồi chuyển sang đề cập đến sự khác nhau giữa tự do ngôn luận và phát ngôn thù hận. Cuối cùng, hiệu trưởng đã kết thúc bằng cách chúc sinh viên mới nhập học có đời sống sinh viên phong phú. Bài nói chuyện của hiệu trưởng được đăng trên trang web của trường đại học nên ai cũng có thể xem được.

🔊 128

鴨長明が執筆した『方丈記』は、最もよく知られた日本の随筆の一つである。このカテゴリーの中で、『方丈記』の災いや庶民の苦しみの描写に勝るものはほとんどないと断言することができる。

588	執筆[する] しっぴつ	名 動3他 writing, write/执笔[执笔]/sự chấp bút, chấp bút
589	随筆 ずいひつ	名 essay, miscellaneous writing/随笔/tùy bút
590	カテゴリー	名 category/分类/loại, hạng mục
591	災い わざわ	名 calamity/灾难/tai ương, tai họa
592	描写[する] びょうしゃ	名 動3他 depiction, depict/描写[描写]/sự mô tả, mô tả
593	勝る まさ	動1自 beat, defeat/胜于/vượt trội, áp đảo
594	断言[する] だんげん	名 動3他 assertion, declare/断定[断定]/sự khẳng định, quả quyết

Hojoki, written by Kamo no Chomei, is one of the best-known Japanese essays. I declare that few works in this category can beat *Hojoki* for its depiction of calamities and the suffering of the common folk./由鸭长明执笔的"方丈记",是日本最知名的随笔之一。我可以断定，在这个分类中，"方丈记"中描写灾难以及老百姓的痛苦胜于大部分作品。/Phương trượng ký" mà Kamo no Chomei chấp bút là một trong những tùy bút của Nhật Bản được biết đến nhiều nhất. Tôi có thể khẳng định rằng trong hạng mục này, hầu như không có tác phẩm nào vượt trội hơn sự mô tả những tai ương và nỗi khổ như của "Phương trượng ký".

🔊 129

A：大学図書館の本は学外の人でも閲覧できますか。
B：できますが、利用申し込みが必要です。ホームページから申し込み書の様式をダウンロードし、記したものを図書館に持って来てください。ホームページに記載例もあるので、分からないときは参照してください。

| 595 | 閲覧[する] えつらん | 名 動3他 reading, browse/阅读[阅读]/sự đọc, xem, thưởng lãm |

596	様式 ようしき	名 form/格式/mẫu
597	記す しるす	動1他 fill in/写/điền
598	記載[する] きさい	名 動3他 entry, complete/填写[填写]/sự điền, điền
599	参照[する] さんしょう	名 動3他 reference, refer/参考[参考]/sự tham khảo, tham khảo

A: Can people not affiliated with the university browse the books in the university library?
B: Yes, but you need to apply to use the library. Please download the application form from the website and bring the filled in form to the library. There is a completed example on the website, so please refer to it if you are unsure./A: 请问大学图书馆的书，校外的人也可以阅读吗？ B: 可以，但需要申请后使用。从网站下载申请书写完后拿来图书馆。网站上也有填写范例，如果不会填写可以参考。/A: Người ngoài trường đại học có thể đọc sách của thư viện trường không? B: Vâng được nhưng phải đăng ký sử dụng. Vui lòng tải mẫu đơn đăng ký từ trang web, và đem bản đã điền vào đến thư viện. Trên trang web có cả cách điền mẫu nên nếu không hiểu, quý vị có thể tham khảo từ đó.

🔊 130

英語のライティングテストがあり、国際関係論についての日本語のエッセイを読んで、その要旨を英語で書くという問題が出題された。英語を産出する力がないので、原文のニュアンスが伝わるように書けなかった。

600	～論 ろん	接尾 ～ theory, theory of ～/～论/lý luận ～, thuyết ～
601	エッセイ／ エッセー	名 essay/散文, 小论文/bài tiểu luận, bài viết ngắn
602	要旨 ようし	名 summary/要点/tóm lược, ý chính
603	出題[する] しゅつだい	名 動3他 task, set a task/出题[出题]/đề bài, ra đề, đặt vấn đề
604	産出[する] さんしゅつ	名 動3他 output, produce/产[产出]/sự tạo ra, tạo ra
605	原文 げんぶん	名 original text/原文/bản gốc
606	ニュアンス	名 nuance/细微差别/sắc thái

In an English writing test, I was set a task to read an essay in Japanese on international relations theory and write a summary of the essay in English. Since I lack the ability to output English properly, I was unable to convey the nuances of the original text./英语的作文考试，出题的问题是关于我读的国际关系论的日语散文，需要用英语写出要点。但因为我没有产出英语的能力，还是无法写出原文的细微差别。/Tôi có bài kiểm tra viết tiếng Anh và đề bài được ra là đọc một bài tiểu luận tiếng Nhật về lý luận quan hệ quốc tế, sau đó viết lại tóm lược bài tiểu luận đó bằng tiếng Anh. Do không có năng lực viết tiếng Anh nên tôi không thể viết sao cho truyền tải được sắc thái của bản gốc.

🔊 **131**

日本語の授業でグループ討論をした。私はファシリテーターとして、話が主題からそれないようにしたり、発話者の意見に補足が必要だと思ったら、簡潔に質問したりするようにした。みんなの意見は問題を多角的に捉えた、説得力のあるものだった。

607 □ 討論[する] とうろん	名 動3他	discussion, discuss/讨论[讨论]/sự thảo luận, bàn bạc
608 □ 主題 しゅだい	名	topic/主题/chủ đề
609 □ それる	動2自	stray off/偏离/lảng tránh, lạc hướng
610 □ ⑩そらす	動1他	divert from/岔开/đánh trống lảng, lảng tránh
611 □ 補足[する] ほそく	名 動3他	supplementing, supplement/补充[补充]/sự bổ sung, bổ túc
612 □ 簡潔な かんけつ	ナ	persuasion, be convincing/说服[说服]/sự thuyết phục, thuyết phục
613 □ 捉える とら	動2他	description, describe/记述[记述]/sự trình bày, trình bày
614 □ 説得[する] せっとく	名 動3他	introductory remarks, preface/开场白[开场白]/lời tựa, mở đầu

In Japanese class, we had a group discussion. As the facilitator, I tried to keep the conversation from straying off topic and I asked concise questions when I thought the speaker's opinions needed to be supplemented. Everyone's arguments were convincing, taking a multifaceted view of the issues./日语课中我们进行了分组讨论。我身为建导员，要注意不要让话题偏离主题，如果我觉得发言者的意见需要补充，我会简洁的提出问题。大家都是从多方面来理解问题，提出的意见都很有说服力。/Chúng tôi đã thảo luận nhóm ở giờ học tiếng Nhật. Với tư cách người điều hành, tôi đã làm sao cho câu chuyện không bị lạc đề, hoặc đặt câu hỏi đơn giản khi thấy cần bổ sung vào ý kiến của người phát biểu. Ý kiến của mọi người là những ý kiến nắm bắt được vấn đề từ nhiều góc nhìn, và có sức thuyết phục.

社外に出すビジネス文書には、用件を記述する前の前置きとし
て挨拶文を書く。それを前文と言い、「拝啓」という語で始める
ことが多い。終わりの挨拶文は末文と言い、「敬具」という語で
終わることが多い。また、ビジネスメールを書くときは理解し
にくい婉曲な言葉を使わないことや、体裁に気をつけることも
必要だ。

615	用件 ようけん	名 matter/正事/công việc
616	記述[する] き じゅつ	名 動3他 description, describe/记述[记述]/sự trình bày, trình bày
617	前置き[する] まえ お	名 動3他 introductory remarks, preface/开场白[开场白]/lời tựa, mở đầu
618	拝啓 はいけい	名 haikei (Dear Sir or Madam)/寒暄语/kính gửi (từ dùng đầu thư)
619	敬具 けい ぐ	名 keigu (Sincerely yours)/敬启/trân trọng (từ dùng cuối thư)
620	婉曲 な えんきょく	ナ euphemistic/委婉的/vòng vo
621	体裁 ていさい	名 style/客套/tác phong, hình thức

Business documents sent outside the company are prefaced with a greeting before describing the relevant matter. This is called a preamble, and it often begins with the phrase *haikei*. The closing greeting often ends with the phrase *keigu*. When writing business e-mails, you also need to be careful about style and avoid using euphemistic language that may be difficult to understand./予公司外部的商业文书，在记述正事前需要写问候的开场白，称为前言。很多时候以"寒暄语"开始。最后的问候又称结语，常以"敬启"结尾。还有，商业文书最好不要用难理解的委婉说辞，也要注意客套。/Văn bản thương mại đưa ra ngoài công ty phải viết câu chào như lời ngỏ trước khi trình bày nội dung công việc. Câu này gọi là câu mở đầu và thường bắt đầu bằng từ "Kính gửi". Câu chào kết thúc là gọi là câu kết, thường kết thúc bằng từ "Trân trọng". Ngoài ra, khi viết văn bản thương mại không sử dụng những từ vòng vo khó hiểu, và cũng cần lưu ý hình thức.

我が社では企業説明会の後に、社員と学生が<u>対談できる</u> <u>座談会</u>
を開いている。学生は社員と<u>雑談</u>をするときにも<u>相づちを打ち</u>
ながら話を聞き、はっきりした<u>口調</u>で<u>明瞭</u>に話すのに対し、社
員は<u>ぞんざいな</u>言い方になったり、会社の良さを<u>誇張し</u>すぎた
りすることがあるので注意が必要だ。

622 ☐	対談[する] たいだん	名 動3自 dialog, talk with each other/对谈[对谈]/sự đối thoại, đối thoại, nói chuyện với nhau
623 ☐	座談会 ざだんかい	名 round-table discussion/座谈会/buổi trò chuyện, buổi gặp gỡ
624 ☐	雑談[する] ざつだん	名 動3自 chat, have a chat/闲聊[闲聊]/sự tán gẫu, nói chuyện phiếm
625 ☐	相づちを打つ あい う	句 (offer remarks to) listen actively/附和/nói phụ họa, ra dấu hiệu lắng nghe
626 ☐	口調 くちょう	名 tone/口吻/khẩu điệu, ngữ điệu
627 ☐	明瞭な めいりょう	ナ clear/明了的/mạch lạc, rõ ràng
628 ☐	ぞんざいな	ナ careless, offhand/粗鲁的/khinh suất, cẩu thả
629 ☐	誇張[する] こちょう	名 動3他 assertion, state/夸张[夸大]/sự phô trương, thổi phồng, khoe khoang

After company information sessions, our company holds round-table discussions where employees and students can talk with each other. The students listen actively to what the employees have to say, even when just chatting, and they speak in clear and articulate tones, whereas the employees tend to talk in an offhand way or overstate the positive aspects of the company, so they need to take care./我司在企业说明会后，会设置员工和学生能够对谈的座谈会。学生在和员工闲聊时，也会边听边附和。相对于学生们的清楚明了口吻，员工有时候会夸大公司的优点，或者使用粗鲁的措辞，需要多加注意。/Ở công ty tôi, sau buổi giới thiệu doanh nghiệp, sẽ tổ chức một buổi trò chuyện mà nhân viên và sinh viên có thể đối thoại với nhau. Đối với việc sinh viên vừa phụ họa vừa lắng nghe cả khi tán gẫu với nhân viên, hoặc nói chuyện mạch lạc với khẩu điệu rõ ràng thì nhân viên cần lưu ý vì có khi có cách nói khinh suất, hoặc quá thổi phồng về mặt tốt của công ty.

国際会議で、英語でプレゼンテーションすることになった。全
体の構想を考えてからスライドを作り、概要を口頭で説明でき
るように何度も練習した。しかし、会議では質疑に対して身ぶ
り手ぶりと片言の英語でしか答えられなかった。自分では英語
は習得できたと思っていたが、もっと使いこなせるようになら
ないとだめだ。

630 構想[する] こうそう	名 動3他 concept, conceptualize/构想[构想]/khái niệm, ý tưởng
631 概要 がいよう	名 outline/概述/khái quát, tóm tắt
632 口頭 こうとう	名 verbal speech/口头/bằng miệng, lời nói
633 質疑[する] しつぎ	名 動3自 question, ask a question/质疑[质疑]/sự chất vấn, chất vấn
634 身ぶり み	名 gesture/肢体/cử chỉ, điệu bộ
635 片言 かたこと	名 broken words/只言片语/lõm bõm
636 習得[する] しゅうとく	名 動3他 mastery, learn/学会[学会]/sự lĩnh hội, lĩnh hội
637 使いこなす つか	動1他 become proficient/熟练/sử dụng thành thạo

Topic 8 ● 言語

I had to give a presentation in English at an international conference. After thinking about the overall concept, I made slides and practiced many times so that I could verbally explain the outline of my presentation. However, at the conference, I could only answer questions with gestures and a few broken words of English. I thought I had mastered English, but I need to become more proficient./我要在国际会议上展示。从全体构想到幻灯片都需要我来做，还一直练习口头上的概述。但在会议室，关于质疑的答辩，我只能用只言片语的英语和肢体语言来回答。我本来以为已经学会了英语，看来还是要更加熟练才行。/Tôi phải thuyết trình bằng tiếng Anh tại hội nghị quốc tế. Tôi đã làm tập tin trình chiếu sau khi suy nghĩ ý tưởng tổng thể, và luyện tập nhiều lần để có thể giải thích tóm tắt bằng lời nói. Nhưng ở hội nghị, trước sự chất vấn, tôi chỉ có thể trả lời bằng cử chỉ và thứ tiếng Anh lõm bõm. Tôi cứ nghĩ mình đã lĩnh hội được tiếng Anh rồi nhưng phải sử dụng thành thạo hơn nữa mới được.

Topic 9

人間関係
にん げん かん けい

Interpersonal Relations /
人际关系 /
Mối quan hệ giữa người với người

No. 638-784

🔊 135

Aさんはいつも<u>愛想</u>がよく<u>温厚</u>な人なのだが、Bさんとは気が
あ　い　そ　　　　　おんこう　ひと
合わないらしい。それで、<u>素っ気ない</u>返事をするなど<u>露骨</u>に態
あ　　　　　　　　　　　　　そ　け　　　　へんじ　　　　　　ろ　こつ　　たい
度に出すので、同じ空間にいると<u>息が詰まる</u>。
ど　　だ　　　　　おな　くうかん　　　　　いき　つ

638 □	愛想 あい そ	名 amiability/礼貌/sự hòa hợp, hòa đồng
639 □	＋ 不愛想な ぶ あいそう	ナ unfriendly/没礼貌/không hòa đồng
640 □	温厚な おんこう	ナ good-natured/温文尔雅的/ôn hòa, hiền hậu
641 □	素っ気ない そ け	イ curt/冷淡/cộc lốc
642 □	露骨な ろ こつ	ナ blatant/露骨的/thẳng thừng, không che giấu
643 □	息が詰まる いき つ	句 suffocating/窒息/ngột ngạt

Mr. A is usually very amiable and good-natured, but he and Mr. B don't seem to get along.
He blatantly shows his poor attitude, such as giving curt replies, creating a suffocating
atmosphere whenever they're in the same space./ A平常是一位很和蔼可亲，温文尔雅的人，
但和B很不合。所以他的态度会表现的很露骨，回答也很冷淡什么的。待在同一个空间都快窒
息了。/A là người luôn hòa đồng, rất ôn hòa nhưng hình như không hợp với B. Do vậy, cậu
ấy cứ tỏ thái độ không che giấu như trả lời cộc lốc v.v. nên khi ở cùng không gian với họ thì
không khí rất ngột ngạt.

会議を<u>円滑</u>に進めるためには、事前に<u>方々</u>に<u>根回し</u>しておくことが大切だ。
かいぎ えんかつ すす じぜん ほうぼう ねまわ たいせつ

644 □	円滑な えんかつ	ナ smooth/顺利的/trôi chảy, trơn tru
645 □	方々 ほうぼう	名 here and there, in various ways/四面八方/các bên, mọi người
646 □	根回し[する] ねまわ	名 動3他 groundwork, lay groundwork/疏通[疏通]/sự trao đổi, thương lượng

In order for a meeting to proceed smoothly, it is important to lay the groundwork in various ways in advance./为了让会议进行顺利，重要的是提前疏通四面八方。/Để tiến hành cuộc họp một cách trôi chảy, quan trọng là trao đổi trước với mọi người.

兄は、何でもよくでき、<u>協調性</u>があるため友達も多い。昔はそんな兄と自分をよく比べ、落ち込み、時に<u>嫉妬</u>していた。そんな私の気持ちを<u>察し</u>、兄はいつも私のいいところをたくさん褒めてくれたので、<u>自尊心</u>が高まり、自分に自信が持てるようになった。
あに なん きょうちょうせい ともだち おお むかし あに じぶん くら お こ とき しっと わたし きも さっ あに わたし ほ じそんしん たか じぶん じしん も

647 □	協調性 きょうちょうせい	名 cooperative attitude/协调性/tính hòa đồng
648 □	＋ 協調[する] きょうちょう	名 動3自 cooperation, cooperate/协调[协调]/sự hài hòa, điều hòa
649 □	嫉妬[する] しっと	名 動3自 jealousy, be jealous/嫉妒[嫉妒]/sự ghen tị, ghen tị
650 □	察する さっ	動3他 guess, observe/察觉/nhận thấy, đoán chừng
651 □	自尊心 じそんしん	名 self-esteem/自尊心/lòng tự tôn

My brother has a lot of friends, because he's good at everything and he has a very cooperative attitude. I often used to compare myself with him, and I'd get depressed and sometimes jealous. But my brother guessed how I was feeling, and always praised me for my good qualities, which helped me to build up my self-esteem and self-confidence./哥哥做什么都很厉害，协调性也高，有很多朋友。以前我常常拿自己和哥哥比，然后沮丧，嫉妒。但哥哥察觉到我的心情，常常称赞我有很多优点，我的自尊心被提升后，开始对自己有自信了。/Nhờ làm gì cũng được và có tính hòa đồng nên anh trai tôi có nhiều bạn. Ngày xưa, tôi thường so sánh mình với anh và cảm thấy buồn, có khi đã từng ghen tị. Nhận thấy cảm giác của tôi, anh thường khen những điểm tốt của tôi rất nhiều nên lòng tự tôn của tôi dâng cao, tôi cảm thấy tự tin với chính bản thân mình.

◀ 138

5年前に祖母は<u>他界して</u>しまった。しかし、今でも盆や正月には親族 一同集まって、祖母の<u>生前</u>の話をして盛り上がっており、いかに祖母がみんなに愛されていたかが分かる。

652	他界[する] たかい	名 動3自 death, pass away/去世[去世]/thế giới bên kia, mất, chết
653	親族 しんぞく	名 relative/亲戚/bà con
654	一同 いちどう	名 all, everyone/全体/sự cùng nhau
655	生前 せいぜん	名 life, lifetime/生前/sinh thời
656	いかに	副 how much/有多么/như thế nào, đến mức nào

My grandmother passed away five years ago. However, all my relatives still get together at Obon in summer and at New Year's to talk about her life and have a good time. It shows how much my grandmother was loved by everyone./5年前祖母去世了。但现在过年，盂兰盆节，全体亲戚聚集时，还是会热闹的谈起祖母生前的话题，可见祖母有多么受大家的爱戴。/Bà tôi đã mất 5 năm trước. Nhưng bây giờ cứ đến dịp obon hay Tết là cả dòng họ đều cùng nhau tập trung lại, kể chuyện sinh thời của bà thật vui vẻ, có thể biết bà được mọi người yêu quý như thế nào.

◀ 139

その人がどんなに<u>横柄な</u>態度でも、大企業の社長だと知ると、<u>へりくだった</u>態度で接し機嫌をとってしまう。そんな<u>浅ましい</u>自分がときどき嫌になる。

657	横柄な おうへい	ナ arrogant/狂妄自大的/phách lối
658	へりくだる	動1自 act humbly/谦逊/khúm núm, nhún nhường
659	浅ましい あさ	イ shallow/卑微/khốn khổ, xấu xa, thảm hại

Even if a person has a very arrogant attitude, if I learn that he is the president of a large corporation, I'll act humbly to put him in a good mood. Sometimes I hate myself for being so shallow./不管那个人的态度多狂妄自大，我只要一知道他是大公司的老板就会用谦逊的态度来讨好他。有时候我很讨厌这么卑微的自己。/Cho dù người đó có thái độ phách lối thế nào đi nữa mà khi biết đó là giám đốc một doanh nghiệp lớn, tôi lại tiếp xúc với thái độ khúm núm để lấy lòng. Đôi khi tôi rất ghét bản thân mình vì sự xấu xa đó.

彼は時間に<u>ルーズで</u>度々仲間を<u>いら立たせて</u>いるが、どこか<u>憎</u>
めない、<u>人懐っこい</u>性格なので、嫌われることもなく今もマイ
ペースに生きている。

660 ☐	ルーズな	ナ loose/散漫的/lễ mễ, thong thả
661 ☐	いら立つ	動1自 irritate/烦躁/bực tức, tức giận
662 ☐	憎む	動1他 hate/恨/căm ghét
663 ☐	＋憎い	イ hate/可恶/sự đáng ghét
664 ☐	人懐っこい／ 人懐こい	イ amiable/友好/thân mật, niềm nở

He is rather loose with time and often irritates others, but he is somehow impossible to hate and quite amiable, so no-one dislikes him and he just goes along at his own pace./他的时间观念很散漫，有很多次都让伙伴们感到烦躁。但性格又不遭恨，很友好，所以也没人讨厌他，他还是过得我行我素。/Tuy anh ấy lễ mễ trong thời gian khiến bạn bè nhiều lần tức giận nhưng tính cách thân mật có gì đó khiến người ta không thể ghét, nên bây giờ anh ấy vẫn sống theo cách của mình mà không bị ghét.

🔊 141

A：これからよろしくね。私じゃ<u>頼りない</u>かもしれないけど、
サポートするから<u>何なりと</u>言ってね。
B：ありがとうございます！ Aさんがリーダーでとても<u>心強い</u>
です。

665 ☐	頼りない	イ undependable/不可靠/không nhờ được
666 ☐	何なりと	副 anything, whatever/任何/bất kỳ điều gì
667 ☐	心強い	イ reassuring/安心/vững dạ, an tâm

A: I'm looking forward to working with you. I hope you don't find me undependable, and I will try to support you, so please feel free to come to me with anything. B: Thank you very much! Mr. A, having you as our leader is very reassuring./A: 今后也多多指教哦。虽然我可能不太可靠，但不管任何事我都会帮你的。你要跟我说哦。 B: 谢谢! 您是我领导让我很安心。/A: Rất vui được gặp cậu. Có thể không nhờ và gì được tôi nhưng tôi sẽ hỗ trợ nên có gì cứ nói nhé. B: Cảm ơn chị. Chị A làm người dẫn đầu thì an tâm lắm ạ.

🔊 142

友達の恋人の<u>浮気</u>現場を目撃し、<u>憤</u>りを感じて2人を追いかけ、
ともだち こいびと うわ き げん ば もくげき いきどお かん ふたり お
声をかけた。しかし、振り向いたら<u>人違い</u>だったことが分かり、
こえ ふ む ひとちが わ
<u>平謝り</u>するしかなかった。
ひらあやま

668 ☐	浮気[する] うわ き	名 動3自 adultery, cheat/出轨[出轨]/sự ngoại tình, ngoại tình
669 ☐	憤り いきどお	名 outrage/愤怒/sự phẫn nộ
670 ☐	人違い ひとちが	名 mistake someone for someone else/认错人/sự nhầm người
671 ☐	平謝り[する] ひらあやま	名 動3自 profuse apology, apologize profusely/低头道歉[低头道歉]/lời xin lỗi thành thực, xin lỗi rối rít

I witnessed my friend's partner cheating, and feeling outraged, I chased after the two of them and called out to them. However, when she turned around, I saw that I'd mistaken her for someone else and I had to apologize profusely./我目击了朋友对象的出轨现场，我感到愤怒，就追着这2个人去叫住他们。但对方回头才发现认错人，我只能低头道歉。/Chứng kiến tận mắt người yêu của bạn ngoại tình, tôi cảm thấy phẫn nộ nên đã đuổi theo 2 người và gọi họ. Nhưng khi họ quay lại thì tôi mới biết nhầm người nên chỉ còn biết xin lỗi rối rít.

🔊 143

学生時代、<u>気兼ね</u>なく何でも話せる、友人でも恋人同士でもな
がくせい じ だい き が なん はな ゆうじん こいびとどう し
い<u>間柄</u>の人がいたが、社会人になって忙しくなり、いつのまに
あいだがら ひと しゃかいじん いそが
か連絡が<u>途絶えて</u>しまっていた。しかし10年後、同窓会で<u>再会</u>
れんらく と だ どうそうかい さいかい
し、また連絡を取り始めたことで関係が<u>進展</u>した。
れんらく と はじ かんけい しんてん

672 ☐	気兼ね[する] き が	名 動3自 awkwardness, feel awkward/客气[客气]/sự khách sáo, khách sáo
673 ☐	間柄 あいだがら	名 relationship, terms/关系/mối quan hệ
674 ☐	途絶える と だ	動2自 cut off, lose/断了/đứt, ngừng
675 ☐	再会[する] さいかい	名 動3自 reunion, meet again/重逢[重逢]/sự gặp lại, gặp lại
676 ☐	進展[する] しんてん	名 動3自 progress, develop/进展[进展]/sự tiến triển, tiến triển

When I was a student, there was someone with whom I could talk about anything without feeling awkward, although our relationship was neither as friends nor partners. When I entered working life, I got really busy and before I knew it we had lost contact. However, 10 years later, we met again at a class reunion and stayed in touch, and our relationship has developed./学生时期，有一个和我不是朋友也不是恋人关系的人，但我们什么都可以说，完全不用客气。成为社会人士后，不知不觉中，我们断了联系。但10年后又在同学会上重逢，我们又开始联系对方，关系有了进展。/Thời sinh viên, tôi có một người không phải quan hệ bạn bè cũng không phải người yêu mà có thể nói bất kỳ chuyện gì không khách sáo, nhưng sau khi ra đi làm thì chúng tôi bận rộn nên chẳng biết tự lúc nào mà bị đứt liên lạc. Nhưng sau 10 năm, chúng tôi đã gặp lại ở buổi họp đồng môn và mối quan hệ tiến triển nhờ bắt đầu liên lạc trở lại.

🔊 144

A：BさんとCさん、何をするにも息が合っているし、よく
　　2人でいるよね。
B：Cさんといるのが楽しくて。付き合いたいけど、向こうは
　　どう思ってるんだろう。
A：どう考えても脈ありでしょう。Bさんと話しているとき、
　　頬を赤らめているし。みんな気づいてるよ。Bさんは鈍感
　　だなあ。

677	息が合う	句 be in sync, make a perfect pair/合拍/hợp nhau, tâm đầu ý hợp
678	脈	名 hope/好感/mạch, ý
679	赤らめる	動2他 blush, get red/红/đỏ mặt, ửng hồng
680	鈍感な	ナ unperceptive/迟钝的/ngốc, khờ

A: Mr. B, you and Ms. C make a perfect pair in every way, and I often see you together. B: I enjoy spending time with Ms. C. I'd like to ask her out, but I don't know what she'd say. A: No matter what you think, there's certainly hope. When she talks to you, she blushes. Everyone notices it. Mr. B, you're so unperceptive./A: 你和C不管做什么都很合拍，你们也是老是在一起对吧。 B: 我和C在一起真的很开心，虽然我想和她交往，但不知道她是怎么想的。 A: 怎么看都对你有好感吧。她和你说话时还会脸红。大家都看出来了，你好迟钝哦。/A: B và C làm gì cũng tâm đầu ý hợp, lúc nào cũng 2 người với nhau nhỉ. B: Ở bên C, tôi vui lắm. Tôi muốn làm quen nhưng không biết đằng đó nghĩ sao. A: Có nghĩ thế nào thì cũng thấy có tình ý mà. Khi nói chuyện với B, má ửng đỏ mà. Ai cũng nhận ra. B đúng là ngốc quá đi.

バイト先の新人は最初から誰にでもためロで、なれなれしいと
思われていた。しかし、お客さんとも気さくに話し、誰とでも
すぐに打ち解けることができるので、今ではムードメーカーと
して、なくてはならない存在になっている。

681	ためロ	名 casual speech/讲话不客气(不使用敬语)/cách nói suồng sã
682	なれなれしい	イ over-familiar/自来熟/suồng sã, thân thiết quá mức
683	気さくな	ナ affable/直爽的/cởi mở, thân thiện
684	打ち解ける	動2自 talk heart-to-heart/打成一片/mở lòng

Initially, we thought the casual speech of the new guy at my part-time job meant he was
being over-familiar. But these days, he really lifts the mood because he talks so affably with
customers and can easily talk heart-to-heart with anyone./店里新来的兼职一开始不管和谁讲
话都不客气，大家都认为他很自来熟。但他对客人说话也很直爽，无论是谁都能打成一片。现
在已经成为带动气氛的存在，不能失去的人。/Người mới ở chỗ làm thêm ngay từ đầu đã nói
chuyện suồng sã, thân thiết quá mức với bất kỳ ai. Nhưng vì nói chuyện với khách cũng cởi
mở, có thể mở lòng với bất kỳ ai ngay lập tức nên bây giờ trở thành người không thể thiếu
với tư cách người pha trò.

しゅうとは晩年、残された時間をしゅうとめと2人で楽しんで
いたそうだ。しゅうとの誠実な人柄から、2人の時間を大切に
したかったのではないかと想像し、温かい気持ちになった。

685	しゅうと	名 father-in-law/公公/bố vợ/chồng
686	晩年	名 final years, later years/晚年/những năm cuối đời, xế bóng
687	しゅうとめ	名 mother-in-law/婆婆/mẹ vợ/chồng
688	誠実な	ナ sincere/真诚的/thành thật
689	人柄	名 personality/性格/tính cách, tính người

In their later years, my father-in-law apparently enjoyed his remaining time together with my mother-in-law. I imagine his sincere personality made him want to cherish the time they had together, which warmed my heart./晚年的公公和婆婆2个人开心的共度余生。公公的性格真诚。我一想象他是想重视2个人的时间，我的心里就很温暖。/Nghe kể bố mẹ chồng tôi đã có khoảng thời gian còn lại vào những năm cuối đời rất vui vẻ với nhau. Tưởng tượng người có tính cách thành thật như bố chồng thì hẳn là ông rất trân quý thời gian của 2 người họ, tôi cảm thấy rất ấm lòng.

🔊 147

A：やっぱり部長、秘書と<u>不倫して</u>たらしいよ。先月のパーティで<u>親密</u>な関係になったんだって。

B：ええ！偉そうなことを言いながら不倫だなんて<u>軽蔑</u>しちゃうな。秘書を<u>いやらしい</u>目で見てたんじゃないかと思うと吐き気がするよ。奥さんとは離婚だろうね。

A：それは分からないよ。<u>当人</u>同士が決めることだからね。

690	不倫[する] ふりん	名 動3自 immorality, have an affair/外遇[出轨]/sự ngoại tình, ngoại tình
691	親密な しんみつ	ナ intimate/亲密的/thân mật
692	軽蔑[する] けいべつ	名 動3他 scorn, despise/瞧不起[瞧不起]/sự khinh thường, khinh thường
693	いやらしい	イ lecherous/猥琐/bậy bạ, khó chịu
694	当人 とうにん	名 person in question, those involved/当事者/đương sự

A: I knew it. I heard the boss was having an affair with his secretary. They got intimate at the party last month. B: What?! I despise the fact that he is having an affair while acting so arrogantly. It makes me nauseous to think he's been ogling his secretary in a lecherous way. He and his wife will probably get divorced. A: I don't know about that. That's for those involved to work out./A: 听说部长果然和秘书出轨了呢。据说是在上个月的派对发展到亲密关系的。 B: 诶！？平常一副很了不起的样子竟然有外遇，真令人瞧不起。我一想到他说不定用猥琐的眼神看着秘书，我就想吐。夫人会和他离婚吧。 A: 这就不知道了，这是当事者才能决定的。/A: Quả đúng là hình như trưởng phòng ngoại tình với thư ký đấy. Nghe nói họ có quan hệ thân thiết từ bữa tiệc tháng trước. B: Hả!? Miệng thì nói lời hay ho mà ngoại tình thì tôi khinh. Cứ nghĩ đến việc nhìn thư ký bằng ánh mắt bậy bạ là thấy muốn ói rồi. Chắc sẽ ly hôn với vợ chứ nhỉ. A: Chuyện đó thì tôi không biết. Chuyện đương sự giải quyết với nhau mà.

🔊 148

A：CさんとDさんの喧嘩だけど、それとなく双方に話を聞い
てみたら、微妙に食い違っていたんだよね。

B：それで仲直りに時間がかかってるのか。これ以上2人の関
係がこじれる前に、4人で会って話をした方がよさそうだ
ね。

A：そうだね。2人とも強情なところがあるし、それがいい。

695	それとなく	副 casually, indirectly/暗中/một cách gián tiếp
696	双方 そうほう	名 both sides, both parties/双方/đôi bên, song phương
697	食い違う く ちが	動1自 disagree/分歧/khác nhau, không khớp nhau
698	こじれる	動2自 get complicated, get worse/恶化/xấu đi, trở nên nghiêm trọng
699	ⓓ こじらせる	動2他 make things more complicated/扭曲/làm cho xấu đi
700	強情な ごうじょう	ナ stubborn/倔强的/cố chấp, bướng bỉnh

A: Ms. C and Mr. D were quarrelling, but when I indirectly asked both sides about it, I found they'd had a slight disagreement. B: Is that why it's taking so long for them to make up? The four of us should meet up and talk before things get any more complicated. A: Yes, they both have a stubborn streak. So that's a good idea./A: 我暗中去打听了C和D吵架的事，但双方说的有点分歧。B: 所以他们这么久都还没有和好呀。在他们2个人的关系恶化下去之前，还是4个人见一次面谈一下比较好吧。A: 也是。那2个人都有点倔强。我觉得这样比较好。/A: Vụ cãi nhau giữa C và D á, tớ đã thử nghe chuyện cả đôi bên một cách gián tiếp thì thấy hơi khác nhau. B: Cho nên mới mất thời gian để làm hòa à? Trước khi mối quan hệ của 2 người trở nên xấu hơn nữa thì xem ra cả 4 người cùng gặp nhau nói chuyện thì tốt hơn nhỉ. A: Đúng nhỉ, cả 2 đều có chỗ cố chấp nên làm vậy tốt hơn.

🔊 149

人間は10歳くらいまでに人格が形成されると言われています。
その時期に最も影響を与えるのが、親との関係性と環境です。
親であるみなさんは、普段から子どもの手本となるよう振る舞
いましょう。そして何より、大らかな気持ちで子どもと接する
ことが大切です。

701	人格 じんかく	名 character/品性/nhân cách
702	振る舞う ふ ま	動1自 behave/表現/cư xử, ứng xử
703	大らかな おお	ナ generous/豁达/bao dung, rộng lượng

They say that a person's character is formed by the age of about 10. The most influential factors during this period are the child's relationship with their parents and the environment. As a parent, you should always behave in a way that sets a good example for your children. Above all, it is important to be generous in your interactions with children./据说人类大概到10岁左右，就会形成一个人的品性。而这段时期影响最大的，就是和父母的关系和环境。身为父母的各位，平常一定要表现出孩子们的模范。而且最重要的，就是要以豁达的心胸来接触孩子。/Người ta cho rằng nhân cách con người được hình thành cho đến khoảng 10 tuổi. Thứ ảnh hưởng nhất trong thời kỳ ấy là mối quan hệ với cha mẹ và môi trường. Thường ngày, bậc cha mẹ là quý vị đây hãy cư xử sao cho là hình mẫu của con cái. Và hơn bất kỳ điều gì, quan trọng là tiếp xúc với con bằng thái độ bao dung.

◀) 150

A先輩は悪気なく無神経な発言で人を傷つけることがあるので、
せんぱい わるぎ むしんけい はつげん ひと きず
みんな困っていた。だからと言って、本人に指摘するのはみん
こま ほんにん してき
なためらっていたのだが、今年入ってきた後輩が注意してくれ
ことしはい こうはい ちゅうい
て、改善された。先輩に注意できるなんて、後輩の勇気に恐れ
かいぜん せんぱい ちゅうい こうはい ゆうき おそ
入った。
い

704	無神経な む しんけい	ナ insensitive/少根筋/vô ý, vô tâm
705	ためらう	動1他 hesitate/犹豫/do dự, chần chừ
706	恐れ入る おそ い	動1自 be amazed/佩服/xin lỗi, cảm ơn, dám

Although he's not malicious, Mr. A sometimes hurts people with his insensitive remarks and it causes trouble for everyone. We all hesitated to point this out to him, but a junior employee who joined the company just this year warned him, and he improved. I was amazed at the courage of the junior to speak that way to a senior employee./A前辈是个毫无恶意但能说出伤害人，少根筋发言的人，大家都因此困扰。但就算这样，大家也很犹豫要不要提醒他。结果今年新进的后辈一提醒他就改过了。竟然敢提醒前辈，我很佩服后辈的勇气。/Đàn anh A có khi làm tổn thương người khác vì những phát ngôn vô tâm, không có ác ý nên mọi người rất phiền. Dù vậy mọi người lại do dự việc chỉ ra cho người ấy nhưng năm nay, có cậu đàn em mới vào đã nhắc nhở giúp nên tình hình đã được cải thiện. Để có thể nhắc nhở đàn anh như thế thì đàn em cũng phải dũng cảm lắm mới dám nói.

🔊 151

本日はお忙しいところ<u>告別式</u>にご<u>参列</u>くださり誠にありがとうございました。<u>故人</u>に代わりお礼申し上げます。今後も故人同様お付き合いくださいますよう<u>何卒</u>よろしくお願いいたします。

707	告別式 こくべつしき	名 funeral ceremony, memorial service/丧礼/lễ cáo biệt
708	参列[する] さんれつ	名 動3自 attendance, attend/参加[参加]/sự tham gia, tham dự
709	故人 こじん	名 deceased, departed/故人/người đã khuất
710	何卒 なにとぞ	副 kindly (formal)/请/rất mong (nhấn mạnh)

Thank you very much for taking time out of your busy schedules to attend the memorial service today. On behalf of the departed, I would like to thank you. We hope that you will kindly continue to be a friend to us, just as you were to the departed./百忙之中，感谢各位来参加丧礼。我代替故人向大家致谢。今后也请各位像对待故人一样和我们保持联系。请务必多多关照。/Chân thành cảm ơn quý vị tuy bận rộn nhưng đã tham dự lễ cáo biệt. Thay mặt người đã khuất, tôi xin gửi lời cảm ơn đến quý vị. Từ nay về sau, chúng tôi mong nhận được sự giúp đỡ của quý vị như đã từng với người đã khuất.

🔊 152

Ａ：私がＢさんだけに話したあのこと、この前の飲み会でみんなに話したそうですね。<u>プライベート</u>なことまで言うなんて…。<u>侮辱</u>してますよ。

Ｂ：<u>面目</u>ない。かなり酔ってて記憶も<u>あやふや</u>なんだ…。酔って話すなんて<u>軽率だった</u>と思う。本当にごめん。

711	プライベートな	ナ private/隐私/riêng tư
712	侮辱[する] ぶじょく	名 動3他 contempt, insult/侮辱[侮辱]/sự sỉ nhục, sỉ nhục
713	面目 めんぼく	名 dignity, grace/脸/sĩ diện
714	あやふやな	ナ hazy, vague/模糊不清/mơ hồ, mập mờ
715	軽率な けいそつ	ナ thoughtless/草率的/khinh suất

A: I heard that you told everyone at drinks the other night what I'd told you in confidence. I can't believe you spoke about something so private... It's an insult. B: I disgraced myself. I was very drunk and my memory is hazy... It was thoughtless of me to get so drunk and speak like that. I'm really sorry./A: 听说上次你在聚餐时把我只对你说的事说出去了，还说了我的隐私…。这是对我的侮辱。B: 我很惭愧，喝醉酒就这么草率的说出去…。当时我醉到记忆都模糊不清了…。真的很对不起。/A: Nghe nói trong buổi tiệc lần trước, B đã nói cho mọi người nghe chuyện mà tôi chỉ nói với B thôi phải không? Sao đi nói cả chuyện riêng tư....B đang sỉ nhục tôi đấy. B: Tôi thật không còn mặt mũi nào. Tôi say quá nên trí nhớ mơ hồ ... Say xỉn rồi kể ra thì đúng là khinh suất thật. Tôi thật xin lỗi.

🔊 153

前社長は<u>生真面目で</u>、仕事中全く笑わないので、<u>冷淡な</u>人だと思っていた。しかし、実は社員の<u>身の上</u>話を聞いたり、事情によってはお金を<u>融通して</u>くれたり、<u>情け深い</u>人だったと、退職してから知った。

716 ☐	生真面目な きまじめ	ナ serious/认真严肃/rất nghiêm túc
717 ☐	冷淡な れいたん	ナ cold-hearted/冷淡/lạnh lùng, lãnh đạm
718 ☐	身の上 み うえ	名 personal circumstances/身世/hoàn cảnh
719 ☐	融通[する] ゆうずう	名 動3他 loan, lend/融资[融资]/sự cho vay, cho vay, ứng tiền
720 ☐	情け深い なさ ぶか	イ compassionate/重感情/giàu tình cảm

I thought our former company president was cold-hearted because he was so serious and never smiled at work. However, after I left the company, I learned that he was actually a compassionate person who asked about the personal circumstances of his employees and, depending on the situation, even offered to lend them money./前董事长是个认真严肃的人。工作时也完全不笑，我以为他是位冷淡的人。但我退职后才知道，其实他会倾听员工的身世，遇到困难还会融资金钱给员工，是位重感情的人。/Giám đốc cũ rất nghiêm túc, chẳng hề nở nụ cười khi làm việc nên tôi cứ ngỡ đó là con người lạnh lùng. Nhưng thật ra, sau khi thôi việc tôi mới biết đó người giàu tình cảm, biết lắng nghe hoàn cảnh của nhân viên, có khi còn ứng tiền tùy trường hợp.

🔊 **154**

> 再三注意したにも関わらず、部下がまた同じミスをした。ミスのたびに一緒に頭を下げ、何度も助言を与えてきたが、もうかばいきれない。本当にうんざりする。

721 □	**再三** さいさん	副 over and over again/再三/nhiều lần, hết lần này đến lần khác
722 □	**助言[する]** じょげん	名 動3他 advice, advise/建议[建议]/lời khuyên, khuyên
723 □	**かばう**	動1他 cover for/包庇/bao che
724 □	**うんざり（と）**	副 tiresome/厌烦(了)/chán ngấy, ngán ngẩm

There's a junior employee who has just made the same mistake, despite me warning him over and over again. Every time he makes a mistake, I have to apologize alongside him, and I have given him advice so many times, but I can't cover for him anymore. I'm finding it really tiresome./我再三的提醒部下，但他还是犯了同样错误。只要一犯错我就和他一起道歉。我已经建议他很多次，已经包庇不下去了。真的很厌烦。/Dù đã nhắc nhở hết lần này đến lần khác, cấp dưới của tôi vẫn phạm cùng một lỗi. Mỗi lần người này phạm lỗi là tôi phải cùng cúi đầu xin lỗi, và khuyên bảo không biết bao nhiêu lần, nhưng tôi không thể nào bao che nữa rồi. Tôi thật sự ngán ngẩm.

🔊 **155**

> 長年片思いだった人とようやく付き合うことができたと思ったら、1週間であっけなく振られてしまった。どうやら一緒にいるときにバイト先の愚痴をずっと言っていたのがよくなかったらしい。別れてから1か月、失恋のショックを今も引きずっている。

725 □	**片思い** かたおもい	名 unrequited love/暗恋/yêu đơn phương
726 □	**あっけない**	イ all too soon/轻易的/chóng vánh, nhanh chóng
727 □	**どうやら**	副 apparently/似乎/xem chừng, dường như
728 □	**愚痴** ぐち	名 complain/抱怨/sự than thở
729 □	**引きずる** ひ	動1他 carry, drag, nurse (an injury)/耿耿于怀/kéo lê, kéo dài

Just when I finally got to go out with someone I'd been in unrequited love for many years, she dumped me all too soon, within a week. Apparently, it was not a good idea for me to constantly complain about my part-time job when we were together. It's been a month since we broke up, and I'm still nursing a broken heart./我好不容易和长年暗恋的对象交往，但一个星期就很轻易的被甩了。已经分手一个月，但失恋的打击我现在还是耿耿于怀。/Cứ tưởng cuối cùng rồi cũng có thể quen với người mà mình đã yêu đơn phương lâu năm, nào ngờ chỉ 1 tuần là tôi bị chia tay một cách chóng vánh. Có vẻ như là khi ở bên nhau mà cứ than thở chuyện ở chỗ làm thêm thì không hay. 1 tháng sau khi chia tay, đến giờ cú sốc thất tình vẫn kéo dài.

◀)) **156**

警察が事件解決に<u>苦心</u>すること１０年。会社員が突然<u>消息</u>を<u>絶った</u>事件の真相がようやく明らかになりそうだ。犯人がついに<u>観念</u>し、別れ話が<u>もつれて</u>殺したと<u>白状した</u>のだそうだ。

730	苦心[する] く しん	名 動3自 effort, struggle/苦心[辛苦]/sự khổ sở, lao tâm khổ tứ
731	消息 しょうそく	名 news, whereabouts/消息/tin tức, liên lạc
732	絶つ た	動1他 break off, go missing/断/mất, đứt
733	観念[する] かんねん	名 動3他 resignation, accept/觉悟[觉悟]/quan niệm, sẵn sàng tinh thần
734	もつれる	動2自 be entangled, be mixed up/纠缠/rối ren
735	白状[する] はくじょう	名 動3他 confession, confess/坦白[坦白]/sự thú nhận, thú nhận

The police were struggling to solve the case for ten years. It looks like the truth behind the missing whereabouts of the company employee will finally come to light. The murderer finally accepted his situation and confessed that he killed the woman because they had gotten mixed up in a breakup./上班族突然断了消息的事件，警方苦心破案10年，好不容易找出真相。凶手终于觉悟，坦白了是因为分手问题纠缠不清杀害的。/10 năm cảnh sát lao tâm khổ tứ với việc giải quyết vụ án. Mãi rồi có vẻ như chân tướng của vụ án mà nhân viên công ty thình lình bặt tăm cũng có thể sáng tỏ. Nghe nói tên tội phạm cuối cùng đã sẵn sàng tinh thần, thú nhận là do rối ren chuyện chia tay nên đã giết người.

🔊 157

A：さっきのプレゼンの感触はどう？

B：かなりいいよ！ みんな興味を持って聞いてくれたし。

A：さすがはBさん。やっぱり他の人とは違うよ。今度から大事なプレゼンのときはぜひBさんの知恵を拝借したいね。

B：いやいや。そんなにおだてても何も出ないよ。

736	感触 かんしょく	名 impression/感觉/cảm giác, ấn tượng
737	拝借[する] はいしゃく	名 動3他 borrowing, borrow/借助[借]/sự tham khảo, hỏi ý kiến
738	おだてる	動2他 flatter/奉承/tâng bốc, nịnh nọt

A: What was your impression of my presentation earlier? B: Pretty good! Everyone was interested and listened closely. A: That's what I thought you'd say! You're really different from the others. In future, I'd like to borrow your wisdom for important presentations. B: No, no, no. You won't get anything out of me, even if you flatter me like that./A: 刚才的发表会感觉怎么样？ B: 我觉得很不错！大家都很有兴趣的在听我说。 A: 不愧是你。还是和其他人不一样。下次有重要的发表会时，我也想借助你的智慧。 B: 没有这回事。你这样奉承我也没好处的哦。/A: Cảm giác buổi thuyết trình lúc nãy thế nào? B: Khá tốt đấy! Ai cũng nghe với vẻ quan tâm. A: Đúng là B. Khác hẳn với những người khác. Những lần thuyết trình quan trọng sắp tới nhất định phải tham khảo ý kiến của B mới được. B: Chà, chà, có tâng bốc tôi lên thì cũng không có được gì đâu đấy.

🔊 158

来る5月2日に新入生歓迎パーティを盛大に行います。まだ話したことのない先輩と距離を縮めるチャンスです。語りに語って、夜を明かしましょう！

739	来る きた	連 upcoming/即将来临/sắp tới, tới
740	盛大な せいだい	ナ magnificent/盛大的/hoành tráng, to lớn
741	縮める ちぢ	動2他 close, reduce/缩短/rút ngắn, thu nhỏ
742	⑩ 縮まる ちぢ	動1自 contract, shrink/收缩/được rút ngắn, thu nhỏ
743	明かす あ	動1他 pass, spend/天明，宵/làm sáng tỏ, thâu (đêm)

On the upcoming May 2nd, we will hold a magnificent welcome party for new students. It's a chance to close the distance with senior students you haven't talked to yet. Let's talk and talk, and pass the night away!/即将来临的5月2日，将盛大的举行迎新派对。这是个和还没说过话的前辈缩短距离的大好机会。让我们通宵畅谈吧！/Ngày 2 tháng 5 sắp tới, chúng ta sẽ tổ chức một bữa tiệc hoành tráng đón sinh viên mới. Đây là cơ hội để rút ngắn khoảng cách với đàn anh chưa từng nói chuyện với nhau. Hãy trò chuyện, trò chuyện thâu đêm nào!

◀)） 159

A：彼女、僕と目が合うと照れたように笑ったり、隣に座ると
　　肩に寄りかかったりしてくるんだけど、気があるのかな。

B：ばかばかしい。あなたが社長だと知ってからそんなことし
　　てくるんだから、下心があるに決まってるじゃない。

C：同感。気をつけた方がいいね。

744	照れる て	動2自 be shy/害羞/bēn lên, ngượng ngùng
745	寄りかかる よ	動1自 lean on/依偎/dựa vào
746	下心 したごころ	名 ulterior/别有用心/ý đồ
747	同感[する] どうかん	名 動3自 sympathy, feel the same way/同感[同感]/sự đồng cảm, có cùng suy nghĩ

A: When her eyes meet mine, she smiles like she's shy. And when I sit next to her, she leans on my shoulder. I wonder whether she's interested in me? B: This is ridiculous. She did that after she found out that you're the company president, so of course she has ulterior motives. C: I feel the same way. You should be careful./她只要一和我对视，就会害羞的笑起来，坐旁边时还会依偎我的肩膀，是不是喜欢我呀。 B: 傻瓜。那是因为知道你是老板，才会这么做的。一定别有用心呀。 C: 同感。你得小心点。/A: Cô ấy, mỗi lần chạm ánh mắt với tớ là cười với vẻ bēn lên, còn ngồi bên cạnh thì dựa vào vai tớ, vậy là có ý hả? B: Điên khùng. Sau khi biết cậu là giám đốc mới làm như thế nên chắc chắn là có ý đồ xấu rồi. C: Cùng suy nghĩ luôn. Cẩn thận vẫn hơn đấy.

🔊 160

仕事を始めた頃、上司に好意を抱いていた私は、いつも上司と一緒にいるＡさんにやきもちを焼き、煙たく思って、２人の邪魔ばかりしていた。数年後、上司から当時の私の行動により、Ａさんが一番大切な存在だと確信したと打ち明けられ、お礼まで言われた。うれしそうに話す上司を見て、きまり悪かったのは言うまでもない。

748	好意 こうい	名 affection/好感/thiện cảm
749	やきもち	名 jealousy/妒忌/sự ghen tị, lòng ghen tuông
750	煙たい けむ	イ awkward, uncomfortable/闷闷不乐/ngột ngạt
751	確信[する] かくしん	名 動3他 certainty, firmly believe/确信[确信]/sự tin chắc, xác tín
752	打ち明ける う あ	動2他 confide, open up/开诚布公/thổ lộ
753	きまり(が)悪い わる	イ ashamed/尴尬/xấu hổ

When I first started working, I had a lot of affection for my boss, and I was jealous of Ms. A, who was always with my boss, and I tried to interfere with the two of them because I felt so awkward. A few years later, my boss confided in me that my behavior at that time made him certain that Ms. A was the most important person in his life, and he even thanked me. Needless to say, when I saw him so happy, I was ashamed of myself./刚开始工作时，对上司有好感的我，很妒忌一直和上司在一起的A，我闷闷不乐，一直阻碍他们。几年后，上司开诚布公的告诉我，当时我的行动让他确信我的存在对他来说才是最重要的，还向我道谢了。我看着开心的上司，就不用说我有多尴尬了。/Thời mới bắt đầu đi làm, tôi có thiện cảm với cấp trên nên lúc nào cũng ghen tị với A là người thường ở bên cấp trên, cảm thấy ngột ngạt nên toàn quấy rầy 2 người họ. Vài năm sau, tôi được cấp trên thổ lộ là nhờ những hành động lúc đó của tôi mà cấp trên xác tín được A là người quan trọng nhất, và tôi còn được nói cảm ơn. Nhìn cấp trên nói chuyện với vẻ sung sướng, không cần nói là tôi xấu hổ thế nào.

🔊 161

妹は中学生のとき、父を拒絶し、話しかけられるとうっとうしそうにしていた。しかし、高校生になり少しずつ言葉を交わすようになった。いい兆候だと思って見守っている。

754	拒絶[する] きょぜつ	名 動3他 denial, reject/拒斥[排斥]/sự từ chối, cự tuyệt, chối bỏ
755	うっとうしい	イ annoyed/烦燥/ủ dột, u sầu
756	交わす か	動1他 exchange/交/trao đổi
757	兆候 ちょうこう	名 sign, symptom/预兆/dấu hiệu, triệu chứng

When my sister was in junior high school, she rejected my father and seemed annoyed whenever he spoke to her. However, when she entered high school, she gradually started to exchange words with him. As I watch over her, I think that's a good sign./妹妹初中时，很排斥父亲，父亲跟她说话也一副很烦躁的样子。但到了高中时逐渐开始有了一点点的交谈。我认为这是个好预兆，守望着他们。/Em gái tôi thời cấp hai đã từ chối bố tôi, mỗi khi bị bắt chuyện là tỏ vẻ ủ dột. Nhưng lên cấp 3, nó chịu nói chuyện từng chút một. Tôi thấy đây là dấu hiệu tốt nên vẫn dõi theo.

🔊 162

中学校時代、人と話すのが苦手だった私は、人前で<u>おどおどし</u>てしまい、それが原因で、ある人物から<u>陰気な</u>奴だとからかわれ、<u>嫌がらせ</u>を受けていた。20年後、私の会社に面接に来たのはその人物だった。世の中とは<u>皮肉な</u>ものだ。

758	おどおどする	動3自 get nervous/战战兢兢/lúng ta lúng túng, sợ sệt
759	陰気な いんき	ナ depressing, gloomy/阴暗的/ủ dột, u ám
760	嫌がらせ[する] いや	名 動3自 harassment, harass/找麻烦[找麻烦]/sự gây phiền, quấy rối
761	皮肉な ひにく	ナ ironic/讽刺/trớ trêu, mỉa mai

In junior high school, I wasn't very good at talking to people, so I always got nervous in front of others. Because of that, I was teased and harassed for being a depressing kind of guy. Twenty years later, the person who had teased me came to my company to interview for a job. The world is an ironic place./中学时期，我不擅长和人交流，只要在人前就会战战兢兢，结果因为这个原因，某个人嘲笑我是个阴暗的家伙，一直找我麻烦。20年后，那个人竟来我公司面试，这个世界真是讽刺呀。/Thời cấp hai, tôi vốn ngại nói chuyện với người khác nên trước mặt mọi người là cứ lúng ta lúng túng, đó là nguyên nhân khiến tôi bị một người trêu chọc là đứa ủ dột và bị quấy rối. 20 năm sau, người đến phỏng vấn ở công ty tôi lại là người đó. Đời đúng là trớ trêu.

🔊 163

> A：Cさん、最近<u>顔つき</u>が変わったよね。今までは怒ってるような厳しい顔つきだったけど、<u>温和に</u>なったというか。
>
> B：そりゃそうだよ。この前子どもさんが生まれたらしいから。
>
> A：あ、だから<u>定時</u>になると<u>いそいそと</u>帰っていくのか。

762	顔つき かお	名 expression, face/神色/nét mặt
763	温和な おんわ	ナ gentle-natured/温和的/ôn hòa
764	定時 ていじ	名 regular time, set time/准时/giờ đã định
765	いそいそ(と)	副 eagerly, joyously/兴冲冲(的)/hớn hở, tíu tít

A: Mr. C's expression has changed recently, hasn't it? He used to look angry and stern, but he's become more gentle-natured. B: Oh, yes. I heard he recently had a baby. A: So that's why he leaves so eagerly at the regular time./A: C先生最近神色变了耶。一直以来都是很严肃的神色，看起来就是在生气，怎么说呢，变温和了？ B: 当然了。听说前阵子他孩子刚出生呢。 A: 啊，所以一到下班时间就兴冲冲的准时回家呀/A: Anh C dạo này nét mặt thay đổi nhi. Trước giờ nét mặt anh ấy khó đăm đăm như đang tức giận, giờ ôn hòa hẳn. B: Thì đúng là vậy rồi. Dạo gần đây, con anh ấy mới chào đời thì phải. A: À, cho nên đến giờ là anh ấy hớn hở ra về.

🔊 164

> Aさんは<u>きちょうめんな</u>性格で、仕事はきっちりしていたが、陰で人の失敗を<u>あざ笑ったり</u>、自分よりできるBさんのことを<u>妬んで</u>、<u>足を引っ張ったり</u>していた。ある日つじつまの合わないAさんの話に<u>違和感</u>を持った上司が、<u>問い詰め</u>、Bさんに謝らせることで、この件の解決を<u>図った</u>。

766	きちょうめんな	ナ methodical/一丝不苟的/cẩn thận, tỉ mỉ
767	あざ笑う わら	動1他 mock/嘲笑/cười nhạo, chế giễu
768	妬む ねた	動1他 envy/嫉妒/ghen tị
769	足を引っ張る あし ひ ば	句 drag down, hold (someone) back/拖后腿/làm vướng chân, cản trở

770 ☐	つじつま	名 consistency/条理/sự gắn kết
771 ☐	違和感 (い わ かん)	名 sense of wrongness/不协调/cảm giác khác lạ
772 ☐	問い詰める (と つ)	動2他 interrogate/逼问/hỏi dồn, gạn hỏi
773 ☐	図る (はか)	動1他 plan, try/企图/hướng đến

Mr. A had a methodical personality and did his job well, but behind people's backs, he mocked their failures and he often dragged down Mr. B, whom he envied for being more capable. One day, the boss, sensing something wrong in the lack of consistency in Mr. A's stories, interrogated him and tried to settle the matter by making him apologize to Mr. B./A 先生的性格一丝不苟，工作也很认真，但会嫉妒比自己能力高的B先生，故意拖后腿，还会在背后嘲笑别人的失败。有一天，上司觉得A先生说的话没有条理，很不协调，逼问他后让他向B先生道歉，企图解决这件事。/Anh A có tính cẩn thận nên làm việc rất kỹ lưỡng, nhưng ở sau lưng lại hay cười nhạo thất bại của người khác, hoặc ghen tị với người làm giỏi hơn mình là B nên cản trở anh ấy. Ngày nọ, cảm giác khác lạ trước câu chuyện không có sự gắn kết của A, cấp trên đã gạn hỏi và hướng đến giải quyết vấn đề này bằng cách buộc anh A xin lỗi anh B.

🔊 165

> この度はアンケートにすでにご回答いただいているとのこと、行き違い（い ちが）があり大変失礼いたしました。アンケートにご協力（きょうりょく）いただいた方（かた）にはプレゼントを進呈（しんてい）しておりますので、早速郵送（さっそくゆうそう）にてお送（おく）りいたします。なお、次回（じかい）キャンペーンについてのご案内（あんない）も同封（どうふう）しておりますので、ぜひご覧（らん）ください。

774 ☐	行き違い (い ちが)	名 discord, misunderstanding/相左/sự hiểu lầm, sự không khớp nhau
775 ☐	進呈[する] (しんてい)	名 動3他 presentation, present/奉送[奉送]/sự tặng, tặng
776 ☐	同封[する] (どうふう)	名 動3他 enclosing, enclose/附[附上]/sự gửi chung, gửi chung, gửi kèm

We understand that you have already answered our survey, and we are very sorry for the misunderstanding in communication. Those who have completed the survey will be presented with a gift as soon as possible by mail. Also, please refer to the enclosed information about our next campaign./此次的问卷调查您已回复。造成您的误解真的很抱歉。协助我们的问卷调查都会奉送赠品，已邮寄。也同时附上下回活动的介绍，请您过目。/Cảm ơn quý vị vừa qua đã trả lời khảo sát và vô cùng xin lỗi về việc không khớp nhau này. Chúng tôi xin phép tặng quà cho quý vị đã hợp tác trả lời khảo sát nên sẽ sớm gửi bưu điện cho quý vị. Xin lưu ý là chúng tôi gửi chung bản giới thiệu đợt khuyến mãi lần tới, rất mong quý vị xem qua.

119

🔊 166

A：この武将、荒っぽい性格で有名だけど、実は部下の家族のことを思いやる優しい側面もあったらしいよ。

B：へえ！ 誰にも隙を見せられないだろうから、優しさよりも厳しさが勝っていたんだろうね。

A：最後は味方に欺かれて死んでしまったし、切ないよね。だからこそ、彼の人気は今でも健在なのかもしれないけど。

777	武将 ぶしょう	名 military commander/武将/võ tướng
778	荒っぽい あら	イ coarse, harsh/粗野/thô lỗ
779	思いやる おも	動1他 be considerate, care for/体贴/thông cảm, quan tâm
780	＋思いやり おも	名 consideration/体恤/sự chu đáo
781	側面 そくめん	名 aspect, side/另一面/mặt, bên
782	隙 すき	名 vulnerability, weak spot/机, 缝隙/kẽ hở
783	欺く あざむ	動1他 deceive/欺骗/lừa gạt
784	健在な けんざい	ナ going strong/仍然, 建在/khỏe mạnh, tình trạng tốt, được duy trì

A: That military commander was famous for his coarse personality, but I've heard he actually had a gentle side and he cared for the families of his men. B: Heh! He could never let anyone see that vulnerability, so I suppose his harshness prevailed over his gentleness. A: In the end, he was deceived by his allies and died. It's sad. Maybe that's why his popularity is still going strong, though./A: 这位武将以性格粗野而远近闻名，但据说其实也很体贴部下的家人，有很温柔的另一面。 B: 是哦！ 可能为了让别人无法有机可乘，相比温柔，更胜过于表现的严肃一点吧。 A: 最后还被自己人欺骗亡，真的好难过。说不定就是因为这样，他到现在仍然很受欢迎呢。/A: Người võ tướng này nổi tiếng là tính tình thô lỗ nhưng nghe nói cũng có mặt tử tế biết quan tâm đến gia đình của thuộc hạ đấy. B: Ố! Có lẽ vì không thể để cho bất kỳ ai thấy kẽ hở nên phần nghiêm khắc lấn át phần hiền lành nhỉ. A: Cuối cùng lại bị đồng minh lừa chết, đúng là khổ nhỉ. Có lẽ chính vì vậy mà đến giờ sức hút của ông ta vẫn được duy trì.

年中行事・文化
ねん ちゅう ぎょう じ ぶん か

Annual Events & Culture /
全年节日・文化 /
Các sự kiện trong năm – Văn hóa

No. 785-830

🔊 167

2019年5月1日に令和元年が始まり、皇位を継承する儀式が
行われた。従来の儀式を再現しつつも、時代に合わせて少しず
つ変えられている。

785 ☐	元年 がんねん	名 first year/元年/năm niên hiệu
786 ☐	継承[する] けいしょう	名 動3他 succession, succeed to/继承[继承]/sự kế thừa, kế tục
787 ☐	儀式 ぎしき	名 ceremony/仪式/nghi lễ
788 ☐	従来 じゅうらい	名 副 convention, traditionally/传统/truyền thống, từ trước đến nay
789 ☐	再現[する] さいげん	名 動3他 reproduction, re-enact/重现[重现]/sự tái hiện, tái hiện

The first year of the Reiwa era began on May 1, 2019, with the ceremony of succession to the Imperial Throne. The traditional ceremonies were re-enacted, but were slightly changed to suit the times./从2019年5月1日开始了令和元年。也举行了皇位继承仪式。重现了传统的仪式，但也随着时代在逐渐改变。/Ngày 1 tháng 5 năm 2019, năm niên hiệu Reiwa bắt đầu, nghi lễ kế thừa ngôi vị được tiến hành. Tuy tái hiện nghi lễ từ trước đến nay nhưng cũng được thay đổi từng chút một cho phù hợp với thời đại.

🔊 **168**

70年間イギリス<u>君主</u>であり、英国国教会の最高<u>権威</u>者でもあったエリザベス2世が2022年9月8日に亡くなった。ウィンザー城の<u>神聖</u>な場所に<u>葬られ</u>、世界中の人々が悲しみ、<u>名残</u>を<u>惜し</u>んだ。

790	君主 くんしゅ	名 monarch/君主/quân chủ
791	権威 けんい	名 authority/权威/quyền uy
792	神聖な しんせい	ナ hallowed, sacred/神圣的/thiêng liêng
793	葬る ほうむ	動1他 lay to rest/埋葬, 安葬/chôn cất
794	名残 なごり	名 end, passing/惜别/nỗi buồn chia tay, sự lưu luyến
795	惜しむ お	動1他 regret/可惜, 不舍/tiếc thương

Elizabeth II, the British monarch for 70 years and the supreme authority of the Church of England, died on September 8, 2022. She was laid to rest in the hallowed grounds of Windsor Castle, where people around the world mourned and regretted her passing./英格兰教会最高权威者，在位英国君主70年的伊丽莎白二世在2022年9月8日过世。被安葬于神圣的温莎堡。全世界的人们因此悲伤，恋恋不舍。/Elizabeth đệ Nhị là người nắm quyền tối cao trong Giáo hội Anh quốc, là quân chủ nước Anh 70 năm, đã từ trần vào ngày 8 tháng 9 năm 2022. Bà được chôn cất tại nơi thiêng liêng trong lâu đài Windsor, người người trên thế giới đã tiếc thương chia tay bà.

🔊 **169**

元アメリカ大統領は「<u>寛容</u>な心と<u>気品</u>、そして<u>絶え間</u>ない勤勉さが表れた統治だった」と振り返った。女王の<u>しとやかな</u>振る舞いやユーモアに長けた語りは、国民から愛されており、亡くなってから1年が経った今も、死を惜しむ声が<u>尽きない</u>。

796	寛容な かんよう	ナ generous/宽容的/bao dung, khoan dung
797	気品 きひん	名 grace/气质/phẩm cách cao quý
798	絶え間 たま	名 cessation, pause/间隔/sự gián đoạn

799 ☐	しとやかな	ナ graceful/端庄/nhã nhặn
800 ☐	尽きる つ	動2自 end, be exhausted/停止/cạn kiệt, hết

The former U.S. president reflected, "Hers was a reign of generous spirit, grace, and diligence without pause." The Queen's graceful demeanor and humorous narrative were loved by her people, and even now, one year after her death, there is no end to the outpouring of regret over her passing./前美国总统回顾说 "在她的统治中，有宽容之心和气质。并且还有间隔不断的勤奋。" 女王端庄的举止和充满幽默的话语，一直受国民爱戴。就算过世已经1年，惜别的声音还是不会停止。/Nguyên tổng thống Hoa Kỳ đã nhắc lại: "Người đã có thời gian điều hành đất nước thể hiện tấm lòng bao dung, phẩm cách cao quý và sự cần mẫn không ngừng". Phong thái nhã nhặn và cách nói chuyện đầy hài hước của nữ hoàng được người dân yêu mến, đến nay dù đã 1 năm trôi qua kể từ khi nữ hoàng mất, những lời tiếc thương trước cái chết của nữ hoàng vẫn không dứt.

🔊 170

しきたりを重んじる日本には、昔から続いている慣習や事柄が
たくさんある。9月の夜に満月を見るのもその一つだ。古代は
宮殿で行われていたが、その後人々の間で広く行われるように
なった。

801 ☐	しきたり	名 tradition/传统/phong tục
802 ☐	重んじる おも	動2他 respect, venerate/重视/xem trọng
803 ☐	慣習 かんしゅう	名 custom/习惯/tập tục
804 ☐	事柄 ことがら	名 practice/事项/sự kiện
805 ☐	満月 まんげつ	名 full moon/满月/trăng rằm
806 ☐	古代 こだい	名 ancient times/古代/thời cổ đại
807 ☐	宮殿 きゅうでん	名 palace/宫廷/cung điện

Japan venerates its traditions, and has many customs and practices that have been followed through the ages, such as viewing the full moon on September nights. In ancient times, this was done in palaces, but later it became widely practiced among common people./在重视传统的日本，有很多从以前就有的习惯事项。像在9月夜晚欣赏满月也是其中之一。据说在古代，是只有宫廷才有的行为，之后广为世人所知，持续至今。/Nhật Bản vốn xem trọng phong tục nên có rất nhiều tập tục và sự kiện được tiếp diễn từ xưa. Việc ngắm trăng rằm vào đêm tháng 9 cũng là 1 trong những tập tục đó. Thời cổ đại người ta tổ chức ở cung điện nhưng về sau được tổ chức rộng rãi trong dân chúng.

🔊 **171**

正月は、家族が一年間健やかに過ごせるよう、家内安全の神様
が祭られている神社に家族で参拝した。

808	健やかな すこ	ナ healthy/健康/khỏe mạnh
809	祭る まつ	動1他 enshrine/祭拜, 供奉/thờ cúng
810	参拝[する] さんぱい	動3自 visit, worship/参拝[参拜]/sự viếng, cúng bái

On New Year's Day, my family visited a shrine where the god of household safety is enshrined to ensure that the family stays healthy throughout the year./新年我们一家人去了供奉家内安全的神的神社。希望全家人可以健康的度过新的一年。/Ngày Tết, gia đình chúng tôi đã đi viếng đến thờ Thần đạo có thờ thần bảo vệ gia đình để cả gia đình có được một năm khỏe mạnh.

🔊 **172**

12月31日の夜が更けると、僧は釣鐘を巧みに108回ついた。
その厳かな音を聞くと、汚らわしい気持ちが無くなるようだ。
また、この寺では、正月に重要文化財の仏像が特別に公開され
るので、楽しみだ。

811	更ける ふ	動2自 deepen, get late/深/về đêm
812	僧 そう	名 priest/僧侶/tăng, sư thầy
813	釣鐘 つりがね	名 temple bell/吊钟/chuông chùa
814	巧みな たく	ナ skillful/巧妙的/khéo léo, tinh tế, tài tình
815	厳かな おごそ	ナ solemn/庄严/nghiêm cẩn, khắt khe
816	汚らわしい けが	イ filthy, impure/肮脏/cẩu thả, dơ bẩn, xấu xí
817	文化財 ぶんかざい	名 cultural asset/文物/tài sản văn hóa
818	仏像 ぶつぞう	名 Buddha statue/佛像/tượng Phật

As night deepened on December 31st, the priest skillfully struck the temple bell 108 times. Hearing the solemn tones of the bell, I felt like any impure feelings were washed away. I'm also looking forward to seeing an important cultural asset, a Buddha statue, which will be specially exhibited at this temple on New Year's Day./12月31日到了深夜，僧侣巧妙的敲了108次吊钟。一听见这庄严的声响，感觉心里面肮脏的东西都被清除了。还有在过年期间，这座庙庙会特别公开作为重要文物的佛像，好期待哦。/Về đêm 31 tháng 12, sư thầy sẽ gióng 108 hồi chuông một cách khéo léo. Khi nghe âm thanh đấy nghiêm cẩn đó, những cảm xúc xấu xí như biến mất. Ngoài ra, ở ngôi chùa này vào ngày Tết còn đặc biệt trưng bày công khai tượng Phật là tài sản văn hóa quan trọng nên tôi rất mong chờ.

🔊 173

今年の彼岸も慣例通り、郷土にある寺に参り、線香に点火し、
念仏を唱えた。しかし、これは日本固有の風習で、元来彼岸とは、
悟りを開くための修行を行う期間だそうだ。

819	慣例 かんれい	名 custom/老规矩/thông lệ
820	郷土 きょうど	名 hometown/乡土/quê hương, cố hương
821	点火[する] てんか	名 動3他 ignition, light/点火[点火]/sự châm lửa, thắp
822	唱える とな	動2他 chant/念/tụng, niệm
823	固有 こゆう	名 unique characteristic/固有/cố hữu, truyền thống
824	風習 ふうしゅう	名 custom, practice/风俗/phong tục
825	元来 がんらい	副 essentially, originally/原来/vốn dĩ, thuộc về bản chất
826	修行[する] しゅぎょう	名 動3他 asceticism, practice asceticism/修行[修行]/sự tu hành, tu hành

This year too, as is my custom, I visited a temple in my hometown for the equinox. I lit incense and chanted Buddhist prayers. This practice is a unique characteristic of Japan. Originally, the equinox was a period for practicing asceticism to attain enlightenment./今年的彼岸（日本的清明节）也是老规矩，去参拜乡土寺庙，点香念经。但这是日本固有的风俗，据说彼岸原来是指为了醒悟而修行的期间。/Tuần xuân phân và thu phân năm nay cũng như thông lệ, tôi đi viếng chùa ở quê, thắp nhang và niệm Phật. Nghe nói đây là phong tục cố hữu của Nhật Bản, vốn dĩ tuần xuân phân và thu phân là thời gian tu hành để giác ngộ.

🔊 174

私は<u>人情</u>にあふれた優しい町で育った。正月には近所の人たち
で集まり、食事をしながら新年の<u>抱負</u>を語ったり、お酒を飲ん
だりしていた。あの<u>和やかな</u>空気は今でも<u>ありありと</u>思い出せ
る。

827 ☐	人情 にんじょう	名 human feeling/人情味/tình người
828 ☐	抱負 ほうふ	名 aspiration, resolution/抱负/hoài bão
829 ☐	和やかな なご	ナ friendly/和气/êm đềm, ôn hòa, thân thiện
830 ☐	ありありと	副 distinctly, vividly/历历/hiển hiện, rõ như in

I grew up in a warm town full of human feeling. On New Year's Day, neighbors would get
together for a meal, talk about their New Year's resolutions, and have a few drinks. I can still
vividly remember that friendly atmosphere./我在很有人情味的城市长大。过新年时附近邻
居会聚集一堂，边吃饭边喝酒边说出新年的抱负。那种和气氛围至今历历在目。/Tôi lớn lên
ở một thị trấn hiền lành đầy ắp tình người. Vào ngày Tết, hàng xóm tụ tập cùng nhau dùng
bữa, uống rượu, và nói về những hoài bão trong năm mới. Đến bây giờ tôi vẫn nhớ rõ như in
bầu không khí êm đềm đó.

Topic 11
スポーツ

Sports / 运动 / Thể thao

No. 831-963

◀)) 175

折り返し地点までは力を抑えて走ったが、それでも後半は少し
ばててきてしまった。しかし観衆の方からたくさん声援をもら
い、気力で走り切ることができた。

831	折り返し お かえ	名 turnaround/折回/sự quay lại
832	＋折り返す お かえ	動1自 double back, repeat/返回/quay lại
833	抑える おさ	動2他 keep in check/抑制/kiềm chế
834	ばてる	動2自 get exhausted/乏力/xuống sức, mệt
835	観衆 かんしゅう	名 spectator/观众/khán giả
836	気力 きりょく	名 energy/毅力/tinh thần, sức lực

Up to the turnaround point, I kept myself in check as I ran, but despite this, in the second
half I got a bit exhausted. However, I received a lot of cheering from the spectators, and I was
able to finish the race with good energy./到折回地点都是抑制着体力跑的，尽管如此，后半还
是乏力了。但观众给了我很多声援，我用毅力跑完全程。/Cho đến điểm quay lại, tôi đã chạy
giữ sức nhưng dù như thế thì nửa sau vẫn hơi xuống sức một chút. Nhưng nhờ tiếng cổ vũ
của đông đảo khán giả, tôi đã chạy hết đường đua bằng tinh thần.

127

◀)) 176

[ボクシング] 井上選手は一度ダウンを奪われたものの、それ以降は反撃に転じ、優勢に試合を進めた結果、多くの人の予想を覆し、判定で勝利した。

837 □	ダウン[する] 	名 動3自 down, knock down/倒下, KO/sự ngã, đánh gục
838 □	反撃[する] はんげき	名 動3他 counterattack, counterattack/反击[反击]/phản công
839 □	優勢な ゆうせい	ナ dominant/优势的/ưu thế
840 □	覆す くつがえ	動1他 overturn/颠覆/lật đổ
841 □	判定[する] はんてい	名 動3他 decision, decide/判定[判定]/sự phán quyết, phán xử

[Boxing] Inoue was knocked down once, but went on the counterattack and fought a dominant fight, winning by decision and overturning many people's expectations./　[拳击] 的井上选手, 虽然一度被KO, 但从那以后开始反击, 颠覆了很多人的预测, 比赛进行的很有优势, 结果判定获胜。/[Đấm bốc] Võ sĩ Inoue từng bị đánh gục một lần nhưng kể từ đó, anh chuyển sang phản công và kết quả của việc đưa trận đấu đến chỗ chiếm ưu thế, anh đã lật đổ dự đoán của nhiều người và giành thắng lợi nhờ phán quyết.

◀)) 177

ボディビルダーの頂点を決めるボディビル大会では、「技」ともいえるさまざまなポーズを見せ、肉体の迫力を競う。近年その人気は高まっており、芸能人にもボディビルをやっている人をよく見るようになった。

842 □	頂点 ちょうてん	名 peak, top/顶尖/đỉnh cao
843 □	技 わざ	名 technique/技术/chiêu thức
844 □	肉体 にくたい	名 physical body/肉体/cơ bắp, thân thể
845 □	迫力 はくりょく	名 power, strength/魄力/sức mạnh, sức hút
846 □	芸能人 げいのうじん	名 celebrity/艺人/nghệ sĩ

At bodybuilding competitions held to determine the top bodybuilders, contestants display a variety of poses that can be called "techniques" to compete on the strength of their physical bodies. The sport's popularity has been growing in recent years, and it is now common to see celebrities doing bodybuilding as well./在决定顶尖健美运动员的健美比赛中，竞技方式为要摆各式各样被称为"技术"的姿势来表现肉体的魅力。近年人气高涨，最近还常看见艺人都在健美。/Ở giải vô địch thể hình để chọn ra đỉnh cao của vận động viên thể hình, các vận động viên đã trình diễn nhiều tư thế có thể gọi là "chiêu thức" và cạnh tranh sức mạnh cơ bắp. Những năm gần đây, bộ môn này được nhiều người yêu thích và ta có thể thấy trong giới nghệ sĩ cũng có nhiều người tập thể hình.

◀)) 178

［サッカー］試合は前半終了間際、こぼれ球に<u>とっさに</u>反応した佐藤選手がゴールを決めて<u>先制した</u>。後半は<u>守備</u>に回ることが多く、<u>はらはら</u>する展開だったが、最後まで相手チームに<u>得点</u>を許さず、なんとかチームの<u>連敗</u>を<u>阻止した</u>。

847 ☐	とっさに	副 immediately/立刻/ngay lập tức, tức thì
848 ☐	先制[する] せんせい	名 動3自 head start, take the lead/先制攻击[先制攻击]/sự dẫn trước, dẫn trước
849 ☐	守備[する] しゅび	名 動3他 defense, defend/防守[防守]/sự phòng thủ, phòng thủ
850 ☐	はらはら(と)	副 thrilling/胆战心惊(的)/kịch tính, thót tim
851 ☐	得点[する] とくてん	名 動3自 scoring, score/得分[得分]/điểm số, ghi bàn
852 ☐	連敗[する] れんぱい	名 動3自 consecutive defeat, lose successively/连败[连败]/sự thất bại liên tiếp, thua liên tiếp
853 ☐	阻止[する] そし	名 動3他 prevention, prevent/阻止[阻止]/sự ngăn chặn, ngăn chặn

[Soccer] Just before the end of the first half, Sato reacted immediately to a fumbled ball and scored a goal to take the lead. The second half had some thrilling developments, as the team was often on the defense, but they managed to prevent consecutive defeat by not allowing the other team to score until the very end./ [足球] 比赛在前半场要结束时，佐藤选手看见漏球立刻反应踢进球门，取得先制攻击。后半大部分都转为防守，虽然有很多胆战心惊的过程，但直到最后也没让对手得分，好不容易阻止了球队的连败。/[Bóng đá] Ngay trước khi hiệp 1 kết thúc, cầu thủ Sato đã phản ứng ngay lập tức trước trái bóng đang lăn tới và ghi bàn vào lưới giúp đội nhà vượt lên dẫn trước. Hiệp 2 phần lớn là xoay quanh phòng thủ, diễn biến kịch tính nhưng cho đến tận cuối trận đấu, đội Nhật vẫn không để đối thủ ghi bàn, toàn đội đã ngăn được thất bại liên tiếp.

🔊 **179**

バスケットボールでは、ゴールが外れたとき、先にボールに<u>接触</u>するか、<u>キャッチする</u>ことが重視される。有名な漫画にも「<u>リバウンド</u>を<u>制する</u>者は試合を制す」という言葉が出てくるほどだ。

854 ☐	**接触**[する] せっしょく	名 動3自 contact, make contact/触碰[触碰]/sự tiếp xúc, tiếp xúc
855 ☐	**キャッチ**[する]	名 動3他 catch, catch/接[接到]/sự bắt, bắt được
856 ☐	**リバウンド**[する]	名 動3自 rebound, rebound/篮板球, 反弹[抢篮板球], 反弹]/bóng bật bảng, bật nảy, hồi phục
857 ☐	**制する** せい	動3他 control/控制/điều khiển, chi phối

In basketball, the emphasis is on being the first to make contact with the ball or catch it when a goal is missed. There is even a famous saying that goes, "The one who controls the rebound controls the game."/在篮球中，没进时最重视的，就是谁最先触碰到球，或者接到球。在那本有名的漫画也有着名言"能够控制篮板球的人就能控制比赛"。/Trong bóng rổ, khi bóng ra ngoài rổ thì việc tiếp xúc với bóng hay chụp được bóng trước rất được xem trọng. Đến mức ngay cả bộ truyện tranh nổi tiếng cũng xuất hiện câu "người điều khiển bóng bật bảng sẽ là người điều khiển thế trận".

🔊 **180**

[野球] 私の応援しているチームが今年<u>獲得</u>した山田選手は、身長190cmという恵まれた<u>体格</u>で、長い腕を<u>しなやかに</u>振り下ろし、<u>威力</u>のある<u>ストレート</u>を投げる。高校生のときから<u>一目置かれる</u>、将来有望な選手だ。

858 ☐	**獲得**[する] かくとく	名 動3他 acquisition, acquire/获得[获得]/sự giành được, giành được
859 ☐	**体格** たいかく	名 physique/体型/thể chất, tạng người
860 ☐	**しなやかな**	ナ graceful, supple/优美的/dẻo dai
861 ☐	**威力** いりょく	名 power/威力/uy lực
862 ☐	**ストレート**	名 straight/直球/thẳng
863 ☐	**一目置く** いちもく お	句 admire, acknowledge superiority/另眼相看/để mắt, vị nể

864 ☐	**有望な** ゆうぼう	ナ promising/有前途的/triển vọng

[Baseball] Yamada, whom my favorite team acquired this year, is 190 centimeters tall and blessed with a good physique. He swings those long arms gracefully and throws a straight ball with great power. He is a promising player who has been admired since he was a high school student./ [棒球] 我支持的球队今年获得的山田选手，有着190cm的优越体型，修长手臂优美的挥动下来，能够投出威力很大的直球。他从高中时就是个令人另眼相看，将来有前途的选手。/[Bóng chày] Vận động viên Yamada mà đội tôi ủng hộ giành về được trong năm nay có thể hình lý tưởng với chiều cao 1m9, cánh tay dài xoay chuyển dẻo dai, và ném bóng thẳng đầy uy lực. Từ khi còn là học sinh PTTH, anh đã được để mắt đến như một vận động viên đầy triển vọng trong tương lai.

🔊 **181**

> ［サッカー］せんだって行われた試合では、前半は忍耐が求められる苦しい展開でしたが、後半に選手のポジションを変更してからは、形勢が逆転し、見事に勝利しました。監督の柔軟な采配が光った試合でした。

865 ☐	**せんだって**	名 the other day/前阵子/hôm trước, mấy ngày trước
866 ☐	**忍耐** にんたい	名 patience/忍耐/sự nhẫn nại, kiên trì
867 ☐	**ポジション**	名 position/位置/vị trí
868 ☐	**形勢** けいせい	名 prospects, situation/形势/tình hình, thế trận
869 ☐	**逆転[する]** ぎゃくてん	名 動3自 reversal, turn around/逆转[逆转]/sự đảo ngược, đảo ngược
870 ☐	**柔軟な** じゅうなん	ナ flexible/柔软的/linh hoạt, mềm dẻo
871 ☐	**采配** さいはい	名 command, leadership/指挥/sự chỉ huy, chỉ đạo

[Soccer] In the match the other day, the first half demanded patience, but in the second half, after a change in the players' positions, the team's prospects turned around and they won a spectacular victory. The coach's flexible leadership shined through in this match./ [足球] 前阵子进行的比赛中，前半场一直是很辛苦的过程，需要忍耐，但后半场改了选手的位置后，形势逆转，取得漂亮的胜利。这场比赛的亮点就是教练做了灵活的指挥。/[Bóng đá] Trận đấu diễn ra hôm trước đã có một thế trận khó khăn ở hiệp 1 đòi hỏi sự nhẫn nại nhưng ở hiệp 2 thì nhờ sự thay đổi vị trí của các cầu thủ, tình hình đảo ngược, và toàn đội đã giành chiến thắng một cách xuất sắc. Đây là một trận thắng nhờ sự chỉ đạo linh hoạt của huấn luyện viên.

🔊 **182**

［バスケットボール］高校の全国大会で、主人公のチームは優勝
候補を破る大金星をあげた。だが、その試合で完全燃焼してし
まったため、次の３回戦では無名の高校にやすやすと敗北した。

872	金星 きんぼし	名 glorious victory, defeat of a stronger opponent/立大功 (原相扑用语，指战胜实力远高于自己的对手)/chiến thắng trước đội mạnh
873	**＋白星** しろぼし	名 victory/胜，赢(指赢得比赛)/sự thắng cuộc
874	**＋黒星** くろぼし	名 defeat/输／负(指输掉比赛)/sự thua cuộc
875	完全燃焼 [する] かんぜんねんしょう	名 動3自 complete combustion, give one's all/使尽全 力[使尽全力]/sự đốt cháy hoàn toàn, dốc toàn bộ sức lực
876	無名な むめい	ナ no-name/不知名的/vô danh, không nổi tiếng
877	やすやす（と）	副 easily/轻易(的)/dễ dàng
878	敗北 [する] はいぼく	名 動3自 defeat, be beaten/输掉[被打败]/sự thua cuộc, thúc thủ, thua

[Basketball] The main character's team won a glorious victory at a national high school
tournament, defeating the championship contenders. However, because they gave their all in
that game, they were easily beaten by a no-name high school in the following third round./
［篮球］在高中的全国大赛中，主角团队击败了冠军候选，立了大功。但因为在那场比赛使尽
全力，下一场的第三轮比赛中轻易的就输给了不知名的高中。/[Bóng rổ] Tại đại hội toàn quốc
dành cho các trường THPT, đội nhân vật chính đã giành chiến thắng bất ngờ trước đối thủ
là ứng viên sáng giá cho chức vô địch. Thế nhưng, do đã dốc toàn bộ sức lực cho trận đấu đó
nên 3 trận tiếp theo họ lại dễ dàng thúc thủ trước các trường không nổi tiếng.

🔊 **183**

2021 年、新型コロナウイルス流行による緊急事態宣言が出さ
れる中、オリンピック中止を求めるデモ行進の決行が告知され
た。政府は厳密な感染対策をとって開催すると言っていたが、
それで安全だという根拠には乏しかった。

879	宣言 [する] せんげん	名 動3他 declaration, declare/声明[发表]/tuyên ngôn, tuyên bố
880	行進 [する] こうしん	名 動3自 parade, march/游行[游行]/cuộc diễu hành hành, diễu hành

881 ☐	決行[する] けっこう	名 動3他 decisive action, carry out action/坚决进行[坚决进行]/sự quyết tâm làm, quyết tâm tiến hành
882 ☐	告知[する] こくち	名 動3他 announcement, announce/通知[告知]/sự thông báo, thông báo
883 ☐	厳密な げんみつ	ナ strict/严格的/nghiêm ngặt
884 ☐	乏しい とぼ	イ meager, scant/缺乏/nghèo nàn, ít ỏi

In 2021, amid the state of emergency declared due to the COVID-19 pandemic, the decisive action of a demonstration march calling for cancellation of the Olympics was announced. The government said it would hold the games under strict infection control measures, but there was scant evidence that this would be safe enough./2021年新冠流行，刚发表紧急事态时，被告知了要求中止奥运会的抗议游行会坚决进行。虽然政府说会在严格实施预防感染措施下举办奥运会，但还是缺乏安全依据。/Năm 2021, trong bối cảnh tuyên bố tình trạng khẩn cấp do COVID-19 được ban ra thì việc quyết tâm tiến hành điều hành biểu tình kêu gọi hủy bỏ Olympic cũng được thông báo. Chính phủ tuy nói sẽ tổ chức trong khi áp dụng các biện pháp nghiêm ngặt để chống lây nhiễm nhưng các cơ sở cho thấy như vậy là an toàn thì rất ít ỏi.

🔊 184

［弓道］弓を射ると、矢は一筋の軌道を描いて的に刺さった。
きゅうどう　ゆみ　い　　や　ひとすじ　きどう　えが　　まと　さ

885 ☐	弓 ゆみ	名 bow/弓/cung
886 ☐	射る い	動2他 shoot/射/bắn
887 ☐	一筋 ひとすじ	名 single mind, straight line/一条/một đường
888 ☐	軌道 きどう	名 trajectory/轨道/quỹ đạo
889 ☐	的 まと	名 target/标靶/biển mục tiêu, đích

[Japanese Archery] When the bow is shot, the arrow strikes the target in a straight-line trajectory./［弓道］用弓射箭，箭仿佛画出一条轨道似的射中标靶。/[Bắn cung] Khi bắn cung, mũi tên sẽ vẽ một đường quỹ đạo và cắm vào biển mục tiêu.

🔊**185**

デビュー当時は<u>格闘技</u>界の<u>逸材</u>と呼ばれた藤田だったが、デビュー戦は<u>反則負け</u>だった。それ以降は活躍したものの、けがをしてからはすっかり動きが<u>鈍く</u>なってしまっていた。最後の試合では相手にも<u>手加減される</u>ほどだったが、それに怒った藤田は相手を<u>つねって</u>反則負けしてしまった。デビュー戦と最後の試合がどちらも反則負けとは、<u>運命</u>というべきだろうか…。

890	格闘技 かくとうぎ		名 martial arts/格斗/môn đấu võ đài, môn thi đấu đối kháng
891	逸材 いつざい		名 (person of) talent/逸才/tài năng nổi bật, xuất sắc
892	反則負け はんそくま		名 loss by disqualification/犯规输赛/sự thua vì phạm luật
893	➕ 反則[する] はんそく		名 動3自 breach, violate (rules)/犯规[犯规]/sự vi phạm, phạm luật
894	鈍い にぶ		イ dull, slow/迟钝/đần, chậm chạp
895	➕ 鈍る にぶ		動1自 become dull/钝/cùn đi, sợ hãi
896	手加減[する] てかげん		名 動3他 allowances, take it easy/体谅[手下留情]/sự điều chỉnh, điều chỉnh, nương tay
897	つねる		動1他 pinch/捏/cấu, véo
898	運命 うんめい		名 fate/命运/vận mệnh, số phận

At the time of his debut, Fujita was considered a great talent in the martial arts world, but his debut match resulted in a loss by disqualification. After that, although he competed, after suffering an injury his movements became very slow. In his final match, his opponent was taking it easy on him, and in anger, Fujita pinched him, resulting in a loss by disqualification. I suppose it was fate that he lost both his debut and final fights by disqualification./出道当时被称为格斗界逸才的藤田，出道比赛竟然犯规输赛。从那之后虽然也有活跃，但受伤以后动作明显变得迟钝。最后的比赛还需要对手手下留情，但因此感到愤怒的藤田又因为捏对手导致犯规输赛。出道比赛和最后比赛都是因为犯规输赛，这也算是命运吧…。/Thời gian đấu mới chào sân, Fujita được gọi là tài năng nổi bật của môn đấu võ đài nhưng trận ra mắt anh đã thua vì phạm luật. Kể từ đó, tuy hoạt động năng nổ nhưng vì chấn thương mà phản ứng của anh cũng chậm chạp hẳn đi. Ở trận thi đấu cuối cùng, anh yếu đến mức được đối thủ nương tay nhưng tức giận vì điều đó, Fujita đã cấu đối thủ và chịu thua vì phạm luật. Trận ra mắt và trận cuối cùng đều thua vì phạm luật, phải chăng ta nên gọi đây là số phận.

A：けがからの<u>復帰</u>戦を勝利で飾ることができました。今のお
　気持ちは。

B：２年ぶりに勝つことができて<u>感無量</u>です。試合前はけっこ
　う不安だったんですけど、コーチや先輩からたくさん<u>激励</u>
　を受けたので、<u>平常心</u>で試合に臨めましたし、試合中も大
　きな<u>歓声</u>をもらったおかげで、力を<u>発揮</u>できたと思います。

899 □	復帰[する] ふっき	名 動3自 comeback, return/回归[回归]/sự quay lại, quay lại
900 □	感無量な かんむりょう	ナ filled with emotion/感慨万千的/cảm động, xúc động
901 □	激励[する] げきれい	名 動3他 encouragement, encourage/激励[激励]/sự khích lệ, động viên
902 □	平常心 へいじょうしん	名 presence of mind, self-possession/平常心/bình tĩnh
903 □	＋ 平常 へいじょう	名 everyday, normal condition/平凡、平时/bình thường
904 □	歓声 かんせい	名 cheering/欢呼声/sự cổ vũ, sự hoan hô
905 □	発揮[する] はっき	名 動3他 display, demonstrate/发挥[发挥]/sự phát huy, phát huy

A: You managed to win your return match after injury. How do you feel right now? B: I'm filled with emotion after winning for the first time in two years. I was anxious before the match, but I received a lot of encouragement from my coaches and senior teammates, so I was able to go into the match with self-possession and I think I was able to display my ability thanks to the crowd's great cheering during the match./A: 受伤后的回归赛告捷，请问你现在的心情如何？ B: 时隔2年的胜利让我感慨万千。比赛前其实我很不安，但教练和前辈们给了我很多激励，我才能以平常心来面对比赛。多亏了赛中收到的欢呼声，我觉得我发挥出我的实力了。/A: Anh đã giành thắng lợi ở trận quay lại sau chấn thương, cảm giác của anh bây giờ thế nào ạ? B: Tôi vô cùng xúc động khi giành được chiến thắng sau 2 năm. Trước trận tôi khá là lo lắng nhưng nhờ huấn luyện viên và các đàn anh khích lệ mà tôi đã giữ được bình tĩnh để thi đấu, và cũng nhờ nhận được sự cổ vũ to lớn trong lúc thi đấu mà tôi đã có thể phát huy khả năng của mình.

◀)) 187

プロチームに<u>所属する</u>スポーツ選手は多いが、プロスポーツとしての地位を<u>確立して</u>いる野球やサッカーを除けば、突然チームが<u>存続</u>できなくなることはよく聞く話だ。チームの存続は選手にとって<u>まさしく</u> <u>死活問題</u>であるため、野球やサッカーに<u>倣って</u>チームの運営方法を工夫したり、イベントを<u>催したり</u>して、そのスポーツやチームの人気を高めようとしている。

906 □	**所属**[する] しょぞく	**名 動3自** affiliation, belong/所属[所属]/sự trực thuộc, trực thuộc
907 □	**確立**[する] かくりつ	**名 動3他** establishment, establish/確立[建立]/sự xác lập, xác lập
908 □	**存続**[する] そんぞく	**名 動3自** continued existence, exist/存活[生存]/sự tiếp tục tồn tại, tiếp tục tồn tại
909 □	**まさしく**	**副** truly/的确/rõ ràng
910 □	**死活問題** しかつもんだい	**名** matter of life and death/生死问题/vấn đề sống còn
911 □	**倣う** なら	**動1自** copy, follow an example/仿照/bắt chước, mô phỏng
912 □	**催す** もよお	**動1他** hold, organize/举办/tổ chức

Many athletes belong to professional teams, but with the exception of baseball and soccer, which have established themselves as professional sports, it is common to hear of teams suddenly ceasing to exist. Since a team's survival is truly a matter of life and death for the players, they try to increase the popularity of their sport or team by devising new ways of managing the team and organizing events, following the example of baseball and soccer./中/Tuy nhiều vận động viên thể thao trực thuộc các đội chuyên nghiệp, nhưng nếu trừ bóng chày và bóng đá đã xác lập được vị trí của môn thể thao chuyên nghiệp thì chúng ta thường nghe việc thình lình đội nào đó không còn tiếp tục tồn tại được nữa. Với vận động viên, sự tiếp tục tồn tại của đội rõ ràng là vấn đề sống còn, vì vậy các đội đang cố gắng bắt chước bóng chày và bóng đá, tìm cách vận hành đội, tổ chức các sự kiện v.v. để nâng cao sự yêu thích đối với môn thể thao và đội đó.

A：私、最近毎朝皇居ランしてる。
　　わたし　さいきんまいあさこうきょ

B：皇居の周りって、けっこうランナーが群がってるんじゃな
　　こうきょ　まわ　　　　　　　　　　　　　　むら
　　いの？

A：いかにもランナーって感じの人が多いね。朝はましかな。
　　　　　　　　　　　かん　ひと　おお　　　あさ

B：鍛えてるの？
　　きた

A：んー、脳がリフレッシュして、仕事に集中できるからやっ
　　　　　のう　　　　　　　　　　しごと　しゅうちゅう
　　てる。

913 ☐	皇居 こうきょ	名 Imperial Palace/皇居/hoàng cung
914 ☐	ランナー	名 runner/跑步者/người chạy
915 ☐	群がる むら	動1自 gather, swarm/聚集/tập hợp, kết bạn
916 ☐	いかにも	副 for sure, indeed/简直/đến nỗi, biết bao
917 ☐	ましな	ナ better/比较好/tốt hơn, còn hơn
918 ☐	鍛える きた	動2他 work out (exercise)/锻炼/rèn, tôi luyện
919 ☐	リフレッシュ[する]	名 動3他 refreshment, refresh/恢复精神[重新恢复精神]/sự làm cho tỉnh táo, làm cho tỉnh táo

A: I've been running around the Imperial Palace every morning lately. B: Don't a lot of runners gather around the Imperial Palace? A: For sure, a lot of people seem to be runners. It's better in the morning, I guess. B: Do you work out? A: Well, I do it because it refreshes my brain and helps me concentrate on work./A: 我最近每天早上都在皇居外围跑步。 B: 皇居外围不是聚集了很多跑步者吗？ A: 有很多看起来简直就是跑步者的人。但早上还比较好。B: 你在锻炼吗？ A: 嗯～我是因为大脑会恢复精神，工作也能比较集中才跑的。/A: Dạo này tôi chạy quanh hoàng cung mỗi sáng. B: Quanh hoàng cung á, nghe nói đông người chạy tập hợp ở đó lắm phải không? A: Người đông đến nỗi có cảm giác không biết bao nhiêu là người chạy á. Buổi sáng đỡ hơn. B: Cậu luyện được chứ? A: Ừm, đầu óc tỉnh táo, tập trung cho công việc nên tôi mới chạy đó chứ.

🔊 189

集団スポーツでは、自分が<u>不調</u>のときでも<u>チームメート</u>に<u>前向</u>きな言葉をかけたりして、<u>チームワーク</u>に<u>徹する</u>ことが求められる。<u>単独</u>スポーツでは、そのようなことを考えなくてもよいとはいえ、一人で<u>モチベーション</u>を維持することも容易ではない。

920 ☐	不調 ふちょう	名 bad shape, poor condition/状态不佳/không khỏe
921 ☐	チームメート	名 teammate/队友/đồng đội
922 ☐	前向きな まえ む	ナ positive/积极的/lạc quan
923 ☐	チームワーク	名 teamwork/团队精神/tinh thần đồng đội
924 ☐	徹する てっ	動3自 commit/贯彻/quán triệt, triệt để
925 ☐	単独 たんどく	名 individual, solo/单人/đơn độc, một mình
926 ☐	モチベーション	名 motivation/动力/động lực

In team sports, you are expected to commit to teamwork by saying positive things to your teammates even when your team is in bad shape. In solo sports, although you don't have to worry about this factor, it's not always easy to maintain motivation on your own./在集体运动中，为了要求贯彻团队精神，就算自己状态不佳，队友也会说出积极的话语。在单人运动虽然不用考虑这种事，但自己一个人要维持动力也不是件容易的事。/Các môn thể thao tập thể đòi hỏi người chơi ngay cả khi bản thân không khỏe cũng phải kêu gọi đồng đội lạc quan hoặc triệt để tinh thần đồng đội. Môn thể thao một mình thì tuy không cần phải bận tâm chuyện như thế nhưng một mình duy trì động lực cũng không dễ dàng gì.

🔊 190

国際パラリンピック委員会<u>公認</u>の『I'm POSSIBLE』という<u>教材</u>がある。これは、パラリンピックを通して人権の理解を深めることが<u>意図された</u>ものであり、クイズなどを<u>交え</u>ながら、<u>パラスポーツ</u>をバリアフリー、国際理解といったさまざまな<u>視点</u>から<u>学ぶ</u>ことができる。

927 ☐	公認[する] こうにん	名 動3他 official approval, officially approve/官方认证 [官方认证]/sự công nhận, công nhận
928 ☐	教材 きょうざい	名 educational materials, teaching program/教科书/tài liệu giảng dạy

929	意図[する] い と	名 動3他 intention, intend/意图[企图]/mục đích, ý đồ, nhắm đến
930	交える まじ	動2他 engage, exchange/参杂/kết hợp
931	パラスポーツ	名 para-sports/残疾人体育/thể thao dành cho người khuyết tật
932	視点 し てん	名 perspective/观点/góc nhìn, quan điểm

There is a teaching program called "I'm POSSIBLE," which is officially approved by the International Paralympic Committee. It is intended to deepen understanding of human rights through the Paralympics, and through engaging in quizzes, students can learn about para-sports from various perspectives, such as barrier-free and international understanding viewpoints./ "I'm POSSIBLE" 是国际残奥委会官方认证的教科书。这本教科书的意图，是通过残奥会，能够深入的了解人权。内容从残奥会的无障碍，国际理解，还掺杂着谜题等等，让读者能够从中学习各式各样的观点。/Có tài liệu giảng dạy gọi là "I'm POSSIBLE" được Ủy ban Paralympic Quốc tế công nhận. Đây là tài liệu có mục đích nâng cao hiểu biết về nhân quyền thông qua Paralympic, có thể vừa kết hợp các câu đố vừa học về các môn thể thao dành cho người khuyết tật từ nhiều góc nhìn khác nhau như xã hội không rào cản, lý giải quốc tế v.v.

🔊191

> ［体操］鈴木選手は明日の大会を棄権するようだ。そういえば練習後につま先をさすっていた。日夜練習に励んできたので、心情としては出場したいだろうが、オリンピックにベストな状態で出場するなら、無理は禁物だろう。

933	棄権[する] き けん	名 動3他 abstention, withdraw/弃权[弃权]/sự rút lui, bỏ cuộc
934	つま先 さき	名 toes/脚尖/đầu ngón chân
935	さする	動1他 rub/搓/xoa bóp
936	日夜 にち や	名 day and night/日夜/ngày đêm
937	励む はげ	動1自 devote oneself/勤勉/cố gắng, phấn đấu
938	心情 しんじょう	名 one's heart/心情/tâm tình, tình cảm
939	ベストな	ナ best/最好的/tốt nhất
940	禁物 きんもつ	名 thing to be avoided, taboo/禁忌/điều cấm kỵ, nên tránh

[Gymnastics] It seems like Suzuki will withdraw from tomorrow's tournament. Speaking of that, she was rubbing her toes after practice. She's been devoting herself to practice day and night, and in her heart probably wants to compete, but if she wants to take part in the Olympics in her best condition, overdoing it is to be avoided./ ［体操］铃木选手好像要在明天的比赛中弃权。说起来，他练习后在搓脚尖。他一定是抱有想参赛的心情，才会日夜勤勉的练习。但如果想要以最好的状态参加奥运会的话，勉强是禁忌。/[Thể dục dụng cụ] Dường như vận động viên Suzuki sẽ bỏ thi đấu ngày mai. Nhắc mới nhớ, sau khi luyện tập, cô ấy đã xoa bóp đầu ngón chân. Cố gắng tập luyện cả ngày lẫn đêm nên chắc là về tình thì cô ấy muốn thi đấu lắm nhưng để dự thi Olympic trong tình trạng tốt nhất thì chắc chắn phải tránh cố quá sức rồi.

🔊 192

［サッカー］林監督率いる日本は当初、予選で敗退するだろうと思われていたが、スペインやドイツを破り、予選を突破して、決勝に進出した。これは今大会の「奇跡」だと、世界中に驚きを与えた。

941	率いる ひき	**動2他** lead/率领/dẫn dắt
942	予選 よせん	**名** preliminary, qualifying round/预赛/vòng loại
943	敗退[する] はいたい	**名** **動3自** defeat, lose/败退[淘汰]/sự thất bại, bị loại
944	突破[する] とっぱ	**名** **動3他** breakthrough, clear/突破[突破]/sự vượt qua, vượt qua
945	決勝 けっしょう	**名** final/决赛/chung kết
946	進出[する] しんしゅつ	**名** **動3自** advance, progress/进入[进入]/sự tiến vào, tiến vào
947	今~ こん	**接頭** this ~/此次~/~ này, ~ lần này
948	奇跡 きせき	**名** miracle/奇迹/kì tích
949	驚き おどろ	**名** surprise/惊讶/sự ngạc nhiên

[Soccer] Japan, led by coach Hayashi, was initially expected to lose in the qualifying rounds, but defeated Spain and Germany to break through the qualifying rounds and advance into the final. This was the "miracle" of this tournament, and it took the world by surprise./ ［足球］刚开始大家都认为林教练率领的日本队会在预赛败退，但赢了西班牙和德国突破预赛，进入了决赛。全世界的人都为此感到惊讶，说这是此次比赛的"奇迹"。/[Bóng đá] Nhật Bản do huấn luyện viên Hayashi dẫn dắt, thời gian đầu đã bị cho rằng sẽ thua ở vòng loại nhưng họ đã chiến thắng Tây Ban Nha và Đức, vượt qua vòng loại để tiến vào vòng chung kết. Điều này đã gây ngạc nhiên cho toàn thế giới và được gọi là "kì tích" của giải lần này.

[野球] 華々しいキャリアを誇る斎藤選手も、当初は人並みの選手としか見られていなかった。だが、監督にその素質を見出され入団すると、1年目は技術が未熟だったが、2年目はめきめきと腕前を上げ、3年目にはレギュラーに定着するようになった。

950 ☐	華々しい はなばな	イ	spectacular/辉煌/rực rỡ, vinh quang
951 ☐	人並みな ひと な	ナ	ordinary/一般/trung bình, như bao người
952 ☐	素質 そ しつ	名	potential/天赋/tố chất
953 ☐	入団[する] にゅうだん	名 動3自	induction, join/入队[入队]/sự gia nhập, gia nhập
954 ☐	未熟な み じゅく	ナ	not yet mature/不成熟的/còn non, thiếu kinh nghiệm
955 ☐	めきめき(と)	副	noticeably/显著(的)/rõ rệt, vùn vụt
956 ☐	腕前 うでまえ	名	ability, skill/实力/khả năng, trình độ
957 ☐	レギュラー	名	regular/正式选手/thông thường, đội hình chính

[Baseball] Saito, who boasts a spectacular career, was initially seen as no more than an ordinary player. After the manager discovered his potential and he joined the team, his skills were not yet mature in his first year, but in his second year, he noticeably improved his skills, and in his third year, he became a regular player./ [棒球] 就算是有着辉煌资历的齐藤选手，一开始也是被当成一般选手。但教练发现了他的天赋，入队第一年技术还不成熟，但第二年实力上升显著，第三年就固定成为正式选手了。/[Bóng chày] Ngay cả vận động viên Saito tự hào với sự nghiệp rực rỡ, lúc đầu cũng chỉ được xem như một vận động viên trung bình. Nhưng khi được huấn luyện viên phát hiện ra tố chất đó và gia nhập đội bóng thì năm thứ 1 tuy kỹ thuật còn thiếu kinh nghiệm nhưng lên năm thứ 2 thì anh nâng cao trình độ rõ rệt, đến năm thứ 3 thì khẳng định mình ở đội hình chính.

◀)) 194

新聞にこんな<u>コラム</u>が載っていた。筆者は子どもの頃、スポーツが苦手で、体育の時間は親に<u>内緒</u>でよく休んでいたそうだ。だが、「スポーツは<u>嫌々</u>やるものではなく、楽しんでやるものだという考えが、<u>欧米諸国</u>では当たり前だ」と述べた後、スポーツ<u>庁</u>が、スポーツに対する<u>ハードル</u>を下げる取り組みを行っていることを紹介していた。

958	コラム	名 column/专栏/chuyên mục
959	内緒 ないしょ	名 secret/瞒着/bí mật
960	嫌々 いやいや	副 reluctantly/不情愿, 勉强/miễn cưỡng, không bằng lòng
961	諸国 しょこく	名 countries/各国/các nước
962	～庁 ちょう	接尾 ～ agency, ～ministry/～(行政)机构/cục ～, trụ sở ～
963	ハードル	名 hurdle, obstacle/门槛/rào cản, độ khó

I found this column in the newspaper. The author said that when he was a child, he was no good at sports and often skipped gym class, keeping it a secret from his parents. However, after stating that, "in Western countries sports are normally not something to be done reluctantly, but something to be done for fun," the newspaper introduced the Japan Sports Agency's efforts to lower the hurdle for participation in sports./报纸上有这么个专栏。笔者小时候很不擅长运动。上体育课时，还常常瞒着父母请假。之后叙述了"运动这件事千万不要勉强，而是要开心享受，这在欧美各国是理所当然的想法。"，接着开始介绍运动机构在试图降低运动的门槛。/Trên báo có đăng một mục như thế này. Tác giả lúc nhỏ không thích thể thao, thường hay giấu bố mẹ nghỉ học giờ thể dục. Nhưng sau khi lên tiếng cho rằng: "tôi nghĩ thể thao không phải là thứ làm hay chơi miễn cưỡng mà phải là thứ chơi một cách vui vẻ và ở các nước Âu Mỹ, chuyện đó là đương nhiên" thì Cục Thể thao đã giới thiệu rằng họ đang nỗ lực giảm độ khó đối với thể thao.

Topic 12

動物
どう ぶつ

Animals / 动物 / Động vật

No. 964-1072

「猿回し」は、猿が飛んだり<u>跳ねたり</u>するだけでなく、<u>逆立ち</u>や
さるまわ　　　　　　　　　　は　　　　　　　　　　　　　　さか だ
<u>綱渡り</u>などの<u>芸</u>を<u>披露</u>するものである。それを見ると、<u>不吉な</u>
つなわた　　　　　げい　ひ ろう　　　　　　　　　　　　　み　　　　ふ きつ
ことが遠ざかるという。
とお

964 ☐	跳ねる は	動2自 hop, jump/跳/nhảy
965 ☐	逆立ち[する] さか だ	名 動3自 headstand, stand on one's head/倒立[倒立]/ sự chống ngược, chống ngược
966 ☐	綱渡り[する] つなわた	名 動3自 tightrope walking, walk a tightrope/走钢丝 [走钢丝]/sự đi dây, đi trên dây
967 ☐	芸 げい	名 art, trick/才艺/tài nghệ, trò
968 ☐	披露[する] ひ ろう	名 動3他 presentation, perform/表演[表演]/sự biểu diễn, biểu diễn
969 ☐	不吉な ふ きつ	ナ ill (fortune), unlucky/不吉利的/không lành, không vui

"*Saru mawashi*" is a show in which monkeys not only leap and hop, but also perform tricks such as headstands and tightrope walking. They say that watching such a show drives away ill fortune./"猴戏"，不仅是猴子跳来跳去，还会表演倒立，走钢丝等等的才艺。据说，看了这些后不吉祥的事会远离你。/"Saru mawashi (Xiếc khỉ)" là hình thức biểu diễn tài nghệ không chỉ để khỉ bay nhày mà còn chống ngược hay đi dây v.v. Mỗi khi xem chúng thì mọi điều không vui đều rời xa.

🔊 196

A：触れ合い動物園へ行ってきたんだ。
　ふ　あ　どうぶつえん　い
B：どうだった？
A：柵の間から野菜や果物を差し出すと、おいしそうに食べて
　さく　あいだ　やさい　くだもの　さ　だ
　いたよ。
　　　　　　　　　　　　　　　　　　　　　　　　　　た

970	触れ合い ふ　あ	名 contact, encounter/接触/sự tiếp xúc, sự giao lưu
971	✚ 触れ合う ふ　あ	動1自 touch each other/触碰/tiếp xúc, giao lưu
972	柵 さく	名 fence/栏杆/hàng rào
973	差し出す さ　だ	動1他 give hold out/拿出去/chìa ra, đưa ra
974	✚ 差出人 さしだしにん	名 sender (of mail, etc.)/寄信人/người đưa, người gửi

A: I visited a petting zoo, where you can encounter the animals up close. B: How was it?
A: I gave the animals fruit and vegetables between gaps in the fence, and they really enjoyed them./A: 我去接触动物园了。 B: 怎么样？ A: 我从栏杆中间把青菜水果拿出去，它们吃的很开心呢。/A: Tớ mới đi sở thú tiếp xúc với mấy con vật về. B: Thấy sao? A: Đưa rau hay trái cây qua giữa hàng rào là chúng nó ăn trông ngon lành lắm.

🔊 197

鳥の親子が川へ向かって並んで歩いていたが、ひなが列を離れ、
とり　おやこ　かわ　む　なら　ある　　　　　　　　　れつ　はな
溝にはまってしまった。しかし、警察と近所の人が万全な態勢
みぞ　　　　　　　　　　けいさつ　きんじょ　ひと　ばんぜん　たいせい
で見守っていたため、ひなはすぐに助かった。窮地を脱した親
み　ま　　　　　　　　　　　　　　　たす　　きゅうち　だっ　　おや
子は再び歩きだし、川を泳いでいった。
こ　ふたた　ある　　　　かわ　およ

975	ひな	名 baby bird, chick/雏鸟/gà con, chim non
976	万全な ばんぜん	ナ flawless, thorough/万全的/vẹn toàn
977	窮地 きゅうち	名 predicament/窘境/tình thế tiến thoái lưỡng nan
978	脱する だっ	動3他 escape/脱离/thoát ra

A mother bird and her babies were all walking in a line toward the river when one chick left the line and got stuck in a ditch. However, the police and neighbors were thorough in looking out for them, and the chick was soon saved. After escaping their predicament, mother and babies started walking again and swam into the river./鸟父母和孩子排队走往河川，结果雏鸟离开队伍，卡了了水沟。但警察和附近的人以万全的姿态来守护它们，雏鸟马上就被救了出来。脱离窘境的鸟父母带着孩子继续往前走，进河川游走了。/Mẹ con nhà chim đang theo hàng, đi hướng về phía con sông nhưng chim non rời hàng, bị kẹt trong một cái rãnh. Nhưng nhờ cảnh sát và người dân gần đó theo dõi trong tư thế sẵn sàng nên chim non được cứu ngay. Sau khi thoát khỏi tình thế tiến thoái lưỡng nan mẹ con nhà chim lại đi và bơi sang sông.

🔊 **198**

鳴き声がしたので、手分けして探したら、捨てられた子犬が目をつぶったままでうなっていた。家へ連れてきたときは弱っていて、食事も拒んでいたが、最近はよく懐いている。そこで、「さくら」と名付けて育てることになった。

979	手分け[する] て わ	名 動3他 division of labor, split up/分工[分工]/chia ra làm, phân công lao động
980	つぶる	動1他 close (one's eyes)/闭/nhắm
981	うなる	動1自 growl, whimper/呻吟/rên rỉ
982	弱る よわ	動1自 be weak/虚弱/yếu đi
983	拒む こば	動1他 refuse/抗拒/từ chối
984	懐く なつ	動1自 take to, become attached to/靠近/bện hơi, quyến luyến
985	名付ける な づ	動2他 name/取名/đặt tên

We heard an animal's cries, so we split up to look for it and found an abandoned puppy whimpering with its eyes closed. When we brought her home, she was weak and refused to eat, but recently she seems to have taken to us. So we named her Sakura and have decided to look after her./我听到叫声，分工去找，发现被丢弃的小狗闭着眼在呻吟。我带回家时已经很虚弱，又抗拒进食，但最近很靠近我了。所以我决定帮它取名为"小樱"养育它。/Nghe tiếng kêu nên chúng tôi chia nhau ra tìm thì thấy một chú cún bị bỏ rơi đang nhắm mắt rên rỉ. Khi dẫn chú về nhà thì đã yếu, cả ăn cũng từ chối nhưng gần đây chú đã bện hơi chúng tôi. Do đó, chúng tôi đặt tên cho chú cún là "Sakura" và nuôi chú.

145

◀)) 199

リスが<u>熟した</u>果物を食べている。いつもは<u>しぼんで</u>いるほっぺたが<u>膨れて</u>いるのを見ると、<u>すばしっこい</u>からきっと無理だろうが、<u>つつきたく</u>なる。リスを見ると気持ちが<u>和み</u>、<u>癒される</u>。

986	熟す じゅく	動1自 ripen/熟/chín, kỹ
987	しぼむ	動1自 deflate/干瘪/hóp, héo
988	膨れる ふく	動2自 swell up/膨胀/phồng lên
989	すばしっこい	イ nimble/敏捷/khôn lanh, linh lợi
990	つつく／ つっつく	動1他 poke/戳/chọc, xông vào
991	和む なご	動1自 calm, soften/温和/thư thái
992	癒す いや	動1他 feel soothed/治愈/an ủi, chữa lành, dịu lại

The squirrel is eating ripened fruit. When I see his little cheeks swell up, which are usually deflated, I want to poke them, even though I know it's impossible because he's so nimble. Watching squirrels calms me and makes me feel soothed./松鼠正在吃熟透了水果。它动作敏捷所以一定做不到，但我一看见它那平常干瘪的脸颊变得鼓鼓的，我就很想戳。看到松鼠心情就会变温和，被治愈。/Con sóc đang ăn quả chín. Mỗi lần nhìn thấy cái má lúc nào cũng hóp lại của nó căng phồng lên là tôi lại muốn chọc dù biết là khó lòng vì nó rất khôn lanh. Hễ nhìn mấy con sóc là tôi thấy lòng thư thái, dịu lại.

◀)) 200

<u>貝殻</u>は、貝の膜から出る<u>分泌物</u>が結晶になることで作られる。貝殻に見られる<u>渦巻</u>のかたちは、その分泌物が貝殻に<u>付け足されて</u>いくプロセスを<u>示し</u>ている。

993	貝殻 かいがら	名 shell/贝壳/vỏ sò
994	分泌物 ぶんぴつぶつ	名 secretion/分泌物/chất tiết ra
995	＋ 分泌[する] ぶんぴつ	名 動3他 discharge, secrete/分泌[分泌]/sự tiết ra, tiết ra

996	渦巻 うずまき	名 spiral/漩涡/xoáy, xoắn ốc
997	＋渦 うず	名 whirlpool/漩/hình xoắn
998	付け足す つ た	動1他 add on/添加/thêm vào

Shells are formed when secretions from the shell's membrane crystallize. The spiral shape of the shell shows the process by which the secretions are added on to the shell./贝壳是贝类外套膜出的分泌物成为结晶而形成的。贝壳上的旋涡状，是分泌物添加在贝壳上的过程。/Vỏ sò được tạo bởi sự kết tinh các chất bài tiết từ màng của con sò. Hình dạng các xoắn ốc ta thấy trên vỏ sò thể hiện quá trình mà chất bài tiết đó được thêm vào vỏ sò.

◀)) 201

希少な 品種の 野生動物を殺し、剥いだ 皮や切った 角を 密かに 流
きしょう ひんしゅ や せいどうぶつ ころ は かわ き つの ひそ りゅう
通させる 人々がいるという 実情がある。そのせいで、絶滅しそ
つう ひとびと じつじょう ぜつめつ
うな動物もいる。
どうぶつ

999	希少な きしょう	ナ rare/稀少的/quý hiếm
1000	品種 ひんしゅ	名 breed, variety/物种/loài, chủng loài
1001	野生 やせい	名 wild/野生/hoang dã
1002	剥ぐ は	動1他 peel, skin/扒/bóc, lột
1003	角 つの	名 horn/角/sừng
1004	密かな ひそ	ナ secret, sneaky/偷偷的/bí mật
1005	実情 じつじょう	名 actual reality, fact/实际情况/tình hình thực tế
1006	絶滅[する] ぜつめつ	名 動3自 extinction, go extinct/灭绝[灭绝]/sự tuyệt chủng, tuyệt chủng

The fact is that some people kill rare breeds of wild animals and secretly distribute their skinned pelts and cut horns. Because of this, some animals are on the verge of going extinct./实际情况就是，有人在杀害稀少物种的野生动物，把扒下来的皮和角偷偷的在市场上买卖。也有动物因为这样快灭绝了。/Tình hình thực tế là có những người giết động vật hoang dã thuộc loài quý hiếm và bí mật buôn bán những bộ da đã lột và những chiếc sừng đã bị cưa của chúng. Có cả những con vật sắp tuyệt chủng vì điều này.

🔊 202

動物の世界では、雄が雌に変身するような変化は、さほど まれ
なことではない。繁殖できるように適応するのである。

1007	雄 おす	名 male/雄性/con đực
1008	雌 めす	名 female/雌性/con cái
1009	変身[する] へんしん	名 動3自 transformation, transform/变身[变身]/sự hóa thân, biến đổi cơ thể
1010	さほど～ない	句 not so ~/并不～/không đến mức ~ như thế
1011	まれな	ナ rare/稀奇的/hiếm hoi
1012	繁殖[する] はんしょく	名 動3自 reproduction, reproduce/繁殖[繁殖]/sự sinh sản, sinh sản
1013	適応[する] てきおう	名 動3自 adaption, adapt/适应[适应]/sự thích nghi, thích ứng

In the animal kingdom, changes such as a male transforming into a female are not so rare. Animals adapt so that they can reproduce./在动物界里，雄性变身为雌性的这种变化并不稀奇。是为了适应并能够繁殖。/Trong thế giới động vật, sự thay đổi như hóa thân từ con đực sang con cái không phải là điều gì quá hiếm hoi. Chúng thích ứng để có thể sinh sản.

🔊 203

獣は、かみ切る力がとても強い。肉や内臓だけでなく、骨まで
食べる動物もいる。捕らえた獲物を分配することもあれば、分
けずに代わる代わる食べることもある。

1014	獣 けもの	名 animal, beast/兽类/thú vật, loài thú
1015	かみ切る き	動1他 bite/咬断/cắn đứt
1016	内臓 ないぞう	名 (internal) organ/内脏/nội tạng
1017	捕らえる と	動2他 capture, catch/抓到/bắt được
1018	獲物 えもの	名 prey/猎物/con mồi
1019	分配[する] ぶんぱい	名 動3他 allocation, divide/分配[分配]/sự phân chia, phân chia

1020	代わる代わる （か）（が）	副 by turns/轮流/lần lượt, thay nhau

Beasts have tremendous biting power. Some animals eat not only the meat and organs, but also the bones. They may divide their captured prey among themselves, or they may devour it by turns without sharing./兽类咬断的力量非常强。不仅是肉以及内脏，有的动物连骨头都吃。抓到的猎物有时候拿来分配，有时候不分轮流吃。/Sức mạnh cắn đứt của thú vật rất mạnh. Không chỉ thịt hay nội tạng mà có loài còn ăn cả xương. Có khi chúng chia nhau con mồi bắt được, hoặc có khi không chia mà lần lượt thay nhau ăn.

● 204

鳥類（ちょうるい）に対（たい）して、子（こ）どもたちにもっと<u>親（した）しみ</u>を持（も）ってもらいたいと思（おも）って、<u>スペシャリスト</u>を呼（よ）んでイベントを<u>主催（しゅさい）</u>することにした。当日（とうじつ）は<u>ドキュメンタリー</u>映像（えいぞう）や、<u>尾（お）</u>の<u>色彩（しきさい）</u>に関（かん）するクイズを用意（ようい）するつもりだ。

1021	親しみ （した）	名 familiarity/亲近感/sự thân mật
1022	＋親しむ （した）	動1自 become close, gain familiarity/亲切/thân mật
1023	スペシャリスト	名 specialist/专家/chuyên gia
1024	主催[する] （しゅさい）	名 動3他 sponsorship, hold/举办[举办]/sự tổ chức, tổ chức
1025	ドキュメンタリー	名 documentary/纪录片/phim tài liệu
1026	尾 （お）	名 tail/尾巴/đuôi
1027	色彩 （しきさい）	名 coloration/色彩/màu sắc

I wanted the children to gain more familiarity with birds, so I decided to hold an event and invite specialists. On the day of the event, I plan to screen a documentary and give a quiz on tail coloration./为了增加孩子们对鸟类的亲近感，我们决定请专家来举办活动。当天预计会准备纪录片影像还有关于尾巴色彩的问答题。/Để bọn trẻ có sự thân thiện hơn đối với loài chim, chúng tôi quyết định mời chuyên gia để tổ chức sự kiện. Hôm đó, chúng tôi dự định chuẩn bị video phim tài liệu và các câu đố liên quan đến màu sắc của đuôi chim.

🔊 205

ペットの<u>しつけ</u>をする際は、<u>おびえさせず</u>、<u>親近感</u>をもたせる
さい しんきんかん
ことが重要だ。また、何かできたときはすぐ<u>ご褒美</u>を与えると
じゅうよう なに ほうび あた
効果的だ。
こうかてき

1028 ☐	しつけ	名 training/管教/sự dạy dỗ
1029 ☐	おびえる	動2自 frighten/害怕/hoảng sợ
1030 ☐	親近感 しんきんかん	名 affinity, sense of closeness/亲近感/cảm giác thân mật, gần gũi
1031 ☐	(ご)褒美 ほうび	名 reward/奖励/phần thưởng

When training a pet, it is important not to frighten it, but rather build an affinity with it.
Giving your pet a reward when it succeeds in doing something is also effective./管教宠物时,
不能让它感到害怕，重要的是要让它感到有亲近感。还有，它做到时马上给它奖励很有效果。
/Khi dạy dỗ thú cưng, quan trọng là không làm cho chúng hoảng sợ mà tạo cảm giác thân
mật gần gũi. Ngoài ra, khi chúng làm được gì thì phải thưởng ngay mới có hiệu quả.

🔊 206

動物の<u>排泄物</u>や生ごみは<u>可燃ごみ</u>として<u>処分される</u>ことが多い。
どうぶつ はいせつぶつ なま かねん しょぶん おお
しかし、専用の機械を設置すれば、中に入れておくだけで、ご
せんよう きかい せっち なか い
みが<u>肥料</u>に<u>化ける</u>。
ひりょう ば

1032 ☐	排泄物 はいせつぶつ	名 excrement/排泄物/chất thải, phân
1033 ☐	➕ 排泄[する] はいせつ	名 動3他 excretion, excrete/排泄[排泄]/sự bài tiết, bài tiết
1034 ☐	可燃ごみ かねん	名 combustible waste/可燃垃圾/rác đốt được
1035 ☐	処分[する] しょぶん	名 動3他 disposal, dispose (of)/处理掉[处理掉]/sự xử lý, vứt bỏ
1036 ☐	肥料 ひりょう	名 fertilizer/肥料/phân bón
1037 ☐	化ける ば	動2自 change into, turn into/变成/biến đổi

Animal excrement and kitchen scraps are often disposed of as combustible waste. However, if a special machine is installed, garbage can be turned into fertilizer simply by placing it inside./动物的排泄物以及厨余大部分都以可燃垃圾来处理掉。但只要设置专用机器，把垃圾放到里面就会变成肥料。/Chất thải động vật và rác nhà bếp thường được vứt như là rác đốt được. Nhưng nếu lắp đặt máy móc chuyên dụng thì chỉ cần cho vào trong đó là rác biến thành phân bón.

🔊 207

ウイルスは自分では子孫を残せない。 必ず他の生き物と<u>共存し</u>ている。 生物の<u>進化</u>の<u>経緯</u>を調べると、ウイルスが原因ではないかと考えられる事例もある。 <u>大方</u>のウイルスは生物にとって無害であるが、 時折病気を発生させることもあり、 そうするとその生物は<u>もがき苦しむ</u>ことになる。

1038	共存[する] きょうぞん	名 動3自 coexistence, coexist/共同生存[共同生存]/sự cộng sinh, cộng sinh
1039	進化[する] しん か	名 動3自 evolution, evolve/进化[进化]/sự tiến hóa, tiến hóa
1040	↔ 退化[する] たい か	名 動3自 regression, degenerate/退化[退化]/sự thoái hóa, thoái hóa
1041	経緯 けい い	名 circumstances, history/过程/quá trình
1042	大方 おおかた	副 for the most part/大多数/phần lớn
1043	もがき苦しむ くる	動1自 struggle desperately/痛苦挣扎/đau đớn quằn quại
1044	＋ もがく	動1自 struggle, writhe/挣扎/giãy giụa, quằn quại

Viruses cannot reproduce by themselves. They always coexist with other living things. If we look at the history of evolution of living organisms, in some cases viruses may have actually brought this about. For the most part, viruses are harmless to the organism, but occasionally they can cause disease, and when they do, the organism struggles desperately./病毒无法自己繁殖子孙。必须要和其他生物共同生存。调查生物进化的过程中，有一些例子我认为是病毒的原因。大多数的病毒对于生物是无害的，但有时候也是引发生病的原因，这时候生物就会痛苦挣扎。/Virus không thể tự mình để lại con cháu. Nó bắt buộc phải cộng sinh với sinh vật khác. Khi tìm hiểu quá trình tiến hóa của sinh vật, có những trường hợp được cho rằng virus có thể là nguyên nhân. Tùy sinh vật mà phần lớn virus vô hại nhưng cũng có đôi khi làm phát sinh bệnh tật, khi ấy sinh vật đó sẽ trở nên đau đớn quằn quại.

◀» 208

猫は気まぐれな動物で、構いすぎてはいけないが、遊んであげ
ないのもよくない。遊んでもらいたいときにも爪を研ぐので、
引っかかれると痛いし、部屋を荒らしてしまうこともある。お
かげで私の部屋はひどいありさまなのだが、あの瞳がなんとも
愛らしいので、許してしまう。

1045	気まぐれな き	**ナ** capricious, fickle/随性的/tính khí thất thường
1046	構う かま	**動1他** entertain, pay attention/理会/trêu ghẹo
1047	研ぐ と	**動1他** sharpen/磨/mài
1048	引っかく ひ	**動1他** scratch/抓/cào
1049	荒らす あ	**動1他** devastate, wreck/弄乱/phá phách
1050	ありさま	**名** state/状态/trạng thái, tình trạng
1051	瞳 ひとみ	**名** eyes/眼睛/con người, tròng mắt
1052	愛らしい あい	**イ** adorable, lovely/可爱/đáng yêu, dễ thương

Cats are fickle animals, and while you shouldn't pay too much attention to them, it's also not a great idea to avoid playing with them. When they want to play, they sharpen their claws, so it hurts when they scratch you, and they sometimes wreck the room. My cat left my room in a terrible state, but I forgive him because of his adorable eyes./猫是随性的动物。不能太理会它，但也不能不和它玩。就算玩耍的时候，它也会磨爪，被抓到又疼，还会把房间弄乱。因此我房间总是惨不忍睹的状态，但它的眼睛实在太可爱，我每次都会原谅它。/Khi là loài động vật có tính khí thất thường, tuy không được trêu ghẹo chúng thái quá nhưng cũng không thể không chơi với chúng. Ngay cả khi chơi với chúng thì chúng mài móng nên bị cào là đau lắm, có khi chúng lại phá phách phòng ốc. Vì thế mà phòng tôi trong tình trạng rất tồi tệ nhưng đôi mắt ấy lại đáng yêu làm sao khiến tôi phải tha thứ.

この施設では、動物の排泄物は飼い主が<u>始末する</u>という<u>規定</u>だ
が、それを守らない<u>飼い主</u>がいるようだ。その飼い主が誰であ
るかが<u>判明した</u>ので指摘したところ、<u>心当たり</u>がないという。
<u>臆病者</u>なので、それ以上の<u>追及</u>はできなかった。

1053	始末[する] しまつ	名 動3他 management, deal with, handle/处理[处理]/ sự quét dọn, quét dọn
1054	規定[する] きてい	名 動3他 rule, regulate/规定[规定]/quy định, đặt ra quy định
1055	飼い主 か ぬし	名 owner/主人/chủ vật nuôi, người chủ nuôi
1056	判明[する] はんめい	名 動3自 establishing, identify/弄清楚[弄清楚]/sự làm rõ, làm rõ
1057	心当たり こころ あ	名 knowledge/头绪/sự biết đến
1058	臆病者 おくびょうもの	名 coward/胆小鬼/kẻ hèn nhát, người nhút nhát
1059	＋臆病な おくびょう	ナ cowardly/胆小的/nhút nhát, hèn
1060	追及[する] ついきゅう	名 動3他 pursuit, pursue/追究[追究]/sự điều tra, truy cứu

Topic 12 ● 動物

At this facility, the rule is that animal excrement must be dealt with by the owner, but it seems that some owners do not obey this rule. When I identified the probable owner and pointed it out, he said he had no knowledge of it. Being a coward, I was unable to pursue the matter further./在这个设施内，有规定动物的排泄物需要主人来处理，但好像有主人不遵守规定。我弄清楚是哪个主人去问他时，他说他也没有头绪。我是胆小鬼，所以我就没有继续追究了。／Ở cơ sở này có quy định là người chủ phải dọn chất thải của động vật nhưng dường như có người chủ không tuân thủ. Do đã làm rõ được người đó là ai nên chúng tôi đã phê bình thì người đó nói không biết. Đó là người hèn nhát nên chúng tôi không thể truy cứu hơn nữa.

◀)) **210**

熊に遭遇したとき、襲われるかと思って本当に怖かった。しかし、なぜだか危害が及ぶのは免れた。そういう宿命だったのだろうか。

1061	遭遇[する] そうぐう	名 動3自 encounter, encounter/遭遇[遭遇]/sự gặp, gặp
1062	襲う おそ	動1他 attack/襲击/tấn công
1063	危害 き がい	名 harm/危害/nguy hại, nguy hiểm
1064	及ぶ およ	動1自 befall, come to (occur)/波及/lan rộng, đến
1065	免れる まぬが	動2他 escape/避免/tránh được, trốn được
1066	宿命 しゅくめい	名 destiny/命运/số phận

When I encountered the bear, I was truly afraid it would attack me. But for some reason, I escaped without harm befalling me. I wonder if it was destiny./遭遇熊的时候，我真的很害怕以为它会袭击我，但不知为何避免被波及到危害。可能这就是命运吧。/Khi gặp phải con gấu, tôi thật sự sợ bị nó tấn công. Nhưng không biết tại sao tôi đã tránh được nguy hiểm. Phải chăng số phận như thế.

◀)) **211**

お金や地位に執着している人のことをハイエナに例えたりするので、ハイエナは卑怯、ずる賢いなど、自分で狩りをするライオンとは相反するイメージが定着している。しかし、実はハイエナは狩りが上手な動物だ。また、時に残酷な自然を生きるためには、他の動物の餌を奪うことも必要な知恵と言える。

1067	執着[する] しゅうちゃく	名 動3自 attachment, be obsessed/执着[执着]/sự chấp nhật, dự bám dính
1068	ずる賢い がしこ	イ cunning/狡猾/ranh mãnh, láu cá
1069	狩り か	名 hunting/打猎/sự săn bắt
1070	相反する あいはん	動3自 contrast/对立面/bất đồng, mâu thuẫn

1071	定着 [する] ていちゃく	名 動3自 fixation, take hold/固定[固定]/sự định hình, định hình
1072	残酷な ざんこく	ナ cruel/残酷的/tàn nhẫn, khốc liệt

People who are obsessed with money or status are sometimes compared to hyenas, and so the image of hyenas as cowardly, cunning, and so on has taken hold, contrasted with lions who hunt on their own. However, hyenas are actually quite good hunters. Taking food from other animals in order to survive in the sometimes cruel natural world is simply a necessity./常有人把执着于金钱地位的人比喻成鬣狗。鬣狗有卑鄙，狡猾等等的固定印象，和自己打猎的狮子常被放在对立面。但其实鬣狗是个很会打猎的动物。而且有时候为了在残酷的大自然中活下来，夺取其他动物的猎物也算是必须的智慧吧。/Người ta thường ví những người chấp nhặt chuyện tiền bạc và địa vị là linh cẩu nên linh cẩu được định hình bản tiện, ranh mãnh v.v. hình ảnh trái ngược với sư tử tự mình săn bắt. Nhưng thật ra linh cẩu là con vật săn mối rất giỏi. Ngoài ra, có thể nói việc cướp mối của động vật khác cũng là trí tuệ cần thiết để sống trong thiên nhiên khốc liệt.

Topic 13

住
じゅう

Housing / 居住 / Nơi ở

No. 1073-1149

🔊 212

A：来年引っ越すって聞いたんだけど、転勤？
　らいねん ひ こ　　　　　　　　　　　てんきん

B：そう。うちの部署、5年周期で大規模な配置転換があって。
　　　　　　　ぶしょ　　ねんしゅうき　だいきぼ　はいちてんかん

A：そっか。どこに住むの？

B：うーん、東京近郊ならどこでもいいんだけど、強いて言う
　　　　　とうきょうきんこう　　　　　　　　　　　し　　い
　なら千葉かな。
　　　ちば

1073	周期 しゅうき	名 cycle, period/周期/chu kỳ
1074	配置[する] はいち	名 動3他 assignment, assign/配置[分配]/sự bố trí, bố trí
1075	近郊 きんこう	名 suburbs/近郊/ngoại ô
1076	強いて し	副 forcibly, if (one) has to/硬要/bắt buộc

A: I heard you're moving next year. A transfer? B: Yes. Our department reassigns personnel on a five-year cycle. A: I see. Where will you live? B: Well, anywhere in the Tokyo suburbs would be fine, but if I had to say, probably Chiba./A: 我听说你明年要搬家，因为调动？ B: 对。我们部门以5年为周期会有一次大规模调动。 A: 是哦。那要住哪里？ B: 嗯~，东京近郊的话都可以，硬要说的话是千叶吧。/A: Nghe nói sang năm anh chuyển nhà à, anh chuyển nhiệm sở sao? B: Ừ, phòng ban của tôi chuyển nhiệm sở vị trí quy mô lớn theo chu kỳ 5 năm. A: Vậy à? Anh sẽ sống ở đâu? B: Ừm, ngoại ô Tokyo thì đâu cũng được nhưng nếu bắt buộc phải nói thì chắc là Chiba.

壁に家具を<u>据え付ける</u>際には壁の<u>補強</u>が必要な場合がある。補
強が不十分だと、壁が家具の重さに<u>耐える</u>ことができず<u>落下</u>し
てしまう恐れがあり、危険である。

1077	据え付ける す　つ	動2他 attach, mount/安装/gắn, đặt
1078	補強［する］ ほ きょう	名 動3他 reinforcement, reinforce/加固[加固]/sự gia cố, tăng cường
1079	耐える た	動2自 bear, withstand/耐/chịu đựng
1080	落下［する］ らっか	名 動3自 drop, fall over/倒塌[掉下]/sự rơi, rơi xuống

When attaching furniture to a wall, the wall may require reinforcement. If not adequately reinforced, the wall may be unable to bear the weight of the furniture and it may fall, which is dangerous./在墙壁上安装家具时，有时候需要加固墙壁的强度。如果加固不够，墙壁会因为耐重不足而导致墙壁倒塌，很危险。/Có khi cần gia cố bức tường khi gắn đồ nội thất lên tường. Nếu không gia cố chắc chắn, sẽ có nguy cơ bức tường không chịu được sức nặng của món đồ mà rơi xuống thì rất nguy hiểm.

Topic 13

住

災害で被災した人々は、しばしば<u>避難所</u>を<u>転々</u>としなければな
らなくなる。また、被災地が<u>復旧する</u>ことで戻ってくる人たち
もいれば、<u>転居して</u>帰らない人たちもいる。

1081	避難所 ひなんじょ	名 (evacuation) shelter/避难所/nơi lánh nạn
1082	転々と てんてん	副 move around/转来转去/hết chỗ này đến chỗ khác
1083	復旧［する］ ふっきゅう	名 動3他 recovery, recover/恢复[恢复]/sự khôi phục, khôi phục
1084	転居［する］ てんきょ	名 動3自 relocation, relocate/迁居[迁居]/sự chuyển chỗ ở, chuyển chỗ ở

People affected by disasters often have to move around from one shelter to another. Some return as the disaster area recovers, while others relocate and never return./在灾难中受灾的人们，常常都在避难所转来转去。还有，有些人在受灾地区恢复时会回来，但有些迁居的人不会回来了。/Những người gặp nạn do thảm họa thường xuyên phải chuyển nơi lánh nạn hết chỗ này đến chỗ khác. Hoặc có người quay trở lại khi nơi bị thảm họa được khôi phục, cũng có người không quay về mà chuyển chỗ ở tại địa phương mình lánh nạn luôn.

🔊 215

高齢者や障がいを持つ人たちだけでなく、すべての人にとって
<u>浴室</u>の<u>バリアフリー</u>化は重要である。手すりや床に滑り止めを
<u>設置</u>すれば、<u>転倒</u>を防止できる。また、<u>いざ</u>というときに誰か
に助けてもらうことを<u>想定して</u>、浴室に非常呼び出しボタンを
つけておくのもよい。

1085	浴室 よくしつ	名 bathroom/浴室/phòng tắm

1086	バリアフリー	名 barrier-free/无障碍/sự xóa bỏ rào cản

1087	設置[する] せっち	名 動3他 installation, install/安装[安装]/sự lắp đặt, lắp đặt

1088	転倒[する] てんとう	名 動3自 falling, fall/跌倒[跌倒]/sự té ngã, té ngã

1089	いざ	副 in an emergency/紧急/chẳng may, lỡ khi

1090	想定[する] そうてい	名 動3他 assumption, assume/设想[设想]/sự giả định, giả định

It is important for everyone, not only the elderly and people with disabilities, to have a barrier-free bathroom. Installing handrails and non-slip flooring can help prevent falls. It is also a good idea to install an emergency call button in the bathroom, assuming someone may need help in an emergency./不仅是老年人还有残疾人，对所有人来说无障碍式的浴室都很重要。只要安装扶手，地板加上防滑就可以预防跌倒。还有，设想发生紧急事态时，可以在浴室安装紧急通报按键。/Việc xóa bỏ rào cản trong phòng tắm quan trọng không chỉ đối với người cao tuổi hay người khuyết tật, mà đối với tất cả mọi người. Nếu lắp đặt tay vịn, hay chống trơn trượt ở sàn thì có thể phòng chống té ngã. Ngoài ra, cũng nên giả định việc chẳng may cần ai đó giúp đỡ để gắn chuông gọi khẩn cấp trong phòng tắm.

🔊 216

A：ここに住もうと思ってるんだ。
B：こんな古い<u>屋敷</u>に住むの？　壁は<u>ひび</u>割れてるし、床も<u>きし</u>
んでる。それに<u>インターホン</u>もないよ。

1091	屋敷 やしき	名 mansion, residence/房子/căn nhà

1092	ひび	名 crack, fracture/裂/vết nứt

1093	きしむ	動1自 creak/吱吱嘎嘎响/kêu cót két
1094	インターホン	名 intercom/门铃/chuông cửa không dây

A: I'm thinking of living here. B: You're going to live in this old mansion? The walls have cracks and the floor creaks. And there's no intercom./A: 我想住这里。 B: 你要住这么老旧的房子吗？墙壁也裂了，地板还吱吱嘎嘎响。而且还没有门铃。/A: Tôi định sống ở đây. B: Sống ở căn nhà cũ kỹ thế này ư? Tường thì nứt, sàn nhà thì kêu cót két. Lại còn không có chuông cửa không dây.

🔊217

投資目的で不動産を所有する際には、資産価値や将来性を考慮することが重要である。よって、専門家の手引きやアドバイスを受けるのがおすすめだ。専門家は、購入に適した不動産の提示や、投資のリスク、また、徴収される税金についても教えてくれる。

Topic 13 ● 住

1095	所有[する] しょゆう	名 動3他 possession, own/拥有[拥有]/sự sở hữu, sở hữu
1096	資産 しさん	名 assets/资产/tài sản
1097	よって	接 accordingly, therefore/所以/do đó
1098	手引き[する] てび	名 動3他 guidance, guide/指导[指导]/sự hướng dẫn, hướng dẫn
1099	提示[する] ていじ	名 動3他 presentation, show/出示[出示]/sự gợi ý, gợi ý
1100	徴収[する] ちょうしゅう	名 動3他 collection, incur, levy/征收[征收]/sự thu, thu

If you own real estate for investment purposes, it is important to consider its asset value and future prospects. Accordingly, it is best to seek professional guidance and advice. Professionals can show you the best properties to buy, and advise on the risks of investing and the taxes that will be levied./拥有投资目的的不动产时，考虑资产价值和未来性是很重要的。所以，我推荐可以找专家指导接受专家的意见。专家会出示适合买的不动产给你，也会告诉你关于投资的风险，需要被征收的税金等等。/Khi sở hữu bất động sản với mục đích đầu tư, quan trọng là cân nhắc giá trị tài sản và triển vọng của nó. Do đó, tôi khuyên là nên nhận sự hướng dẫn và lời khuyên của các chuyên gia. Chuyên gia họ sẽ gợi ý các bất động sản phù hợp để mua, chỉ cho chúng ta các nguy cơ trong đầu tư và ngoài ra cả về tiền thuế sẽ bị thu.

🔊 218

<u>不動産</u>経営において家賃の<u>滞納</u>が発生した場合、期待していた
収益が得られなくなる。そのため、滞納に対する<u>速やかな</u>対応
が必要である。また、将来的な収益の<u>見込み</u>も重要であり、契
約前の慎重な審査が大事だ。

1101	不動産 ふどうさん	名 real estate/不动产/bất động sản
1102	滞納[する] たいのう	名 動3他 delinquency, fail to pay/逾期未交[拖欠]/sự chậm đóng tiền, chậm thanh toán
1103	速やかな すみ	ナ prompt, rapid/迅速的/nhanh chóng
1104	見込み みこ	名 prospect/前景/triển vọng, sự dự đoán
1105	＋ 見込む みこ	動1他 anticipate/看好/dự đoán

In real estate management, when someone fails to pay rent, the expected income cannot be obtained. For this reason, it is necessary to take prompt action against delinquency. The prospect of future earnings is also important, and carefully screening the other party before signing is crucial./经营不动产事业，如果发生租金逾期未交时，就无法实现预期的收益。因此，遇到逾期未交时需要采取迅速的对应。还有，将来收益的前景也很重要，签约时一定要慎重的审核。/Trong kinh doanh bất động sản, trường hợp phát sinh chậm đóng tiền nhà thì sẽ không có được lợi ích như mong đợi. Do đó, cần phải giải quyết nhanh chóng đối với việc chậm đóng tiền. Ngoài ra, việc dự đoán lợi ích trong tương lai cũng quan trọng và quan trọng là thẩm định thận trọng trước khi ký hợp đồng.

🔊 219

道路には<u>排水</u>のための<u>溝</u>が設置されている。溝には汚れやごみ
がたまるため、定期的に<u>点検</u>と清掃が必要だ。また、年月が経
つにつれ<u>改修</u>が必要となる。

1106	排水 はいすい	名 drainage/排水/sự thoát nước
1107	溝 みぞ	名 ditch/水沟/cống, rãnh
1108	点検[する] てんけん	名 動3他 inspection, inspect/检查[检查]/sự kiểm tra, kiểm tra
1109	改修[する] かいしゅう	名 動3他 renovation, renovate/整修[整修]/sự sửa chữa, nâng cấp

Ditches for drainage are installed along the road. Ditches need to be inspected and cleaned regularly because dirt and debris accumulate in them. They also need to be renovated as the years go by./道路为了排水，设有水沟。水沟会堆积污垢以及垃圾，需要定期检查和清扫。还有，随着时间流逝，也需要整修。/Để thoát nước, người ta lắp đặt cống trên đường đi. Do chất bẩn và rác tích tụ ở cống nên cần phải kiểm tra và làm vệ sinh định kỳ. Ngoài ra, còn cần phải sửa chữa theo thời gian.

屋根の補強を依頼した業者は、<u>簡易な</u>工事なら<u>そこそこ</u>自信があると言っていたが、仕事の様子はとても危なっかしく、道具の扱いも適当で<u>とんでもなかった</u>。キッチンの<u>改造</u>も勧められたが、<u>半端な</u>結果になることが目に見えているし、見積書の計算も間違っていたので、<u>なおさら</u>任せられないと思った。

1110	簡易な かんい	ナ simple, uncomplicated/简易的/đơn giản
1111	そこそこ	副 fairly, reasonably/还算/tàm tạm
1112	とんでもない	イ outrageous/出乎意料/quá đáng
1113	改造[する] かいぞう	名 動3他 remodeling, remodel/改建[改建]/sự cải tạo, cải tạo
1114	半端な はんぱ	ナ residence, reside/居住[居住]/sự cư trú, cư trú
1115	なおさら	副 all the more, even more/更加/hơn nữa, càng thêm

The contractor we commissioned to reinforce the roof was reasonably confident, probably because the job was uncomplicated, but his work seemed very dangerous and the way he handed his tools was careless and quite outrageous. He also recommended remodeling the kitchen, but it was obvious that it would end up half-baked, and even the calculations in his estimate were wrong, so I felt all the more reluctant to leave the job to him./请来加固屋顶的业者明明说可简易的工程还算有自信，但看他们工作的样子真的很危险，对待工具也出乎意料的随便。他还建议我改建厨房，我已经预料到结果会是半吊子的，而且报价单还写错了，更加不可能给他们做了。/Nhà thầu mà tôi đã nhờ gia cố mái nhà nói đại khái tự tin nếu là công trình đơn giản nhưng tình hình công việc thì trông nguy hiểm, sử dụng dụng cụ cũng qua loa rất quá đáng. Tôi được khuyên cải tạo cả nhà bếp nhưng tôi đã thấy rõ kết quả nửa vời và bàn tính dự toán cũng nhầm lẫn nên tôi nghĩ không thể giao việc thêm cho họ được nữa.

🔊 221

この地域は都心へのアクセスが良いことから、居住地区として
の人気が上位である。また、最近はオフィスや商業施設なども
進出し、街全体が栄えている。さらに、最寄り駅から歩いて10
分以内に自然豊かな公園やレジャー施設まであるのが魅力であ
る。

1116	居住[する] きょじゅう	名 動3自 residence, reside/居住[居住]/sự cư trú, cư trú
1117	上位 じょうい	名 high rank/前几名/hàng đầu, các vị trí đầu
1118	栄える さか	動2自 prosper/繁华/phồn vinh, hưng thịnh
1119	最寄り もよ	名 nearest (place or thing)/最近/gần nhất

This suburb ranks highly in popularity among residential districts because of its easy access to the city center. Offices and commercial facilities have also recently opened in the area, and the entire district is prospering. In addition, there are nature-rich parks and leisure facilities within a 10-minute walk from the nearest station./这个近郊地区去都心的交通很方便，所以都排在想居住地区的前几名。最近还有很多办公室，商业设施都迁过来，整个城市很繁华。而且，最有魅力的就是从最近的车站步行10分钟以内，就有大自然丰富的公园还有休闲设施。/ Khu vực ngoại ô này do dễ đi đến trung tâm thành phố nên được ưa chuộng hàng đầu như là khu cư trú. Ngoài ra gần đây các văn phòng và cơ sở thương mại v.v cũng phát triển, tổng thể phố xá trở nên hưng thịnh. Hơn thế nữa, từ ga gần nhất đi bộ trong vòng 10 phút là có công viên cây xanh trù phú và các cơ sở giải trí nên rất hấp dẫn.

🔊 222

周囲の景色と調和のとれた心地よい庭を作るためには、日なた
と日陰のバランスが重要だ。日差しの強い場所に日光を遮るも
のがあると、風や日差しが適度に調整され、外観も美しくなる。

1120	調和[する] ちょうわ	名 動3自 harmony, harmonize/和谐[协调]/sự hài hòa, điều hòa
1121	心地よい ここち	イ pleasant/舒服/cảm giác dễ chịu
1122	日なた ひ	名 sunlight, sunny place/向阳/hướng nắng
1123	日陰 ひかげ	名 shade, shadow/背阴/bóng râm

1124 ☐	遮る さえぎ	動1他 block out, shade/遮挡/che chắn
1125 ☐	外観 がいかん	名 appearance/外观/ngoại cảnh

To create a pleasant garden in harmony with the surrounding landscape, it is important to balance sunlight and shade. If something is present to block out the sunlight in the sunniest areas, wind and sun will be balanced just right, and the garden's appearance will be beautiful./为了做出和周围景色和谐的庭院，重要的就是向阳和背阴的平衡。用东西去遮挡阳光强的地方，可以调整风和阳光照射，外观会变美。/Để xây một khu vườn tạo cảm giác dễ chịu có sự hài hòa với cảnh sắc xung quanh, quan trọng là sự cân bằng ánh nắng và bóng râm. Ở chỗ nắng chiếu mạnh nếu có đồ che chắn thì gió và nắng chiếu được điều chỉnh vừa phải, ngoại cảnh cũng trở nên đẹp hơn.

◀) 223

Topic 13 ● 住

A：引っ越しの荷造り終わったよ。
ひ　　　　　　にづく

B：それにしては片付いてない物が多いけど。本当に大丈夫？
かた　づ　　　　　もの　おお　　　　　　ほんとう　だいじょうぶ

A：これはリサイクルショップに持って行くやつだから心配し
も　　　い　　　　　　　　　　　しんぱい
ないで。

B：ならいいけど。念のため、部屋の戸締まりを確認するときに、
ねん　　　　　へや　　とじ　　　　　かくにん
忘れ物がないか確認してね。
わす　もの　　　　　かくにん

1126 ☐	荷造り[する] にづく	名 動3自 packing, pack/打包[打]/sự dọn hành lý, sắp xếp hành lý
1127 ☐	それにしては	接 even so, considering/话虽如此/dù vậy đi nữa, nói vậy đi nữa
1128 ☐	念 ねん	名 attention, case/小心/sự đảm bảo, chắc chắn
1129 ☐	戸締まり とじ	名 locking (doors or windows)/门窗上锁/cửa nẻo, sự đóng cửa

A: I've finished packing for the move. B: Even so, it looks like a lot of stuff hasn't been put away. Are you sure you're really okay? A: These are the things I'm taking to the recycling place, so don't worry. B: Well, that's fine then. But when you lock the door, make sure you haven't forgotten anything, just in case./A: 搬家行李打包完了。 B: 话虽如此，还有很多东西没整理真的没事吗？ A: 这些是我要拿去二手店卖的，不用担心。 B: 那就好，小心起见，你确认门窗上锁时顺便确认一下有没有忘记东西。/A: Hành lý chuyển nhà xong xuôi hết rồi đấy. B: Nói vậy nhưng mà còn nhiều thứ chưa dọn đấy. Có ổn thật không? A: Cái này là đồ đem đi tiệm đồ cũ nên khỏi lo. B: Nếu vậy thì được. Để cho chắc, khi kiểm tra cửa nẻo các phòng, em kiểm tra luôn có quên gì không nhé.

163

🔊224

A：今更だけど、この部屋、物が多くない？ なんか窮屈で圧迫
　　感があるよ。

B：収納スペースが極端に狭くてさ。どうしても物が溢れちゃっ
　　て。

A：言い分は分かるけど、不要な物はいっそ処分した方がいい
　　と思うよ。

1130 今更 いまさら	副	now (at this late stage)/直到现在/đến nước này
1131 窮屈な きゅうくつ	ナ	cramped/狭窄/gò bó, chật chội
1132 圧迫感 あっぱくかん	名	oppressive feeling/压迫感/cảm giác bức bối, áp chế
1133 ＋圧迫[する] あっぱく	名 動3他	oppression, oppress/压迫[压迫]/sự áp chế, đàn áp
1134 収納[する] しゅうのう	名 動3他	storage, store/收起来[收起来]/sự cất giữ, thu dọn
1135 極端な きょくたん	ナ	extreme/极端的, 非常的/cực kỳ, tột cùng
1136 言い分 い　ぶん	名	what someone is saying, (someone's) point/主张/lý do lý trấu, cớ
1137 いっそ	副	rather/干脆/dứt khoát, thà rằng

A: I realize it's kind of late to mention it now, but don't you have too much stuff in this room? It's kind of cramped and feels oppressive. B: The storage space is extremely limited. Things just spill over. A: I understand your point, but wouldn't you rather just get rid of the things you don't need?/A: 直到现在，我才感觉你这个房间东西很多吧？又狭窄又有压迫感。 B: 因为收东西的空间非常的窄，东西实在放不进。 A: 我懂你的主张，但我觉得干脆把不要的东西处理掉比较好吧。/A: Đến nước này rồi anh mới nói, cái phòng này nhiều đồ quá đi. Anh thấy sao mà chật chội, bức bối quá đi mất. B: Tại chỗ cất đồ thì chật quá mà. Nên làm sao thì đồ đạc cũng đầy ra thôi. B: Anh hiểu lý do lý trấu của em nhưng anh thấy thà rằng vứt hết những thứ không cần thiết đi thì hơn.

164

新築の家に合わせて新しく買ったソファーは、<u>滑らかな</u>素材で
できており、<u>くつろぐ</u>には最適だ。

1138	新築[する] しんちく	名 動3他 new construction, newly construct/新建[新建]/sự xây mới, xây mới
1139	滑らかな なめ	ナ smooth/光滑/trơn mịn
1140	くつろぐ	動1自 relax/放松/nghỉ ngơi, thư giãn

The sofa we bought for our newly constructed house is covered in smooth fabric and is perfect for relaxing./配合新建的房子一起新买的沙发，是采用光滑素材的，最适合用来放松。/Bộ sô-pha mà tôi mới mua nhân dịp nhà mới xây, được làm bằng chất liệu trơn mịn nên rất hợp để thư giãn.

旅の途中に立ち寄った店は大きな門を<u>構え</u>、<u>趣</u>のある店内は見
ているだけで<u>純粋な</u>気持ちになれる場所であった。そこで食べ
た料理もまた、毎日でも食べられそうな<u>素朴な</u>味わいでとても
満足できた。

1141	構える かま	動2他 set up/格局/lắp, đặt
1142	趣 おもむき	名 charm/风情/gu, phong cách, cảm giác
1143	純粋な じゅんすい	ナ pure/纯朴的/trong trẻo, thuần khiết
1144	素朴な そぼく	ナ simple/朴素的/mộc mạc, đơn sơ

At the restaurant where we stopped on our journey, a large entrance was set up, and the interior was full of charm, giving us a plain, pure feeling just by looking at it. The food I enjoyed there was also very satisfying, with the kind of simple flavors I never tire of./旅游途中顺便去的店门格局好大，看着有风情的店内，心情都会纯朴了。在那里吃的料理也是，就像每天都吃不腻的朴素味道，我太满意了。/Cửa hàng mà tôi ghé trên đường đi du lịch là một nơi lắp một cái cổng to, bên trong bài trí có gu khiến chỉ nhìn thôi cũng có cảm giác thuần khiết. Món ăn mà tôi dùng ở đó có hương vị mộc mạc như có thể ăn mỗi ngày nên tôi rất hài lòng.

🔊 227

その映画の<u>冒頭</u>は、<u>灯台</u>の明かりを除いて<u>照明</u>のない岬から始まり、その後、夜明けと共に<u>崖</u>の上から<u>視界</u>いっぱいに海が広がっていく描写がロマンチックである。

1145 ☐	冒頭 ぼうとう	名 beginning, opening/开头/phần mở đầu
1146 ☐	灯台 とうだい	名 lighthouse/灯台/đèn biển, hải đăng
1147 ☐	照明 しょうめい	名 illumination, lighting/照明/đèn, sự chiếu sáng
1148 ☐	崖 がけ	名 cliff/悬崖/vách đá
1149 ☐	視界 しかい	名 view, visibility/视野/tầm nhìn

At the opening of the film, we see romantic shots of a seaside cape with no illumination except for the light of a lighthouse, followed by expansive view of the vast sea from the top of a cliff as dawn breaks./那部电影的开头从除了灯台的亮光以外就没有照明的海角开始，之后和破晓同时，从悬崖上看出去的视野全都变成一片大海，这种描写方式真的很浪漫。/Phần mở đầu của bộ phim đó bắt đầu từ mũi biển không có đèn chiếu sáng, ngoại trừ ánh sáng của ngọn hải đăng, sau đó là sự mô tả lãng mạn khi cùng lúc với bình mình lên là từ trên vách đá biển cả trải rộng khắp tầm nhìn.

Topic 14

町
まち

Cities / 城市 / Phố xá

No. 1150-1203

🔊 228

横浜は<u>傾斜</u>のきつい道が多いが、みなとみらい駅周辺は<u>埋め立</u>
<u>て地</u>のため<u>平たんだ</u>。美しい<u>街並み</u>が人気で、休日は大勢の人
で<u>にぎわって</u>いる。

1150	傾斜 けいしゃ	名	incline, slope/傾斜/sự nghiêng
1151	埋め立て地 う た ち	名	landfill, reclaimed land/填筑地/đất được san lấp
1152	＋ 埋め立てる う た	動2他	reclaim/填筑/san lấp
1153	平たんな へい	ナ	flat/平坦的/bằng phẳng
1154	街並み まちな	名	streetscape/市容/dãy phố, cảnh phố
1155	にぎわう	動1自	bustle/热闹/nhộn nhịp

Yokohama has lots of streets with steep inclines, but the area around Minato-Mirai Station is flat because it is reclaimed land. The beautiful streetscapes have proved popular, bustling with people on weekends and holidays./横滨有很多倾斜度很大的路，但港未来车站周围因为是填筑地，所以很平坦。美丽的市容很受欢迎，假日会涌进很多人，很热闹。/Yokohama có nhiều đường dốc nghiêng cao nhưng khu vực xung quanh ga Minatomirai thì bằng phẳng do là đất được san lấp. Cảnh phố đẹp rất được ưa chuộng nên ngày nghỉ là nhộn nhịp đông người.

🔊 229

最寄り駅の周りは墓地があるだけで、いつも人けがない。最近、
駅前の駐輪場に不審者が出ているらしい。だから、今日はいつ
もと違うルートで遠回りして帰宅するつもりだ。

1156	墓地 ぼち	名 cemetary/墓地/căn cứ quân sự
1157	人け ひと	名 signs of human presence/人烟/bóng người
1158	駐輪場 ちゅうりんじょう	名 bicycle parking lot/自行车停车场/bãi đỗ xe đạp
1159	✚ 駐輪[する] ちゅうりん	名 動3自 bicycle parking, park a bicycle/停自行车[停自行车]/sự đỗ xe đạp, đỗ xe đạp
1160	ルート	名 route/路线/lộ trình, đường đi
1161	遠回り[する] とおまわ	名 動3自 detour, detour/绕远路[绕远路]/sự đi vòng, đi đường vòng

Around my nearest station, there's only a cemetery and there are never any signs of human presence. Recently, a suspicious person seems to be hanging around the bicycle parking lot in front of the station. So I'm going to detour by taking a different route home today./最近的车站周围有墓地，但人烟稀少。最近听说车站前的自行车停车场有可疑人物出入。所以我今天绕远路，走不一样的路线回家。/Xung quanh ga gần nhất chỉ là căn cứ quân sự nên lúc nào cũng không có bóng người. Gần đây, hình như có người khả nghi ở bãi đỗ xe đạp trước nhà ga. Cho nên, hôm nay tôi định đi đường vòng theo đường đi khác với mọi khi để về nhà.

🔊 230

この地域は土木工事が行われ、以前よりインフラ設備が整えら
れたが、年々人口が減り、活力を失っている。ここ数年は地域
の振興を図り、役所が子育て相談窓口を設けたり、ご当地キャ
ラクターを生み出したりしている。

1162	土木 どぼく	名 civil engineering/土木/xây dựng công cộng
1163	インフラ	名 infrastructure/基础/hạ tầng
1164	活力 かつりょく	名 vitality/活力/sinh khí, sự năng động
1165	振興[する] しんこう	名 動3他 promotion, promote/振兴[振兴]/sự thúc đẩy, thúc đẩy

1166	設ける （もう）	動2他 set up/设置/đặt, lập

Although civil engineering works have been carried out in this area and infrastructure facilities have been installed, the population has been decreasing year by year and the area is losing its vitality. In recent years, the local government has been trying to promote the area, setting up a childcare consultation service and creating a regional mascot character./这个地区进行了土木工程，比起以前，基础设备要好很多，但每年人口都在减少，失去活力。这几年为了振兴地区，行政机构设置了养育孩子的商量窗口，还诞生了当地吉祥物。/Khu vực này có nhiều công trình xây dựng công cộng, thiết bị hạ tầng được trang bị hơn lúc trước nhưng những năm gần đây, dân số giảm nên đang mất đi sinh khí. Những năm gần đây, nhằm thúc đẩy khu vực, ủy ban đã lập quầy tư vấn nuôi dạy con và tạo nhân vật quảng bá địa phương.

🔊 231

祖父母が住んでいる地域は、<u>なだらかな</u>丘が多く、<u>起伏</u>がある。
また、<u>至るところ</u>に見通しの悪い<u>十字路</u>があるため、車の運転をするのに苦労する。ただし、近くに<u>インターチェンジ</u>があるので、高速道路を利用するには便利だ。

1167	なだらかな	ナ gentle, smooth/平缓的/dốc thoai thoải
1168	起伏[する] （きふく）	名 動3自 undulation, undulate/起伏[起伏]/sự nhấp nhô, nhấp nhô
1169	至るところ （いた）	名 副 all over, everywhere/到处/khắp nơi
1170	十字路 （じゅうじろ）	名 crossroads/十字路口/giao lộ
1171	インターチェンジ	名 interchange/高速公路出入口/nút giao thông lập thể

The area where my grandparents live has many gentle hills and undulations. There are also crossroads with poor visibility all over, making driving difficult. However, there is an interchange nearby, so it's handy to take the expressway./祖父母住的地区有很多平缓的山丘，起伏不平。还有，到处都有视野不好的十字路口，车开起来很辛苦。但附近有高速公路出入口，所以利用高速公路还是很方便。/Khu vực mà ông bà của tôi sinh sống có nhiều quả đồi dốc thoai thoải, nhấp nhô. Chưa kể do có giao lộ tầm nhìn kém ở khắp nơi nên rất vất vả khi lái xe. Tuy nhiên, do ở gần đó có nút giao thông lập thể nên tiện lợi khi sử dụng đường cao tốc.

🔊 232

大規模なデモが行われるため、一時的に道路が封鎖されている。
周辺の道でも、道端に立っている警官が徐行するように呼びか
けていて、ラッシュ時並みの渋滞が発生している。

1172	一時的な いちじてき	ナ temporary/暂时性的/tạm thời
1173	封鎖[する] ふうさ	名 動3他 blockade, block/封锁[封锁]/sự phong tỏa, phong tỏa
1174	道端 みちばた	名 roadside/路边/ven đường
1175	徐行[する] じょこう	名 動3自 slowdown, slow down/缓行[慢速行驶]/sự đi chậm, đi chậm
1176	～並み なみ	接尾 equivalent to ~, similar to ~/～差不多/tương đương ~

The road has been temporarily blocked due to a large demonstration. Even on the surrounding streets, police officers standing by the roadside are urging people to slow down, causing traffic jams similar to rush hour./因为要举行大规模游行，道路被暂时性的封锁。周围道路也有警察站在路边，呼吁大家慢速行驶。现在的堵车就高峰时间段差不多。/Do cuộc biểu tình quy mô lớn được tổ chức nên đường sá tạm thời bị phong tỏa. Ngay cả những con đường xung quanh cũng có cảnh sát đứng ở ven đường kêu gọi đi chậm và đang xảy ra tình trạng kẹt xe tương đương giờ cao điểm.

🔊 233

高橋さんの家は見晴らしのいい高台に建っている。ベランダか
らは、この町全体を見渡すことができるし、はるか遠くには富
士山も見える。

1177	見晴らし みは	名 view/瞭望/tầm nhìn, phong cảnh
1178	見渡す みわた	動1他 look out over/尽收眼底/nhìn bao quát
1179	はるか	副 far/遥远/xa, xa tít

Mr. Takahashi's house stands on a hill with superb views. From the balcony, you can look out over the whole town, and in the far distance you can even see Mount Fuji./高桥先生的家盖在瞭望很好的高台。从阳台可以把这个城市尽收眼底，连遥远的富士山都看得见。/Nhà của anh Takahashi được xây trên cao với tầm nhìn đẹp. Từ ban công có thể nhìn bao quát toàn cảnh thị trấn, và còn thấy được cả núi Phú Sỹ xa tít.

実家がある町は住宅密集地域で、家と家の間隔が狭く、道幅も
じっか　　　まち　じゅうたくみっしゅうちいき　　いえ　いえ　かんかく　せま　　みちはば
とても狭い。しかし、消防署の周りだけは救急車などの緊急車
　　　せま　　　　　　しょうぼうしょ　まわ　　　　きゅうきゅうしゃ　　　きんきゅうしゃ
両が出動しやすいように、広くなっている。
りょう　しゅつどう　　　　　　　　　　　　ひろ

1180	密集[する] みっしゅう	名 動3自 dense population, be crowded/密集[密集]/ đông đảo, tập trung
1181	車両 しゃりょう	名 vehicle/车辆/xe cộ
1182	出動[する] しゅつどう	名 動3自 dispatch, send out/出动[出动]/sự điều động, điều động

The town where my parents live is a crowded residential area, with tight spaces between houses and very narrow streets. However, the area around the fire station is wide enough to allow ambulances and other emergency vehicles to be dispatched easily./老家位于住宅密集地区的城市中，房子和房子的间隔很窄，道路也很窄。但只有消防署的周围，为了让救护车等的应急车辆好出动，很宽阔。/Thị trấn có nhà bố mẹ ruột của tôi là khu vực tập trung nhà ở, khoảng cách giữa các ngôi nhà rất hẹp, đường cũng rất chật. Nhưng riêng xung quanh sở PCCC thì rộng rãi để xe cộ như xe cấp cứu có thể điều động dễ dàng.

子どもの頃は田舎に住んでいたので、友達と土手の斜面を段ボー
こ　　　ころ　いなか　す　　　　　　　　ともだち　どて　しゃめん　だん
ルで滑ったり、原っぱで野球をしたりしたものだ。
　　すべ　　　　はら　　　やきゅう

1183	土手 どて	名 embankment/河堤/bờ đê
1184	斜面 しゃめん	名 slope/坡/mặt nghiêng, sườn dốc
1185	原っぱ はら	名 open field/平原/cánh đồng

When I was a child, I lived in the countryside and my friends and I used to slide down the slope of an embankment on pieces of cardboard and play baseball in an open field./小时候我住在乡下，常和朋友在河堤的坡上用纸箱溜滑梯，还在平原上打棒球。/Thời thơ ấu, tôi đã sống ở vùng quê nên thường trượt sườn dốc đê bằng bìa các-tông, hay chơi bóng chày ở cánh đồng với bạn bè.

◀》 236

千葉県は 37 の市、16 の町、1 つの村の行政区画に分けられて
いる。海沿いには富津岬など景色がきれいな場所も多く、銚子
電鉄沿線は観光地化されている。また、成田街道には有名な社
寺やいくつもの史跡がある。

1186	区画[する] く かく	名 動 3 他 district, partition/区划[划分]/sự quy hoạch, quy hoạch
1187	岬 みさき	名 cape, promontory/海角/mũi biển
1188	沿線 えんせん	名 along a (rail) line/沿线/dọc tuyến
1189	街道 かいどう	名 highway/街道/đường phố, con đường
1190	社寺 しゃじ	名 shrines and temples/神社和寺院/đền thờ
1191	史跡 しせき	名 historical site/古迹/di tích lịch sử

Chiba Prefecture is divided into administrative districts that include 37 cities, 16 towns, and 1 village. There are many scenic spots along the coast, such as Cape Futtsu, and several places along the Choshi Electric Railway line are now tourist attractions. In addition, there are famous shrines and temples and a number of historical sites along the Narita Highway./千叶县的行政区划分为37个市，16个镇，1个村。沿海有很多像富津海角等美丽景色的地方，銚子电铁沿线也成为观光景点。成田街道还有很多有名的神社寺院的古迹。/Tỉnh Chiba được quy hoạch hành chính với 37 thành phố, 16 thị trấn và 1 thôn làng. Dọc biển có nhiều nơi cảnh đẹp như mũi biển Futtsu v.v., dọc tuyến đường sắt Choshi được quy hoạch thành khu du lịch. Ngoài ra, đường Narita có đền thờ và nhiều di tích lịch sử nổi tiếng.

◀》 237

私は水田が広がる山の麓の町で育った。民家がかなり分散して
いたので、友達の家に遊びに行くのにも苦労した。

1192	水田 すいでん	名 rice paddy/水田/ruộng lúa nước
1193	麓 ふもと	名 base, foot (of a mountain)/山脚/chân núi
1194	分散[する] ぶんさん	名 動 3 自 dispersion, scatter/分散[分散]/sự phân tán, phân tán

I grew up in a town at the foot of a mountain, surrounded by rice paddies. It wasn't easy to visit my friends, since our houses were scattered quite far apart./我在很多水田的山脚下的地方长大，民房很分散，我要去朋友家玩都很辛苦。/Tôi lớn lên tại một thị trấn ở chân núi mà ruộng lúa nước trải rộng. Nhà dân rải rác phân tán nhiều nơi nên cả việc đến nhà bạn chơi cũng khá là vất vả.

私の住む町はのどかな場所だが、自衛隊の基地が近くにあるた
わたし　す　まち　　　　　　　　　　ばしょ　　　　　　　じえいたい　　きち　ちか
め騒音に悩まされている。さらに、来月には開発事業の一環と
そうおん　なや　　　　　　　　　　　　　らいげつ　　かいはつじぎょう　いっかん
して複合施設の建設が着工されるため、クレーンの音などが問
ふくごうしせつ　けんせつ　ちゃっこう　　　　　　　　　　　おと　　　　もん
題になりそうだ。この騒音問題を、今度の町の総会で話し合お
だい　　　　　　　　　　　　そうおんもんだい　こんど　まち　そうかい　はな　あ
うと思う。
おも

1195 □	のどかな	**ナ** peaceful/恬静/thanh bình, yên tĩnh
1196 □	自衛隊 じ えいたい	**名** Self-Defense Forces (of Japan)/自卫队/lực lượng phòng vệ
1197 □	**＋** 自衛[する] じ えい	**名 動3他** self-defense, defend oneself/自卫[自卫]/sự phòng vệ, tự vệ
1198 □	一環 いっかん	**名** part (of)/一个环节/một phần trong
1199 □	複合[する] ふくごう	**名 動3他** complex, compound/复合[复合]/sự phức hợp, phức hợp
1200 □	**＋** 複合的な ふくごうてき	**ナ** complex/复合型/mang tính phức hợp
1201 □	着工[する] ちゃっこう	**名 動3自** starting construction, start to construct/动工[动工]/sự khởi công, khởi công xây dựng
1202 □	クレーン	**名** crane/吊车/cần cẩu
1203 □	総会 そうかい	**名** general meeting/大会/đại hội, cuộc họp

My town is a peaceful place, but it suffers from noise because of the nearby Self-Defense Forces base. In addition, construction of a complex is scheduled to start next month as part of a development project, so the noise from cranes is likely to become a problem. We intend to discuss the noise problem at the upcoming general meeting of the town./我居住的城市是个恬静的地方，但因为自卫队的基地就在附近，所以被噪音所困。而且下个月还有复合型设施要开始动工，是开发事业的一个环节，看来吊车的声音等等也会成为问题。关于这个噪音问题，我想要在下一次城市大会中讨论。/Thị trấn mà tôi sống là một nơi thanh bình nhưng do căn cứ của lực lượng phòng vệ ở gần đó nên chúng tôi bị khổ sở vì tiếng ồn. Hơn thế nữa, tháng tới, một cơ sở thương mại phức hợp sẽ được khởi công xây dựng như một phần của dự án phát triển nên có lẽ sẽ xảy ra vấn đề như âm thanh của cần cẩu v.v. Tôi tính là sẽ trao đổi về vấn đề tiếng ồn này tại cuộc họp của thị trấn sắp tới đây.

天気
てん　き

Weather / 天气 / Thời tiết

No. 1204-1269

🔊 **239**

近所の公園の桜の<u>つぼみ</u>が日に日に<u>著しく</u>大きくなり、春の<u>兆</u>
きんじょ　　こうえん　　さくら　　　　　　　　ひ　　ひ　　いちじる　　　おお　　　　　はる　　きざ
し</u>が見られるようになった。感染症対策のため<u>見合わせて</u>いた
　　み　　　　　　　　　　　　　かんせんしょうたいさく　　　　み　あ
花見が<u>じきに</u>できると思うと、うれしい。
はな み　　　　　　　　　　　　　おも

1204 □	つぼみ	名 bud/飘舞/nụ hoa
1205 □	著しい いちじる	イ significant/烦恼/nổi bật, đáng kể
1206 □	兆し きざ	名 sign/水滴/dấu hiệu
1207 □	見合わせる み あ	動2他 postpone, suspend/尤其/quyết định không làm, cân nhắc hủy
1208 □	じき(に)	副 right away, soon/偶尔/sớm, chẳng mấy chốc

The buds on the cherry trees in my neighborhood park are getting significantly bigger day by day: a sign of spring. It makes me happy to think that we will soon be able to enjoy cherry blossom viewing, which we had to postpone due to infection control measures./到了雪花飘舞的季节，最令人烦恼的就是窗户上满满的水滴。尤其是孩子的房间最严重，就算偶尔去开窗还是会结露水。/Nụ hoa sakura trong công viên gần nhà mỗi ngày mỗi lớn đáng kể, có thể thấy dấu hiệu của mùa xuân. Tôi rất vui khi nghĩ đến sẽ sớm được ngắm hoa khi mà người ta đã từng cân nhắc hủy để phòng chống lây nhiễm.

雪が舞う季節になると悩ましいのは、窓ガラスいっぱいの水滴
だ。とりわけ子ども部屋がひどく、時折窓を開けても結露して
しまう。

1209	舞う ま	動1自 flutter, swirl/飘舞/bay, rơi
1210	悩ましい なや	イ annoying/烦恼/khổ sở
1211	水滴 すいてき	名 droplet/水滴/giọt nước
1212	とりわけ	副 particularly/尤其/đặc biệt, nhất là
1213	時折 ときおり	副 occasionally, now and again/偶尔/thỉnh thoảng, đôi khi

When the snow starts swirling around, the most annoying thing is the droplets of water that cover form on the window panes. The children's rooms are particularly bad, and even if I open the window now and again, condensation forms./到了雪花飘舞的季节，最令人烦恼的就是窗户上满满的水滴。尤其是孩子的房间最严重，就算偶尔去开窗还是会结露水。/Điều khổ sở mỗi mùa tuyết rơi là giọt nước đọng đầy trên kính cửa sổ. Đặc biệt phòng của bọn trẻ rất tệ, thỉnh thoảng mở cửa sổ cũng bị đóng sương.

夕方、西の空に辛うじて三日月を見つけた。見つけたら良いこ
とがあると聞いたことがあるので、なんだかテンションが高く
なった。

1214	辛うじて かろ	副 barely, just/勉勉强强/mãi rồi, cuối cùng
1215	三日月 み か づき	名 crescent moon/三日月/trăng lưỡi liềm, trăng non
1216	なんだか	副 somewhat, a little/不知为何/một chút, hơi
1217	テンション	名 excitement, tension/情绪/tinh thần, trạng thái tinh thần

In the evening, I just managed to spot a crescent moon in the western sky. I'd heard that seeing it would bring good fortune, so I felt a little excitement./傍晚，在西边天空勉勉强强的发现了三日月。我有听说过看见就会有好事发生，不知为何，我感觉情绪高昂。/Buổi chiều tà, cuối cùng thì tôi cũng phát hiện trăng lưỡi liềm ở bầu trời phía tây. Do từng nghe nói nếu nhìn thấy thì sẽ gặp may nên tự dưng tôi thấy tinh thần có chút hưng phấn.

🔊 242

私の住む町は海抜ゼロメートルのところにある。異常気象のせ
いで予期しない洪水被害が起きるかもしれないので、町の人々
は前もって準備し、いつでも逃げられる態勢をとっている。

1218	海抜 かいばつ	名	altitude, above sea level/海拔/chiều cao trên mực nước biển
1219	異常気象 いじょうきしょう	名	extreme weather conditions/异常气候/thời tiết cực đoan
1220	＋気象 きしょう	名	weather/气候/thời tiết
1221	予期[する] よき	名 動3他	forecast, expect/预想[预期]/sự đoán trước, đoán trước
1222	態勢 たいせい	名	attitude, preparation/态势/tư thế, tình trạng

My town is located at zero meters above sea level. Due to the possibility of unexpected
flooding caused by extreme weather conditions, people in my town are prepared and ready to
evacuate at any time./我居住的城市位于海拔0米的地方。城市的居民担心因异常气候而发生
预想不到的洪水灾难，都事先准备好随时逃跑的态势。/Thị trấn mà tôi sống nằm ở chiều cao
trên mực nước biển là 0 m. Do thời tiết bất thường có thể xảy ra thiệt hại lũ lụt không đoán
trước được nên người dân trong thị trấn chuẩn bị trước, luôn trong tư thế có thể bỏ chạy bất
kỳ lúc nào.

🔊 243

先日、雨の中父が車で事故を起こした。父は昔から至って健康
だが、歳月とともに年老いているのだと実感した。高齢者の運
転が一概に危険だとは言えないが、せめて荒天時は運転を慎む
ように提案しようと思う。

1223	至って いた	副	exceedingly, extremely/极其/cực kỳ, rất
1224	歳月 さいげつ	名	the years, time/岁月/thời gian, năm tháng
1225	一概に～ない いちがい	句	not unconditionally/不能一概～/không nhất nhất ～, không nhất thiết ～ là
1226	荒天 こうてん	名	stormy weather/暴风雨的天气/thời tiết xấu, trời mưa gió
1227	慎む つつし	動1他	refrain from/避免/hạn chế, cẩn thận

176

The other day, in rainy conditions, my father had a car accident. My father has always been exceedingly healthy, but it made me realize that he is getting older as the years pass. I can't say unconditionally that driving is dangerous for the elderly, but I hope at least that he refrains from driving in stormy weather./前阵子，父亲在雨天发生了车祸。父亲从以前就极其健康，但随着岁月流逝，我也能感受出父亲老了。虽然不能一概的说老年人开车就是危险，但我还是要建议他在暴风雨的天气还是避免开车的好。/Hôm trước, bố tôi đã gây tai nạn xe hơi trong cơn mưa. Từ trước đến nay, bố tôi cực kỳ khỏe mạnh nhưng nay tôi nhận ra theo thời gian, bố tôi đang già đi. Tuy không thể nhất nhất cho rằng người cao tuổi lái xe thì nguy hiểm nhưng tôi định để nghị bố ít nhất khi trời mưa gió thì nên hạn chế lái xe.

🔊 **244**

雨雲が本州南岸に停滞し、私が住む内陸部でも大雨が降った。そのため、近所の川が氾濫し、救援が行われているが、依然5人の安否が分かっていない。今後も警戒が必要だ。

1228 雨雲 あまぐも	名 rain cloud/雨云/mây đen, mây báo hiệu cơn mưa
1229 停滞[する] ていたい	名 動3自 stagnation, pile up/停滞[停滞]/sự đình trệ, ngưng đọng
1230 内陸 ないりく	名 inland/内陆/đất liền, nội địa
1231 氾濫[する] はんらん	名 動3自 overflowing, overflow/泛滥[泛滥]/lũ lụt, sự tràn, tràn
1232 救援[する] きゅうえん	名 動3他 rescue, rescue/救援[救援]/sự cứu viện, cứu trợ
1233 依然 いぜん	副 still/依然/vẫn như trước
1234 安否 あんぴ	名 safety, wellbeing/平安与否/sự an nguy
1235 警戒[する] けいかい	名 動3他 caution, be vigilant/戒备[戒备]/sự cảnh giác, cảnh giác

After rain clouds piled up on the southern coast of Honshu, heavy rain fell in the inland area where I live. As a result, a local river overflowed, and although rescue efforts are underway, the safety of five people is still unknown. We must continue to be vigilant./雨云停滞在日本主岛南岸，我住的内陆地区也下了大雨。因此附近的河川泛滥，还在进行救援，但依然有5个人不知平安与否。今后也需要戒备。/Đám mây đen ngừng ở bờ Nam Honshu và mưa lớn đã rơi ở phần đất liền mà tôi sinh sống. Do đó, con sông gần nhà dâng tràn, tuy đã tiến hành cứu viện nhưng vẫn chưa biết được sự an nguy của 5 người. Sắp tới vẫn cần cảnh giác.

🔊 245

すがすがしい５月の夜、家のベランダから空を見ると星座が見えた。何しろ天体は好きな領域なので、快い風が吹く中、長時間見つづけた。６月になると雨天が続き、空を見上げるのも難しくなるだろう。

1236 すがすがしい	イ bracing, crisp/清爽/tươi mát, trong lành
1237 星座 せいざ	名 constellation/星座/chòm sao
1238 何しろ なに	副 after all, as you know/毕竟/dù thế nào đi nữa
1239 天体 てんたい	名 celestial body/天体/thiên thể
1240 領域 りょういき	名 field, territory/领域/lĩnh vực
1241 快い こころよ	イ pleasant/舒服/dễ chịu, êm ái, mơn man
1242 雨天 うてん	名 rainy weather/雨天/trời mưa

On a crisp May night, I looked at the sky from my balcony and saw constellations. As you know, celestial bodies are a favorite field of mine, so I watched them for a long time as a pleasant breeze was blowing. In June, the rainy weather will be endless and looking up at the sky will be difficult./5月清爽的夜晚，从家里阳台往天空看可以看见星座。毕竟天体是我喜欢的领域，我在舒服的晚风中看了很长一段时间。到了6月，会一直持续着雨天，应该也很难看见天空了。/Đêm tháng 5 trong lành, tôi ngắm bầu trời từ lan can nhà thì thấy các chòm sao. Dù thế nào đi nữa, thiên thể là lĩnh vực mà tôi yêu thích nên giữa làn gió mơn man tôi ngắm bầu trời một lúc lâu. Vào tháng 6 trời mưa kéo dài thì khó mà ngắm bầu trời được.

🔊 246

盆地である京都は、夏は風が通らず気温が高くなる。京都に住んで20年になるが、夏の暑さと生ぬるい風にはどうも慣れない。それにしても今日はやけに暑い。

1243 盆地 ぼんち	名 basin/盆地/vùng trũng, lòng chảo, bồn địa
1244 生ぬるい なま	イ tepid/温暖潮湿/âm ấm
1245 どうも	副 somehow/实在是/có gì đó

| 1246 | それにしても | 接 even so, nevertheless/即便如此/dù là thế, cho dù vậy |
| 1247 | やけに | 副 awfully/特别/cực kỳ, rất |

Kyoto, situated in a basin, gets very hot in the summer, and no wind blows. I've lived in Kyoto for 20 years, but somehow I've never gotten used to the summer heat and tepid breezes. Even so, it is still awfully hot today./位于盆地的京都，夏天没有风，气温会升很高。虽然已经在京都住20年了，但我实在是不习惯炎热的夏天和温暖潮湿的风。即便如此，今天还特别的热。/ Kyoto là bồn địa nên mùa hè không có gió thổi, nhiệt độ tăng cao. Tuy sống ở Kyoto 20 năm nhưng có gì đó khiến tôi vẫn không thể nào quen với sức nóng và những cơn gió ấm của mùa hè Kyoto. Dù là thế thì hôm nay cũng nóng quá đi mất.

◀) **247**

近年、ゲリラ豪雨が増加傾向にある。強い雨や雷とともに<u>あられ</u>が降ることもある。車の運転中にあられが降ってきたら、安全な場所に車を止めた方がいい。<u>前方</u>や<u>後方</u>が見えなくなるだけでなく、<u>アクセル</u>を踏むと車が<u>スリップする</u>ことがあるので危険だ。

1248	近年 きんねん	名 副 recent years, in recent years/近年/những năm gần đây
1249	あられ	名 hail, hailstone (up to 5 mm in diameter)/冰雹（直径5mm以下）/hạt mưa đá (đường kính khoảng 5mm trở xuống)
1250	前方 ぜんぽう	名 ahead/前方/phía trước
1251	後方 こうほう	名 behind/后方/phía sau
1252	アクセル	名 accelerator, gas pedal/油门/chân ga
1253	スリップ[する]	名 動3自 slipping, slip/打滑[打滑]/sự trượt, trơn trượt

In recent years, sudden downpours have been on the increase. Alongside heavy rain and thunder, sometimes hail also falls. If it starts to hail while you are driving, you should stop your car in a safe place. Not only will you be unable to see what is ahead of or behind you, but your car may slip if you hit the gas pedal, which is dangerous./近年强阵雨有增加倾向。打雷下大雨有时候还会伴随着冰雹。如果在开车时下冰雹，最好就是把车子停在安全的地方。因为不仅看不清前方后方，踩油门还会导致车子打滑，很危险。/Những năm gần đây, những cơn mưa rào lớn có khuynh hướng gia tăng. Có khi cùng với cơn mưa lớn và sấm là những hạt mưa đá. Trong lúc lái xe mà mưa đá rơi thì nên dừng xe ở nơi an toàn. Không chỉ vì không thể nhìn thấy phía trước và phía sau mà còn nguy hiểm vì có thể xe bị trơn trượt khi đạp chân ga.

🔊 248

5月に仕事で赴いたとき、カンボジアは雨季だった。5月の中
旬は雨は降らないものの、夕暮れに稲光がくっきりと見えた。
5月の終わりになると猛烈な雨がしょっちゅう降り、そのとき
には傘をさしても無意味だった。

1254 □	赴く おもむ	動1自 go, head for/前往/hướng đến, đi đến
1255 □	雨季 うき	名 rainy season/雨季/mùa mưa
1256 □	夕暮れ ゆうぐ	名 dusk, twilight/晚霞/chiều tối
1257 □	稲光 いなびかり	名 lightning/闪电/ánh chớp
1258 □	くっきり（と）	副 clearly, distinctly/清楚(的)/rõ ràng
1259 □	猛烈な もうれつ	ナ intense/猛烈的/dữ dội
1260 □	しょっちゅう	副 ceaselessly/经常/thường xuyên
1261 □	無意味な む い み	ナ pointless, useless/无意义的/không có ý nghĩa

When I went to Cambodia on business in May, it was the rainy season. In mid-May, it didn't rain, but I could see lightning clearly at dusk. At the end of May, intense rain fell so ceaselessly that using an umbrella was pointless./5月前往柬埔寨工作时刚好是雨季。虽然5月中旬不会下雨，但我在晚霞中清楚的看见了闪电。到5月底时经常会下猛烈的大雨，这时候就算撑伞也没意义了。/Khi tôi đến Campuchia vào tháng 5 vì công việc, Campuchia đang mùa mưa. Trung tuần tháng 5 tuy trời không mưa nhưng tôi thấy ánh chớp lóe rõ ràng vào chiều tối. Vào cuối tháng 5 thì những cơn mưa dữ dội trút xuống thường xuyên, lúc đó có che dù cũng không ý nghĩa gì.

2011年3月11日にマグニチュード9の東日本大震災が起きてから、2023年で12年となった。東北地方は、津波によって原形が分からないほど軒並み建物が破壊されたが、復興へと向かっている。最近では、天災の怖さが忘れられつつあることを危ぶむ声もある。

1262 ☐	マグニチュード	名 magnitude/震级/đơn vị đo cấp độ động đất, cường độ
1263 ☐	原形 げんけい	名 original form/原形/hình dạng ban đầu
1264 ☐	軒並み のきな	名 副 row of buildings, across the board/家家户户/sự giống nhau, đều
1265 ☐	破壊[する] は かい	名 動3他 destruction, destroy/破坏[破坏]/sự phá hủy, phá hủy
1266 ☐	復興[する] ふっこう	名 動3他 recovery, recover/恢复[重建]/sự khôi phục, phục hưng
1267 ☐	天災 てんさい	名 natural disaster/天灾/thiên tai
1268 ☐	＋ 人災 じんさい	名 human-made disaster/人祸/nhân tai
1269 ☐	危ぶむ あや	動1他 be apprehensive, have misgivings/担心/lo lắng, quan ngại

Topic 15

● 天気

2023 marks 12 years since the magnitude 9 Great East Japan Earthquake occurred on March 11, 2011. The Tohoku region is on its way to recovery from the tsunami, which destroyed rows of buildings across the city to the point that their original forms were unrecognizable. Recently, some have been apprehensive that we are forgetting our fear of natural disasters./2011年3月11日发生的震级9东日本大地震，到2023年已经过了12年。在东北地区，家家户户因海啸而原形全毁的房子，也渐渐地恢复。最近有人发声说，逐渐遗忘天灾的恐惧是很令人担心的。/Năm 2023 tức đã 12 năm trôi qua kể từ khi xảy ra trận động đất lớn ở phía Đông Nhật Bản mạnh 9 độ magtinude vào ngày 11 tháng 3 năm 2011. Ở vùng Đông Bắc, các tòa nhà đều bị sóng thần phá hủy đến mức không nhận ra hình dạng ban đầu, nhưng mọi thứ đang hướng đến sự phục hưng. Gần đây, cũng có ý kiến lo lắng trước việc người ta đang lãng quên sự đáng sợ của thiên tai.

Topic 16

旅行
りょ こう

Travel / 旅行 / Du lịch

No. 1270-1343

🔊 250

1990年、アメリカで燃料切れにより旅客機が墜落し、73名の
乗客が亡くなるという事故があった。この事故の大きな原因は、
言語の問題により緊急事態であることが伝わっていなかったこ
とである。

1270	燃料 ねんりょう	名 fuel/燃料/nhiên liệu
1271	旅客機 りょかくき	名 passenger plane/民航机/máy bay chở khách
1272	＋ 旅客 りょかく	名 passenger, traveler/旅客/hành khách
1273	墜落[する] ついらく	名 動3自 crash, crash/坠落[坠落]/sự rơi, rơi
1274	緊急事態 きんきゅうじたい	名 emergency/紧急事态/tình trạng khẩn cấp

In 1990, in the United States, a passenger plane that had run out of fuel crashed, killing a total of 73 passengers. One major cause of the crash was a language barrier, which prevented people from communicating that it was an emergency./1990年，美国发生了有座民航机因燃料用尽而坠落的意外，总共73名乘客丧命。在这个意外中因为语言问题无法传达紧急事态，也占了很大的原因。/Năm 1990, ở Mỹ đã có một vụ tai nạn máy bay chở khách do hết nhiên liệu nên rơi xuống, khiến tổng cộng 73 hành khách thiệt mạng. Nguyên nhân to lớn của vụ tai nạn này là không thể báo cáo tình trạng khẩn cấp do vấn đề ngôn ngữ.

近所の旅館は、とても人気で客が絶えない。人気の理由の一つは、
きんじょ りょかん にんき きゃく た にんき りゆう ひと
各部屋に 備え付けられ ている 露天風呂だ。 宿泊客は露天風呂に
かく へ や そな つ ろ てん ぶ ろ しゅくはくきゃく ろ てん ぶ ろ
浸かり ながら、 情緒 ある古い建物や美しい景色を楽しめる。そ
つ じょうちょ ふる たてもの うつく けしき たの
して 何より 有名なのが料理だ。地元の 名産品 をたっぷり使った
なに ゆうめい りょうり じ もと めいさんひん つか
料理は大人気で、三つ星にも 認定されて いる。我が町が 誇る 施
りょうり だいにんき み ぼし にんてい わ まち ほこ し
設の一つである。
せつ ひと

1275	備え付ける そな つ	**動2他** equip, provide/配备/trang bị, gắn kèm
1276	浸かる つ	**動1自** soak/泡/ngâm
1277	情緒 じょうちょ	**名** atmosphere/情调/trữ tình
1278	何より なに	**副** more than anything/最重要的/hơn cả
1279	名産 めいさん	**名** local specialty/特产/đặc sản
1280	認定[する] にんてい	**名 動3他** accreditation, recognize/认证[认可]/sự chứng nhận, chứng nhận
1281	誇る ほこ	**動1他** take pride in/骄傲/tự hào

A traditional ryokan near me is very popular and is constantly packed with guests. One reason for this popularity is the open-air baths provided in each room. Guests can soak in the open-air baths and enjoy the elegant atmosphere of the old buildings and beautiful scenery. More than anything, the hotel is famous for its cuisine. The cuisine, which uses many local specialties, is immensely popular and has been recognized with three stars. It is one of the things our town takes the most pride in./附近的旅馆好受欢迎，客人一直源源不绝。受欢迎的理由之一，是配备在各房间内的露天温泉。住宿客人可以边泡着露天温泉，边享受古老建筑的情调和美景。而且最重要的就是知名料理。大量的使用了当地特产的料理很受欢迎，还被认证为3颗星。这是我们城市里骄傲的设施之一。/Lữ quán gần nhà tôi rất được ưa chuộng nên không lúc nào ngơi khách. Một trong những lý do nó được ưa chuộng là phòng tắm lộ thiên được trang bị ở các phòng. Khách trọ vừa ngâm mình trong bồn tắm lộ thiên, vừa ngắm những ngôi nhà cổ và cảnh đẹp trữ tình. Và nổi tiếng hơn cả là đồ ăn. Những món ăn sử dụng đầy ắp đặc sản nổi tiếng của địa phương rất được yêu thích và được chứng nhận ba sao. Đây là một trong những nơi mà thị trấn chúng tôi tự hào.

◀)) 252

A：この間東京に行ったときにアプリ使って経路を調べたら、
　　変なところを通らされてさ。
B：あー、アプリってたまに変なところに連れて行くよね。
A：そうそう。現地に着くまで治安の悪そうな路地ばかり通ら
　　されるからドキドキしたよ。

1282	経路 けいろ	名 route/路线/đường đi
1283	治安 ちあん	名 (public) safety/治安/an ninh, trị an
1284	路地 ろじ	名 alley, alleyway/小巷子/đường, lối đi

A: When I was in Tokyo the other day, I used an app to search for a route and it took me
through somewhere strange. B: Ah, apps sometimes take you to strange places, don't they? A:
Yes. I was pretty nervous because it took me through a lot of alleys that didn't seem safe until
I reached my destination./A: 上次我去东京时，用应用程序查了路线后，让我经过了奇怪的地
方。B: 啊～，应用程序有时候就是会带你去奇怪的地方。 A: 对对。到目的地之前一直让我走
看起来治安不太好的小巷子，害我好紧张。/A: Gần đây, khi đi Tokyo, tôi đã dùng ứng dụng
để tra cứu đường đi thì bị dẫn qua một chỗ kỳ lạ. B: À, mấy cái ứng dụng có khi dẫn mình
đến mấy chỗ kỳ cục ha. A: Đó đó. Để đi đến nơi phải đi qua toàn mấy đường mà an ninh có
vẻ không ổn nên tôi khá căng thẳng.

◀)) 253

橋がかかったことで交通の便が良くなり、島民の生活は大きく
変わった。私自身実家に帰省するのに以前はフェリーとバスを
使っていたが、橋ができてからはバス1本で帰れるようになっ
たため、所要時間が30分以上短くなった。

1285	実家 じっか	名 parents' home, parents' house/老家/nhà bố mẹ ruột
1286	帰省[する] きせい	名 動3自 homecoming, return home/回老家[回老家]/ sự về quê, về quê
1287	フェリー	名 ferry/渡轮/phà
1288	所要時間 しょようじかん	名 time required/所需时间/thời gian cần thiết
1289	＋ 所要 しょよう	名 use, need/所需/cần thiết

The islanders' lives have changed dramatically since the bridge was built, as transportation has become more convenient. I used to take the ferry and bus when returning home to my parents' house, but since the bridge was built, I can go by bus alone, shortening the time required by more than 30 minutes./因为新建的桥，交通变得便利后，岛民的生活也改变很多。以前我回自己老家时，需要搭渡轮和公交，但有了桥以后只需要搭公交就能回去，这样所需时间缩短了30分以上。/Nhờ cây cầu được bắc qua mà giao thông trở nên tốt lên, đời sống người dân trên đảo thay đổi nhiều. Bản thân tôi lúc trước khi về nhà bố mẹ phải dùng phà và xe buýt nhưng sau khi có cây cầu thì chỉ cần đi 1 chuyến xe buýt là về đến nhà, nên thời gian cần thiết được rút ngắn hơn 30 phút.

A：念願の沖縄旅行はどうだった？

B：最高だったよ！ 海も想像より<u>はるかに</u>きれいでさ。将来は絶対移住したいな〜。

A：天気にも恵まれてよかったね。

B：台風が来るかもって聞いたときはかなり<u>がっくり</u>したけどね。来なくてよかった！

1290	念願 ねんがん	名	heart's desire, dearest wish/梦想/tâm niệm, mong ước
1291	はるかな	ナ	far more/远远/xa xôi, hơn hẳn
1292	移住[する] いじゅう	名 動3自	relocation, move/迁移[迁移]/sự di cư, di cư
1293	がっくり（と）	副	disappointedly/沮丧的/thất vọng

A: How was your trip to Okinawa, your dearest wish? B: It was amazing! The ocean was far more beautiful than I'd imagined. I definitely want to move there in the future! A: I'm glad you were blessed with good weather. B: I was pretty disappointed when I heard there might be a typhoon coming. I'm glad it didn't come!/A: 你梦想的冲绳旅行怎么样？ B: 很棒！ 大海也远远比想象中漂亮。将来我想迁移到那里～。 A: 太好了，天气也很不错吧。 B: 本来听说说不定有台风时很沮丧，但没来真是太好了！ /A: Chuyến du lịch Okinawa mong ước thế nào rồi? B: Đỉnh của chóp! Biển cũng đẹp hơn mình tưởng tượng nhiều. Tương lai tôi nhất định phải đi di cư mới được... A: Thời tiết tốt vậy may quá nhỉ. B: Khi nghe có cơn bão đến mình đã khá thất vọng nhưng may là nó không đến!

◀)) 255

A：このクリアファイルの絵、きれいだね。

B：いいでしょ。上野の美術館で印象派展を見てきたんだ。そ
　　こで買ったの。
　　うえの　　びじゅつかん　　いんしょうはてん　　み
　　　　　か

A：これは誰の絵？
　　　　だれ　え

B：ルノワールっていう画家の風俗画だよ。閉館間際に入っ
　　　　　　　　　　　　　が か　　ふうぞく が　　　へいかん まぎわ　　はい
　　ちゃって、ゆっくり鑑賞できなかったから、今度一緒に行
　　　　　　　　　　　　かんしょう　　　　　　　　　　　　こんど いっしょ い
　　こう。

1294	~派 は	接尾 ~ school, ~sect/ ~派/trường phái ~
1295	風俗 ふうぞく	名 manners and customs/风俗/sinh hoạt đời thường
1296	間際 まぎわ	名 (the point) just before/快要 ~ /ngay trước khi

A: The image on this clear file folder is really pretty. B: Isn't it nice? I went to the Impressionist School exhibition at the Ueno Museum of Art. I bought it there. A: Who painted it? B: It's a painting by the artist Renoir depicting manners and customs. I went into the museum just before it closed, so I didn't have time to take a good look at it. Let's go see it together next time./A: 这个透明文件夹里的画好美哦。 B: 很不错吧。我去上野美术馆看了印象派画展，在那买的。 A: 这是谁的画？ B: 是位叫做雷诺瓦的画家的风俗画。我刚好在快要闭馆前进去，结果都不能慢慢观赏，下次我们一起去。 /A: Bức tranh trên tấm bìa nhựa này đẹp ghê. B: Đẹp ha. Tôi đi xem triển lãm trường phái ấn tượng ở bảo tàng mỹ thuật Ueno rồi mua ở đó đó. A: Đây là tranh của ai vậy? B: Là tranh sinh hoạt đời thường của một họa sĩ tên Renoir đấy. Tôi vào ngay trước khi đóng cửa nên không xem kỹ được. Lần tới mình đi chung đi.

◀)) 256

留学すると、最初は自分の国と対比し、自国との違いにばかり
りゅうがく　　　さいしょ　じぶん　くに　　たいひ　　　じこく　　　ちが
目がいきがちだ。カルチャーショックを乗り越えるには、現地
め　　　　　　　　　　　　　　　　　　　　　の こ　　　　　　　　げんち
の人と話してその国の人や文化について知ることも一つの手で
ひと　はな　　　　　くに　ひと　ぶんか　　　　　し　　　　　ひと　　て
ある。

1297	対比[する] たいひ	名 動3他 comparison, compare/对比[对比]/sự so sánh, đối chiếu
1298	カルチャー ショック	名 culture shock/文化冲击/cú sốc văn hóa
1299	現地 げんち	名 local area/当地/bản địa, địa phương

When you study abroad, at first you tend to compare the differences between your own country and the country you're in. One way to overcome culture shock is talking to people from the local area to learn about them and their culture./出去留学，一开始会对比自己国家，然后眼光总是放在与自己国家不同的地方上。要克服文化带来的冲击，有一种有效手段就是和当地人交流，学习当地文化。/Khi du học, lúc đầu ta thường có khuynh hướng so sánh với nước của mình, chỉ toàn tập trung vào sự khác biệt. Việc trò chuyện với người địa phương và tìm hiểu về con người, văn hóa của nước đó cũng là một cách để vượt qua cú sốc văn hóa.

◀) 257

A：ここどこ？ 目的地からどんどん遠ざかってる気がするんだ
　　もくてきち　　　　　　　　とお　　　　　　　　　　き
けど…。

B：さっきから同じところをさまよってる気がする…。移動時
　　　　　　　　おな　　　　　　　　　　　　　　　き　　　　　　いどうじ
間を短くするためにレンタカーを借りたのに、これじゃあ
かん　みじか　　　　　　　　　　　　　　か
全然意味ないよ…。
ぜんぜんいみ

A：ああ、もう。お腹すいたからご飯でも食べない？ ちょうど
　　　　　　　　なか　　　　　　　　はん　　　　た
そこにドライブスルーのお店があるよ。
　　　　　　　　　　　　　みせ

1301	遠ざかる とお	動1自 get farther away/远离/trở nên xa
1302	回 遠ざける とお	動2他 avoid, keep away/疏远/tránh xa
1303	さまよう	動1自 wander/徘徊/loanh quanh, quanh quẩn
1304	レンタカー	名 rental car/租车/xe thuê
1305	ドライブスルー	名 drive-through/得来速/dịch vụ mua đem về từ trên xe

A: Where are we? I feel like we're getting farther away from our destination ... B: It feels like we've been wandering around the same places for a while now ... I hired a rental car to cut our travel time, but it's been totally pointless .... A: Oh, I'm so hungry. Why don't we get something to eat? There's a drive-through restaurant right there./A: 这是哪里？ 我觉得越来越远离目的地…。 B: 我也觉得从刚才开始一直徘徊在同一个地方…。为了缩短移动时间才租车的，这样根本没有意义…。 A: 啊～！真是。肚子好饿，去吃饭吗？ 刚好那边有一家得来速餐厅。/A: Đây là đâu? Anh có cảm giác như mỗi lúc càng xa điểm đến thì phải ... B: Từ nãy đến giờ em có cảm giác là mình loanh quanh cùng một chỗ ... Đã thuê xe để rút ngắn thời gian di chuyển vậy mà như thế này thì còn có ý nghĩa gì nữa đâu... A: Àa, thôi, đói bụng rồi hay mình ăn cơm đi đã! Vừa hay có quán mua đem về từ trên xe ở đằng kia kìa.

🔊 258

近所に新しくできた中華料理の店は本場の味を楽しみたい人に
おすすめだ。暖簾をくぐると、中国まで来たのかと錯覚するく
らい、店内が特有の香りに包まれている。また、料理はとにか
く量が多い。

1306	本場 ほんば	名 authentic (place), home of/正宗/chính gốc, thực thụ
1307	暖簾 のれん	名 shop curtain/门帘/rèm cửa
1308	錯覚[する] さっかく	名 動3他 illusion, be under an illusion/错觉[错觉]/ảo giác, nhầm tưởng
1309	特有 とくゆう	名 particular, unique/特有/đặc trưng, cố hữu
1310	とにかく	副 anyway/总之/nói gì thì nói

I can recommend the new Chinese restaurant in my neighborhood if you want to enjoy authentic flavor. When you pass through the shop curtain, the restaurant is filled with a particular aroma that gives you the illusion you've traveled all the way to China. And the servings are generous, anyway./附近有家新开的中华料理店，推荐给想尝正宗味道的人。推开门帘就会立刻有到了中国的错觉。店内充满一股特有的香味。还有，总之分量就是多。/ Tôi rất muốn giới thiệu tiệm ăn Trung Hoa mới mở gần nhà cho những người muốn thưởng thức hương vị chính gốc. Bước qua tấm rèm cửa là bạn sẽ được bao bọc bởi mùi hương đặc trưng trong tiệm đến mức như nhầm, tưởng mình đã đến Trung Quốc. Ngoài ra, lượng thức ăn nói gì thì nói chứ rất nhiều.

🔊 259

先日、郊外で新たに遺跡が見つかった。研究者たちは調査に着
手しようとしたものの、住人から反対意見があったこともあり、
調査申請は却下された。今後どのように住民からの理解を得る
かが目下の課題となっている。

1311	遺跡 いせき	名 ruins/遗迹/di tích
1312	着手[する] ちゃくしゅ	名 動3自 start, commence/着手[着手]/sự bắt tay vào việc, bắt đầu làm
1313	却下[する] きゃっか	名 動3他 dismissal, reject/驳回[驳回]/sự bác bỏ, từ chối
1314	目下 もっか	名 now, present/目前/bây giờ, trước mắt

Some archaeological ruins were recently discovered in the suburbs. Researchers tried to start studying the site, but their application was rejected due to objections from the residents. Now the issue is gaining the understanding of the local residents./前几天，在郊外发现了新遗迹。研究者们准备着手调查，但居民持反对意见，所以调查申请被驳回。目前的主题就是今后要如何得到居民的理解。/Hôm trước, một di tích mới được phát hiện ở ngoại ô. Các nhà nghiên cứu đã bắt tay vào điều tra nhưng có ý kiến phản đối của cư dân nên đơn xin điều tra đã bị từ chối. Từ đây sắp tới, làm sao để được cư dân thông cảm là một thách thức trước mắt.

🔊 **260**

A：足取りが重いけど大丈夫？

B：歩きすぎて足が棒になってる。頂上への到達は厳しいかも…。

A：登り始めたときは、頂上まで行くって意気込んでたじゃん。

B：もっと身軽にして来るべきだった…。ちょっと休んでもいい？ 少し休めば復活するかも。

1315	足取り あしどり	名 gait, steps/步伐/bước chân, nhấc chân
1316	足が棒になる あし ぼう	句 legs feel heavy/两腿发直/chân cứng như gãy, chân cứng đơ
1317	頂上 ちょうじょう	名 summit/顶端/đỉnh
1318	到達[する] とうたつ	名 動3自 arrival, reach/到达[到达]/sự đạt đến, đi đến
1319	意気込む いきご	動1自 be enthusiastic/干劲十足/nhiệt tình, hào hứng, quyết tâm
1320	身軽な みがる	ナ light/轻便/nhẹ nhàng
1321	復活[する] ふっかつ	名 動3自 recovery, revive/复活[复活]/sự phục hồi, khỏe lại

A: Your steps are very slow. Are you all right? B: My legs feel heavy from too much walking. I might have a tough time reaching the summit … A: When we started climbing, you were so enthusiastic about making it to the top. B: I should have packed more lightly … Can we take a break? Maybe a little rest will revive me./A: 你步伐很重，没事吗？ B: 走太多路两腿发直。要到达顶端恐怕很困难。 A: 刚开始爬的时候你不是干劲十足的说"要登顶！"的吗？ B: 应该要更轻便的来…。我可以休息一下吗？ 休息一下说不定就复活了。 /A: Bước chân nặng nề vậy, có sao không? B: Đi bộ nhiều quá nên chân cứng đơ. Chắc khó mà lên đến đỉnh quá... A: Khi mới bắt đầu leo chẳng phải cậu hào hứng nói "tôi sẽ đi lên tới đỉnh!" mà? B: Lẽ ra tôi phải đem đồ nhẹ thôi... Tôi nghỉ chút được không? Nghỉ một chút chắc sẽ khỏe lại.

189

A：この間出張中に大雪にあってさ。急きょ近くに泊まるこ
とにしたんだけど、宿が見つからなくてね。

B：とんだ１日だね。

A：でも予約制の民宿に電話したら泊めてもらえてね。てっき
り断られるかと思ったけど。帰りも周りを探検したり、お
いしいものを食べたりもして、結果的には大満喫。

1322 ☐	急きょ きゅう	副 in a hurry, suddenly/仓促/gấp rút
1323 ☐	とんだ	連 terrible, unexpected/意想不到/chẳng ra gì
1324 ☐	～制 せい	接尾 ～ system/～制/cần ~, chế độ ~
1325 ☐	民宿 みんしゅく	名 guest house, private lodging house/民宿/nhà trọ tư nhân
1326 ☐	てっきり	副 certainly/一定/cứ ngỡ là
1327 ☐	探検[する] たんけん	名 動3他 exploration, explore/探险[探险]/sự thám hiểm, thám hiểm
1328 ☐	満喫[する] まんきつ	名 動3他 full enjoyment, fully enjoy/尽情享受[尽情享受]/sự thỏa thích, thỏa thích

A: I was on a business trip the other day and it snowed so hard that suddenly I had to stay overnight, but I couldn't find a place to stay. B: What a terrible day! A: But I called a guest house that usually requires bookings system, and they let me stay there. I thought they would certainly refuse me. On the way back, I explored the local area, ate some delicious food, and ended up fully enjoying the experience./A: 上次我出差时遇到了大雪。仓促的想在附近找住宿，但都找不到。 B: 真是意想不到的一天。 A: 可是我打电话去问预约制的民宿，就让我住了。我还想说一定会被拒绝的。回程我还去附近探险，又吃了美食，结果让我尽情享受了一番。 /A: Mới đây tôi đi công tác mà gặp trận tuyết lớn. Tôi gấp rút quyết định trọ lại gần đó nhưng không tìm ra nhà trọ. B: 1 ngày không ra gì nhỉ. A: Nhưng tôi thử gọi cho một nhà trọ tư nhân cần đặt trước thì lại được họ nhận. Cứ ngỡ là bị từ chối rồi đó chứ. Khi về tôi cũng thám hiểm xung quanh và ăn được mấy món ngon nên rốt cuộc rất thỏa thích hài lòng.

A：留学中、パスポートを落としてさ。
りゅうがくちゅう　　　　　　　　　お

B：ええ！？

A：まごついていたらインフォメーションの人が気づいてくれ
　　　　　　　　　　　　　　　　　　ひと　き
てね。ジェスチャーも使って必死に伝えたら、すぐにいろ
　　　　　　　　　つか　ひっし　つた
いろなところに確認してくれ見つかったんだ。誠意ある
　　　　　　　　かくにん　　　　　　　み　　　　　　　せいい
対応に感謝だよ。
たいおう　かんしゃ

B：良かったね。
　　よ

A：うん。それからは常に首にかけて携帯してた。
　　　　　　　　　　つね　くび　　　　けいたい

1329	まごつく	動1自 be confused/彷徨/bối rối, quýnh quáng
1330	インフォメーション	名 information/服务中心/thông tin
1331	ジェスチャー	名 gesture/手势/cử chỉ, điệu bộ
1332	誠意 せいい	名 good faith, sincerity/诚意/thành ý, nhiệt tình
1333	携帯[する] けいたい	名 動3他 carrying, carry/携带[携带]/sự mang theo, đem theo

A: When I was studying abroad, I lost my passport. B: What? A: I was so confused, the information desk staff noticed. I made a few desperate gestures to try to communicate, and they immediately checked a few places and found it. I was so grateful they responded in such good faith. B: That's great. A: Yes. After that, I always carried it around my neck./A: 留学中，我竟然弄丢了护照。 B: 诶诶！？ A: 我在彷徨时，服务中心的人发现了我，然后我用手势努力的沟通，他马上帮我确认了很多地方，结果就找到了。真的很感谢这么有诚意的应对。 B: 那太好了。 A: 嗯，从那之后我就挂在脖子上随身携带。/A: Trong thời gian du học, tớ làm rơi hộ chiếu... B: Hảa!? A: Tớ còn đang quýnh quáng thì người của bộ phận Thông tin nhận ra. Tớ ra sức nói, dùng cả cử chỉ thì ngay lập tức họ xác nhận khắp nơi giùm cho và tìm ra luôn. Tớ thật biết ơn với cách đối ứng nhiệt tình như vậy. B: May ghê nhỉ. A: Ừ, kể từ đó tớ luôn đeo vào cổ để đem theo bên mình.

◀》 263

A：海、まだかなあ。もうかなり歩いてる気がするけど…。
　　うみ　　　　　　　　　　　　　　　　ある　　き

B：待って、なんか潮の香りがしない？
　　ま　　　　　　しお　かお

A：ほんとだ！…あ！ 浜が見えてきたよ！ ようやくたどり着い
　　　　　　　　　　　はま　み　　　　　　　　　　　　　　　　　つ
　　たね！ わ～、白い砂浜と青い海のコントラストがいいね！
　　　　　　　　しろ　すなはま　あお　うみ

B：さすがは日本一と名高いビーチ！ 水も澄んできれい！
　　　　　　にほんいち　なだか　　　　　みず　す

1334	潮 しお	名 sea water, tide/海潮/nước biển
1335	浜 はま	名 beach, seashore/海滩/bờ biển
1336	＋浜辺 はま べ	名 beach/海边/ven biển
1337	たどり着く つ	動1自 reach/抵达/đến nơi
1338	コントラスト	名 contrast/对比/sự tương phản
1339	名高い な だか	イ famous, renowned/著名/nổi tiếng, có tiếng
1340	澄む す	動1自 be clear/清澈/trong, sạch

A: We haven't reached the sea yet. It feels like we've been walking for a while. B: Wait, can you smell the sea water? A: I can! Oh, and I can see the beach now! We've finally reached it! Wow, I love the contrast between the white sand and the blue ocean! B: That's why this is the most famous beach in Japan! The water is so clear and clean!/A: 还没到大海吗？ 我觉得已经走了好久…。 B: 等等，你有闻到海潮的清新吗？ A: 真的耶！ 啊…！ 看见海滩了！ 终于抵达了！ 哇～白色沙滩和蓝色海洋的对比好棒哦！ B: 不愧是日本第一著名的海滩！ 水也很清澈！ /A: Vẫn chưa đến biển sao ta. Tôi nghĩ mình đi bộ cũng khá lâu rồi đó...B: Khoan đã, cậu có ngửi thấy mùi thủy triều không? A: Đúng rồi! ... A! Thấy được bờ biển rồi! Mãi rồi cũng đến nơi! Ôi ~, sự tương phản giữa cát trắng và biển xanh mới tuyệt làm sao! B: Đúng là bờ biển nổi tiếng nhất Nhật Bản! Nước trong vắt đẹp quá!

A：旅行は<u>事前</u>にプランを立てる派？
B：その場で決める方が好きかなあ。思うがままにいろんな場所を<u>巡ったり</u>、その場の気分でいいなと思ったお店に<u>立ち寄ったり</u>できるからね。

1341	事前 じぜん	名 advance/提前/tử trước
1342	巡る めぐ	動1自 go around, move around/逛/dạo quanh, đi quanh
1343	立ち寄る た よ	動1自 drop in, stop by/顺便去/ghé vào

A: Do you plan your travel in advance? B: I prefer to decide on the spot. That way, I can go around different places whenever I like and stop by whatever stores I like, depending on how I'm feeling./A: 旅行你会提前准备方案吗？ B: 我比较喜欢当下做决定。这样可以随心的逛很多地方，还可以顺便去看看当下觉得不错的店。/A: Đi du lịch thì cậu có thuộc trường phái lập kế hoạch trước không? B: Tôi thích quyết định tại đó hơn. Vì có thể đi dạo quanh chỗ này chỗ nọ theo ý thích, và ghé cái quán nào mà mình cảm thấy thích lúc đó.

Topic 17

学校
がっこう

School / 学校 / Trường học

No. 1344-1470

◀⑴ 265

A：志望動機は何ですか。
しぼうどうき なん

B：私が貴校を志望したのは、調理を学べる課程が設置されて
わたし きこう しぼう ちょうり まな かてい せっち
いることと、「自主性を育もう」という校訓に共感したか
じしゅせい はぐく こうくん きょうかん
らです。

1344	志望動機 しぼうどうき	名 reason for applying/报考动机(报考的理由)/lý do ứng tuyển, động cơ thi vào
1345	＋ 動機 どうき	名 motivation, reason/动机/động cơ, lý do
1346	貴校 きこう	名 your school (honorific)/贵校/quý trường (cách nói lịch sự)
1347	課程 かてい	名 course, curriculum/课程/chương trình học
1348	育む はぐくむ	動1他 cultivate, nurture/培养/nuôi dưỡng

A: What is your reason for applying to this school? B: I want to go to your school because it has a cooking curriculum, and the school's motto, "Cultivating independence," resonates with me./A: 你的报考动机是什么？ B: 我报考贵校是因为贵校设有学习烹饪的课程，还有我对校训中的"培养自主性"产生了共鸣。/A: Lý do ứng tuyển của em là gì? B: Lý do em ứng tuyển vào trường là vì có chương trình em có thể học chế biến và em đồng cảm với giáo huấn "nuôi dưỡng tính tự lập" ạ.

A：来週の木曜日って大学の<u>創立記念日</u>？
らいしゅう　もくようび　だいがく　そうりつきねんび
B：うん、だから授業はないよね。でも、<u>必修科目</u>の<u>課題</u>が多
じゅぎょう　ひっしゅうかもく　かだい　おお
すぎて<u>休める気</u>がしないよ。
やす　き

1349 創立[する] そうりつ	名 動3他 founding, found/创建[创建]/sự sáng lập, thành lập
1350 必修 ひっしゅう	名 mandatory course, required course/必修/sự bắt buộc
1351 課題 かだい	名 assignment, issue, task/作业/bài tập

A: Isn't next Thursday the anniversary of the university's founding? B: Yes, so there won't be any classes. But I don't think I can take a day off because I have too many assignments to do for my required courses./A: 下周四是大学的创建纪念日对吧？ B: 嗯，所以没课。但必修课的作业太多了，我觉得根本无法休息。/A: Thứ Năm tuần tới là ngày kỷ niệm thành lập trường nhỉ? B: Ừm, nên không có giờ học. Nhưng tớ có quá nhiều bài tập môn bắt buộc nên không có cảm giác được nghỉ gì cả.

◀)) 267

小学校ではうさぎを<u>飼育し</u>ている。うさぎ小屋は、教室がある
しょうがっこう　しいく　きょうしつ
南<u>棟</u>から離れた場所にあるが、休み時間になると子どもたちが
みなみとう　はな　ばしょ　やす　じかん　こ
<u>駆け足</u>でやって来る。寒い日には、<u>私物</u>のマフラーをうさぎに
かけあし　く　さむ　ひ　しぶつ
巻いてあげる子どももいる。
ま　こ

1352 飼育[する] しいく	名 動3他 raising, keep/饲养[饲养]/sự nuôi, nuôi con vật
1353 棟 とう	名 annex, wing/栋/dãy nhà
1354 駆け足 かけあし	名 run, double time/跑步/sự vội vàng, sự chạy
1355 私物 しぶつ	名 one's own, personal (belongings)/个人物品/đồ dùng cá nhân

The elementary school keeps a few rabbits. The rabbit hutches are located away from the classrooms in the south wing, but children come at a run to visit the hutches at recess time. On cold days, some children wrap their own scarves around the rabbits./在小学里有饲养兔子。兔窝建在离设有教室的南栋有点距离的地方。但一到下课时间，孩子们就会跑步来。寒冷的日子，还会有孩子帮它们围上个人物品的围巾。/Ở trường tiểu học có nuôi con thỏ. Chuồng thỏ nằm ở nơi cách xa dãy phía Nam có lớp học nhưng hễ vào giờ nghỉ giải lao là học sinh lại vội vã chạy đến. Vào những ngày lạnh, có cả học sinh choàng khăn quàng cổ của mình cho con thỏ.

🔊 268

日々、部活に<u>打ち込ん</u>でいるので、勉強を全くしていなかった。
テスト前日は<u>追い込む</u>ために、眠気を<u>ぐっと</u>堪えて徹夜をした
が、結果は学年で<u>びり</u>だった。これに<u>懲りて</u>、最近は気を<u>引き
締めて</u>勉強に取り組んでいる。

1356 ☐	打ち込む う こ	動1他 be devoted to, be involved/埋头/say sưa, nhập tâm
1357 ☐	追い込む お こ	動1他 push oneself/最后努力/dồn
1358 ☐	ぐっと	副 firmly, forcefully/使劲/ráng, nhiều
1359 ☐	びり	名 last (place)/垫底/hạng chót
1360 ☐	懲りる	動2自 learn one's lesson/吃苦头/tỉnh ngộ, nhận ra
1361 ☐	引き締める	動2他 tighten/打起, 勒紧/tập trung

I was so devoted to my club activities that I didn't study at all. On the night before the test, I firmly resisted sleep and stayed up all night to push myself to study, but I placed last in the entire year level. Learning my lesson from this, I have made a firm resolution and have been studying hard recently./每天我埋头于社团活动，都没学习。在考试前一天我为了做最后努力，使劲压着睡意熬夜，但还是在年级中垫底。吃过这个苦头，最近我打起精神来学习。/ Thường ngày do say sưa luyện tập câu lạc bộ nên tôi chẳng học hành gì. Ngày trước kỳ thi, tôi ráng vượt qua cơn buồn ngủ, thức thâu đêm để học dồn nhưng kết quả là hạng chót toàn khối. Tôi tỉnh ngộ và gần đây tập trung tinh thần, nỗ lực học tập.

🔊 269

先週、学校で球技大会が<u>開催された</u>。私のクラスは<u>結束</u>を固め
てサッカーの試合に<u>挑んだ</u>。皆<u>粘り強く</u>頑張り、優勝すること
ができた。特に3回もシュートを決めた渡辺さんは皆の<u>ヒーロー</u>
になった。

1362 ☐	開催[する] かいさい	名 動3他 convening, hold/举办[举办]/sự tổ chức, tổ chức
1363 ☐	結束[する] けっそく	名 動3他 unity, unite/团结[团结]/sự đoàn kết, đồng lòng

1364	挑む いど	動1他 meet a challenge, rise to a challenge/挑战/thách thức, hướng đến mục tiêu
1365	粘り強い ねば づよ	イ tenacious/坚韧的/kiên trì, nhẫn nại
1366	＋粘る ねば	動1自 be sticky/坚持/kiên trì, dính
1367	ヒーロー	名 hero/英雄/anh hùng

Last week, a sports day was held at the school. My class was united and rose to the challenge of the soccer game. We all played tenaciously and won the game. In particular, Watanabe, who succeeded in three shots, became everyone's hero./上周学校举办了球技比赛。我们班团结一致的挑战了足球比赛。多亏了大家坚韧的努力，获得了冠军。尤其是踢进3球的渡边，变成了大家的英雄。/Tuần trước, đại hội thi đấu các môn chơi bóng đã được tổ chức ở trường. Lớp tôi đoàn kết cùng hướng đến trận đấu bóng đá. Mọi người đã cố gắng kiên trì và giành chức vô địch. Đặc biệt, cậu Watanabe ghi đến 3 bàn đã trở thành anh hùng của mọi người

◆)) 270

弓道部の部長に選ばれた私は、「仲間と道具を大切に」という先輩の教えを受け継いで部を運営しているつもりだった。しかし、弓や矢の管理について厳しく言いすぎたため、部員から反感を買ってしまった。

1368	教え おし	名 teachings/教导/lời dạy
1369	受け継ぐ う つ	動1他 inherit, take over/继承/kế thừa
1370	運営[する] うんえい	名 動3他 management, run/运营[运营]/sự vận hành, vận hành
1371	矢 や	名 arrow/箭/cung tên
1372	反感 はんかん	名 animosity, ill feeling/反感/sự ác cảm, sự bất mãn

When I was selected as the head of the archery club, I'd intended to run the club following the teachings I'd inherited from the senior students to "Take good care of your friends and your tools." However, I was too strict about bow and arrow management, and the other club members started feeling some animosity./我被选为弓箭社团的社长。我继承了前辈说的"珍惜伙伴和器具"的教导，很努力的运营社团。但因为我对于弓和箭的管理太严格，结果引起了社员的反感。/Được chọn làm đội trưởng đội bắn cung, tôi dự tính kế thừa lời dạy của đàn anh là "Trân quý đồng đội và dụng cụ" để vận hành câu lạc bộ. Nhưng do nói quá nghiêm khắc về việc quản lý cung và tên nên tôi đã gây bất mãn cho các thành viên trong đội.

197

◀)) 271

私のクラスは文化祭で劇をすることに決まった。まずは<u>台本</u>を
完成させ、役を決め、<u>衣装</u>や小物を作る予定だ。高校３年生な
ので<u>進路</u>決定や勉強も忙しいが、その<u>合間</u>を縫って<u>自主的</u>に練
習や準備を進めていきたい。

1373	台本 だいほん	名 script/剧本/kịch bản
1374	衣装 いしょう	名 costume/服装/trang phục
1375	進路 しんろ	名 future path (career)/毕业后的去向/lộ trình tương lai
1376	合間 あいま	名 interval, spare moments/余暇/khoảng thời gian trống
1377	自主的な じしゅてき	ナ independent, on one's own/自主性/tự chủ, tự giác

My class has decided to put on a play at the school festival. Firstly, we will write the script,
choose roles, and make costumes and accessories. As a high school senior, I'm busy with my
studies and deciding on my future path, but in my spare moments, I want to practice and
prepare for the festival on my own./我们班级决定在文化节演话剧。首先要完成剧本，决定角
色，还要制作服装和小道具。因为已经高中三年级了，毕业后的去向和学习也很忙，但我想
在余暇之际进行自主性练习，好好准备。/Lớp của tôi được quyết định diễn kịch trong lễ hội
văn hóa. Chúng tôi dự tính trước tiên là hoàn thành kịch bản, phân vai, và may trang phục,
đạo cụ. Vì là học sinh lớp 12 rồi nên chúng tôi bận rộn trong việc chọn lộ trình tương lai và
cả việc học nhưng sẽ tận dụng khoảng thời gian trống để tự tập và chuẩn bị.

◀)) 272

私が勤めている<u>インターナショナル</u>スクールでは、意見を発信
する力を身につけるための<u>実践的な</u>カリキュラムが組まれてい
る。授業でも、子どもが自分の考えを言いたくなるような<u>仕掛
け</u>を準備している。ここで学んだ子どもは、他の学校で学んだ
子と<u>自ずから</u>積極性が異なってくる。

1378	インターナショ ナル	名 international/国际/quốc tế
1379	実践的な じっせんてき	ナ practical/实践性/mang tính thực tiễn

1380	仕掛け しか	名 mechanism/招数/phương pháp, cách thức
1381	+ 仕掛ける しか	動 2 他 install, set up/着手/gợi mở, khơi gợi
1382	自ずから おの	副 oneself, of one's own accord/自然而然的/tự mình, tự nhiên

The international school where I work has a practical curriculum designed to help students acquire the ability to express their opinions. In the classroom, we have created mechanisms that make children want to express their own ideas. Children studying at this school seem more proactive of their own accord than those at other schools./在我上班的国际学校，课程的构造是以实践性高，培养自主发表意见的能力为主。上课时，我们也准备了能够让孩子们会想发表自己思想的招数。在这里学习过的孩子和别的学校的孩子相比之下，积极性自然而然的就会有差异。/Ở trường quốc tế mà tôi làm việc, có đưa vào chương trình học mang tính thực tiễn để lĩnh hội khả năng phát biểu ý kiến. Ngay cả trong giờ học thầy cô cũng phải chuẩn bị những phương pháp gợi mở học sinh muốn nói lên suy nghĩ của mình. Những học sinh học ở đây tự nhiên sẽ trở nên tích cực, khác với học sinh ở trường khác.

🔊 273

中学校で恋人がいると優越感に浸れるかというと、そんなことはない。周りから冷やかされ、2人で廊下を歩くとくすくす笑われることもある。それが恥ずかしくて、すぐに別れてしまう人たちもいるようだ。

1383	優越感 ゆうえつかん	名 sense of superiority/优越感/cảm giác tự tôn, cảm giác ưu thế
1384	+ 劣等感 れっとうかん	名 sense of inferiority/自卑感/mặc cảm, sự tự ti
1385	冷やかす ひ	動 1 他 jeer at, make fun of/嘲笑/bỡn cợt, chế giễu
1386	くすくす（と）	副 snickeringly/吥吥, 窃笑/khúc khích

Having a boyfriend in middle school does not give you a sense of superiority. People around you jeer at you, and sometimes giggle snickeringly at you when you walk down the hallway together. Some people are so embarrassed by this that they break up with their boyfriends immediately./如果说初中时有恋人就能感受优越感，其实根本没这回事。会被周围的人嘲笑，2个人一起走在走廊还会被人窃笑。就因为太羞耻，有人还会马上分手。/Nếu nói có người yêu khi học THCS thì có được cảm giác ưu thế hay không, thì không có chuyện đó. Có khi còn bị xung quanh chế giễu và bị cười khúc khích khi 2 người cùng đi trên hành lang. Có những học sinh đã chia tay nhau ngay vì xấu hổ khi bị như thế.

🔊 274

小学校でクラス担任をしていたとき、子どもたちは<u>無邪気</u>で明
<ruby>小学校<rt>しょうがっこう</rt></ruby> <ruby>担任<rt>たんにん</rt></ruby> <ruby>無邪気<rt>むじゃき</rt></ruby> <ruby>明<rt>あか</rt></ruby>
るく<ruby>仲<rt>なか</rt></ruby>も<ruby>良<rt>よ</rt></ruby>かったが、<ruby>授業中<rt>じゅぎょうちゅう</rt></ruby>の<u>私語</u>が<ruby>多<rt>おお</rt></ruby>すぎるため、<u>説教した</u>
ことがあった。<ruby>特<rt>とく</rt></ruby>に<ruby>騒<rt>さわ</rt></ruby>いでいた<ruby>子<rt>こ</rt></ruby>どもには、<u>罰</u>として<ruby>校庭<rt>こうてい</rt></ruby>を10
<ruby>周<rt>しゅう</rt></ruby><ruby>走<rt>はし</rt></ruby>らせたこともあったが、<ruby>今<rt>いま</rt></ruby>ではこれは<u>体罰</u>に<ruby>該当<rt>がいとう</rt></ruby>するので
してはならない。

1387 ☐	**無邪気な** <ruby>むじゃき</ruby>	ナ innocent/无邪的/ngây thơ
1388 ☐	**私語** <ruby>しご</ruby>	名 private talk, whisper/私语/sự nói chuyện riêng
1389 ☐	**説教**[する] <ruby>せっきょう</ruby>	名 動3他 lecture, lecture/训斥[训斥]/sự thuyết giáo, chấn chỉnh
1390 ☐	**罰** <ruby>ばつ</ruby>	名 punishment/罚/hình phạt
1391 ☐	**体罰** <ruby>たいばつ</ruby>	名 corporal punishment/体罚/sự trừng phạt thể xác

When I was a class teacher at an elementary school, most of the children were innocent,
cheerful, and friendly, but I did have to lecture them because they whispered too much
during class. I once made a particularly disruptive child run 10 laps around the school
grounds as punishment, but this would now be frowned upon as corporal punishment./以前
我担任小学班导师时，我和学生们的关系很好。虽然孩子们天真无邪也很开朗，但常常有人在
上课时窃窃私语，为此我训斥了他们。尤其是那种特别吵的学生，我还罚他们跑操场10圈。但
现在这种做法算是体罚，不能这么做了。/Khi tôi làm giáo viên chủ nhiệm ở trường tiểu học,
bọn trẻ rất ngây thơ, vui vẻ, và cũng hòa thuận nhưng nói chuyện riêng giờ học quá
nhiều nên tôi từng chấn chỉnh chúng. Với những đứa trẻ đặc biệt ồn thì tôi từng bắt chạy 10
vòng sân trường như một hình phạt nhưng bây giờ việc này tương đương với sự trừng phạt
thể xác nên không được làm nữa.

🔊 275

A：<ruby>学生時代<rt>がくせいじだい</rt></ruby>は<ruby>真面目<rt>まじめ</rt></ruby>だった？

B：<ruby>全<rt>まった</rt></ruby>く！<ruby>年配<rt>ねんぱい</rt></ruby>の<ruby>厳<rt>きび</rt></ruby>しい<ruby>先生<rt>せんせい</rt></ruby>と<ruby>言<rt>い</rt></ruby>い<ruby>合<rt>あ</rt></ruby>いになって、<ruby>教室<rt>きょうしつ</rt></ruby>の<ruby>窓<rt>まど</rt></ruby>ガ
ラス<ruby>割<rt>わ</rt></ruby>ったことあるよ。バイトして<ruby>弁償<rt>べんしょう</rt></ruby>はしたけど、<u>意地</u>
になって、<ruby>卒業<rt>そつぎょう</rt></ruby>まで<ruby>謝<rt>あやま</rt></ruby>らなかったな。

A：えー、ほんとに？

B：<ruby>本当<rt>ほんとう</rt></ruby>だよ。ほらここ、ガラスの<u>破片</u>で<ruby>切<rt>き</rt></ruby>った<u>痕</u>。

1392 □	年配 ねんぱい	名 age, elderly/年纪大/sự lớn tuổi, người lớn tuổi
1393 □	意地 いじ	名 obstinate, proud/意气/lòng tự ái, tâm địa
1394 □	破片 はへん	名 fragment/碎片/mảnh vỡ
1395 □	痕 あと	名 scar/痕迹/vết thẹo

A: When you were school, did you take it seriously? B: Not at all! I once got into an argument with an elderly teacher who was very strict, and broke a classroom window. I worked part-time to pay for it, but I was too proud to apologize until graduation. A: Oh, really? B: It's true. Look, here's a scar from a fragment of glass./A: 学生时期你很乖吗？ B: 才不！我和年纪大又严格的老师吵起来，还打碎了教室窗户的玻璃。我用兼职的薪资赔偿了，但我意气用事，一直到毕业都没向他道歉。 A: 诶～真的吗？ B: 真的，你看这里，就是被玻璃碎片割到的痕迹。/A: Thời đi học cậu nghiêm túc không? B: Không hề! Từng tranh cãi với giáo viên lớn tuổi, nghiêm khắc, còn làm vỡ kính cửa sổ lớp học nữa. Tớ làm thêm rồi đền lại nhưng tự ái nên không xin lỗi đến tận khi tốt nghiệp. A: Hả, thật không? B: Thật chứ. Đây, chỗ này là vết thẹo do mảnh kính vỡ cắt trúng.

276

佐藤(さとう)さんはいつも古典(こてん)の教科書(きょうかしょ)の挿絵(さしえ)に落書(らくが)きをしている。教科書(きょうかしょ)のページをめくったときに、落書(らくが)きがちょうど先生(せんせい)にばれてしまい、カラーペンを没収(ぼっしゅう)されていた。

1396 □	古典 こてん	名 classics/古典, 古文/cổ điển, văn học cổ điển
1397 □	めくる	動1他 turn over (a page)/翻/giở, lần, lật
1398 □	ばれる	動2自 be discovered, come to light/被发现/bị phát hiện
1399 □	没収[する] ぼっしゅう	名 動3他 confiscation, confiscate/没收[没收]/sự tịch thu, tịch thu

Sato is always doodling on the illustrations in his classics textbook. When he turned over the page of his textbook, his doodles were discovered by his teacher, who confiscated his color pen./佐藤每次都在古文课本上的插图中涂鸦。结果翻课本时刚好被老师发现涂鸦，彩色笔就被没收了。/Sato lúc nào cũng viết bậy vào các bức tranh minh họa trong sách giáo khoa Văn học Cổ điển. Khi cậu giở sách giáo khoa thì đúng lúc bị giáo viên phát hiện viết bậy nên đã bị tịch thu bút màu.

🔊 277

今年の<u>合唱</u>コンクールで、私はクラスの<u>指揮者</u>に<u>立候補</u>し、見
事に選ばれた。歌が苦手なクラスメートと<u>根気</u>強く<u>個別</u>練習も
した。明日はクラス全体で<u>団結</u>して本番に<u>臨みたい</u>。

1400 □	合唱[する] がっしょう	名 動3他 choir, sing together (in chorus)/合唱[合唱]/ sự hợp xướng, hợp xướng
1401 □	指揮者 しきしゃ	名 conductor/指挥/người chỉ huy
1402 □	+ 指揮[する] しき	名 動3他 conducting, conduct/指挥[指挥]/sự chỉ huy, chỉ huy
1403 □	立候補[する] りっこうほ	名 動3自 candidacy, run for/竞选[竞选]/sự tự ứng cử, tự ứng cử
1404 □	根気 こんき	名 perseverance/毅力/sự kiên nhẫn
1405 □	個別 こべつ	名 individual/个别/sự riêng lẻ
1406 □	団結[する] だんけつ	名 動3自 unity, unite/团结[团结]/sự đoàn kết, đoàn kết
1407 □	臨む のぞ	動1自 confront, face/面临/hướng đến, tiến tới

At this year's choir competition, I ran for class conductor and was chosen easily. I showed perseverance in individual practice with my classmates who were not as good at singing. Tomorrow, I hope to unite the whole class and face this performance together./我去竞选了今年合唱比赛的指挥，还被选上了。我很有毅力的和不擅长唱歌的同学进行个别练习。明天我们全班要团结一致的面临正式比赛。/Trong cuộc thi hợp xướng năm nay, tôi ứng cử vị trí chỉ huy của lớp và đã được chọn như mong đợi. Tôi cũng đã kiên nhẫn luyện tập riêng với cả bạn cùng lớp ngại hát. Ngày mai, cả lớp sẽ đoàn kết hướng đến buổi thi chính thức.

🔊 278

最近、学校の周りで<u>不審者</u>が出たとの情報が相次いでいる。そ
のため、学校は生徒に地域ごとの<u>班</u>で登下校をするように<u>促し</u>
ている。また、不審者の特徴を<u>箇条書き</u>で示したポスターを地
域に貼り、生徒の登下校を見守るボランティアも<u>募って</u>いる。

1408 □	不審者 ふしんしゃ	名 suspicious person/可疑人物/người khả nghi
1409 □	班 はん	名 group, squad/小组/nhóm, đội

1410 ☐	促す <small>うなが</small>	動1他 encourage/督促/thúc đẩy
1411 ☐	箇条書き <small>か じょう が</small>	名 itemization/逐条列举/sự ghi từng mục, liệt kê
1412 ☐	募る <small>つの</small>	動1他 ask for, invite/招募/chiêu mộ

Recently, there have been several reports of a suspicious person hanging around the school. So the school is encouraging students to travel to and from school in groups for each area. The school has also put up posters in the community with itemized descriptions of the suspicious person and has asked for volunteers to watch over students on their way to and from school./最近不断的有消息说在学校周围看见可疑人物。因此学校督促学生们以居住地分为小组一起上下学。还有在附近张贴逐条列举了可疑人物特征的海报，招募能够帮忙守护孩子们上下学的义工。/Gần đây, có nhiều thông tin liên tiếp nói rằng có người khả nghi ở xung quanh trường học. Do đó, trường học tăng cường để học sinh ra về theo nhóm trong từng khu vực. Ngoài ra, trường còn dán áp phích ghi từng mục đặc trưng của kẻ khả nghi và chiêu mộ tình nguyện viên theo dõi bảo vệ học sinh tan học.

🔊 279

調理実習でハンバーグを作った。私のグループにはケチャップ好きの<u>同志</u>が複数人いたので、ケチャップを<u>ベース</u>にしたソースを作ることにした。ところが、計量カップの<u>目盛り</u>を読み間違えていたようで、ソースは微妙な味になってしまった。

1413 ☐	同志 <small>どう し</small>	名 comrade, fellow/志同道合之人/sự cùng chí hướng, đồng chí
1414 ☐	ベース	名 base/基础/cơ sở, nền tảng, sự dựa vào
1415 ☐	目盛り <small>め も</small>	名 gradations, scale/刻度/mức định lượng, vạch chia

I made hamburgers in my cooking class. Several of my fellows in the group loved ketchup, so I decided to make a sauce with a ketchup base. However, I misread the scale marked on the measuring cup, and so the sauce ended up tasting strange./在烹饪课时我们做了汉堡排。我的小组里有几个喜欢番茄酱，志同道合的人。所以我们决定酱汁以番茄酱来作为基础。然而似乎是看错了量杯的刻度，酱汁的味道变得有点不怎么样。/Tôi đã làm món thịt bò áp chảo trong giờ thực tập nấu ăn. Nhóm của tôi có nhiều người cùng chí hướng thích tương cà nên quyết định làm món sốt với nguyên liệu chính là tương cà. Nhưng hình như chúng tôi đọc nhầm mức định lượng của cốc định lượng nên nước sốt có vị khó nói.

🔊 280

大学の友達とお金のトラブルになり、関係を断つことにした。
後日その子から謝罪され、関係を修復してほしいと言われたが、
性格がゆがんだ人と関わりたくない私は拒否した。しかし、そ
の子はさも自分は悪くないかのような顔で「私たち友達だよね」
としつこく言ってきた。

1416	断つ た	動1他 break off, cut off/断绝, 切断/cắt đứt
1417	謝罪[する] しゃざい	名 動3他 apology, apologize/道歉[道歉]/sự xin lỗi, xin lỗi
1418	ゆがむ	動1自 distort, be warped/扭曲/méo mó, biến dạng
1419	拒否[する] きょひ	名 動3他 refusal, refuse/拒绝[拒绝]/sự từ chối, từ chối
1420	さも	副 really, truly/仿佛/hơn nữa, lại còn

I had money problems with a college friend and so I decided to break off the friendship. Later, she apologized and said she wanted to repair our relationship, but I refused, not wanting to associate with someone with such a warped personality. However, she persisted, saying "But we're friends, aren't we?," as if it really wasn't her fault./我和大学朋友发生了金钱纠纷，我就和他断绝关系。之后那个人向我道歉说想要和我修复关系，但我不想和性格扭曲的人有来往就拒绝了。但那个人还是纠缠不休，用一副仿佛自己没做错事的样子来对我说"我们还是朋友"。/Tôi gặp rắc rối tiền bạc với người bạn đại học nên quyết định cắt đứt quan hệ. Sau đó, bạn ấy xin lỗi và nói mong được khôi phục mối quan hệ nhưng tôi từ chối vì không muốn liên quan với người có tính cách méo mó. Nhưng, người đó lại còn cứ bám lấy tôi nói "chúng ta là bạn mà nhỉ" với vẻ mặt như thể mình chẳng làm gì xấu cả.

🔊 281

A：あさっての新学期のオリエンテーションって11時からだっ
け？

B：ううん、9時からだよ。早いよね。もうちょっと遅らせて
ほしい。

A：そうだね。選択科目の一覧表とか就活関連の資料も配られ
るらしいし、遅刻しないようにしなきゃ。

1421	オリエンテーション	名 orientation/说明会/buổi định hướng
1422	遅らせる おく	動2他 make later, push back/延迟/làm chậm lại, dời lại
1423	＋遅らす おく	動1他 delay, hold up/推迟/làm cho chậm
1424	一覧表 いちらんひょう	名 list/一览表/bảng danh sách

A: The orientation for the new semester starts at 11 a.m. the day after tomorrow, right? B: No, it starts at 9 a.m. It's kind of early. I wish they'd push it back a little. A: Oh, that's right. I heard they're going to hand out a list of elective courses and job-hunting-related documents, so we'd better not be late./A: 明后天的新学期说明会是从11点开始来着？ B: 不是，是从9点开始。好早哦。好想他们延迟一点。 A: 对呀，而且听说还会发选择科目的一览表还有就职关联的资料，要注意不能迟到才行。/A: Buổi định hướng học kỳ mới vào ngày mốt là từ 11 giờ phải không nhỉ? B: Không, từ 9 giờ đó. Sớm quá nhỉ. Phải chi họ dời lại trễ một chút.A: Ừ nhỉ. Nghe đâu còn được phát bằng danh sách môn tự chọn và cả tài liệu liên quan đến tìm việc làm nên phải cố gắng sao cho không bị đi trễ thôi.

◀)) 282

母校のテニス部は県内でも強くて有名だ。しかし、今年の大会では相手の学校に負かされ、散々な結果になってしまった。それ以来、練習が厳しくなって精神を病む部員が出ており、問題になっているらしい。

1425	母校 ぼこう	名 alma mater/母校/trường cũ, trường xuất thân
1426	負かす ま	動1他 beat, defeat/打败/đánh bại
1427	散々な さんざん	ナ dismal/狼狈的/thê thảm
1428	病む や	動1他 suffer from (illness)/生病, 病/bị bệnh

The tennis team at my alma mater is strong and well known within the prefecture. However, at this year's tournament, it was beaten by another school, suffering a dismal outcome. Since then, practice has grown more rigorous and some members of the club are suffering from poor mental health, which is becoming a problem./母校的网球队在县内算强也很有名。但今年的比赛却被对方学校打败，造成狼狈的结果。从那之后，练习变得很严格，还有队员因此患了心病成为问题。/Câu lạc bộ tennis trường cũ của tôi trong tỉnh thôi cũng mạnh và nổi tiếng. Nhưng giải năm nay đã bị đánh bại bởi trường đối thủ, nhận kết quả thê thảm. Nghe nói kể từ đó, việc luyện tập trở nên nghiêm khắc khiến có thành viên bị bệnh về tinh thần, trở thành vấn đề ở trường.

🔊 283

A：日本史って本当に苦手。こんなに長い<u>年表</u>を見てると、<u>投</u>
<u>げ出したく</u>なるよ。

B：まあ覚えることは多いよね。でも、例えばあの有名な織田
信長は<u>権力</u>を持っていたけど、実は<u>孤独</u>な人だったとかい
う事実を知ると、歴史を<u>さかのぼる</u>のが面白くなってこな
い？

1429	年表 ねんぴょう	名 chronology, timeline/年表/niên biểu
1430	投げ出す な　だ	動1他 give up, throw away/摆烂/ném đi
1431	権力 けんりょく	名 authority, power/权力/quyền lực
1432	孤独な こどく	ナ lonely/孤独的/cô độc
1433	さかのぼる	動1他 go back, trace (back)/追溯/ngược dòng

A: I'm really bad at Japanese history. When I look at how long the timeline is, it makes me want to give up. B: Well, there certainly is a lot to remember. But when you learn about, for example, how lonely Oda Nobunaga was despite all his authority, doesn't tracing the course of history become more interesting?/A: 我真的很不擅长日本史。一看到这么长的年表，我就想摆烂。 B: 是有很多要背。但了解事实后，你不觉得追溯历史很有趣吗？例如那个有名的织田信长，虽然很有权力但其实是个孤独的人。/A: Tớ thật sự ngán môn Sử Nhật Bản. Mỗi lần nhìn niên biểu dài như thế này, tớ chỉ muốn ném đi cho xong. B: Ừ, đúng là nhiều thứ phải thuộc nhỉ. Nhưng ví dụ, khi cậu biết sự thật là người nổi tiếng như Oda Nobunaga tuy nắm quyền lực nhưng thật ra là người cô độc thì sẽ thấy việc ngược dòng lịch sử cũng trở nên thú vị đấy.

🔊 284

高校卒業後、３年ぶりに恩師に会いに行った。高校時代、先生
は私が<u>非行</u>に走りそうになっていたことに<u>即座</u>に気づいて、止
めてくれた。そんな先生は常に<u>情熱</u>を持って指導をしていて、
多くの生徒に<u>慕われ</u>ていた。

| 1434 | 非行
ひこう | 名 orientation/歧途, 行为不端/sự sai trái |

1435	即座に そくざ	副 make later, push back/立即/ngay lập tức
1436	情熱 じょうねつ	名 delay, hold up/热情/lòng nhiệt tình
1437	慕う した	動1他 list/爱戴, 仰慕/ngưỡng mộ, tưởng nhớ

Three years after graduating from high school, I went back to see my former teacher. During high school, he had noticed right away that I was on the verge of delinquent behavior and stopped me. He had such a passion for teaching, and was widely admired by his students./
高中毕业后，时隔3年我去见了恩师。在高中时期，当我要步入歧途时多亏了老师立即发现阻止了我。老师一直对指导学生很有热情，受到很多学生的爱戴。/Tôi đã đi thăm ân sư sau 3 năm kể từ khi tốt nghiệp THPT. Thời THPT, thầy đã ngay lập tức nhận ra tôi suýt đi vào con đường sai trái nên đã kịp ngăn tôi lại. Người thầy luôn bảo ban với lòng nhiệt tình như thế nên được rất nhiều học sinh ngưỡng mộ.

◀》285

定期テストはマークテスト方式で行われる。早めに解答が終わっ
てのんびり構えていたが、解答用紙が回収される直前に、誤っ
て重複してマークしている問題を見つけてしまった。

1438	方式 ほうしき	名 format/方式/hình thức, cách thức
1439	構える かま	動2自 be set, get ready/摆出/vào vị trí, có tư thế
1440	回収[する] かいしゅう	名 動3他 recovery, collect/收回[回收]/sự thu, thu gom
1441	重複[する] ちょうふく	名 動3自 duplicate, duplicate/重复[重复]/sự trùng lắp, trùng lặp

Tests are held regularly, using a test-marking format. I had finished answering the questions early and was set to relax, but just before the answer sheets were collected, I found a question that I had accidentally marked in duplicate./定期测验使用的是标记方式。我很早就答完题摆出不慌不忙的态度，但在答题卡被收回之前，我发现有个问题我竟然重复标记了。/Kỳ thi định kỳ được tổ chức theo hình thức trắc nghiệm.Tôi đã giải bài xong sớm và trong tư thế rất thong thả nhưng đến trước khi thu bài thì tôi phát hiện có câu tôi nhầm mà đánh dấu trùng.

🔊 286

遠足で写真を撮ってくれた<u>カメラマン</u>は、外見の<u>インパクト</u>が
強すぎて近寄りがたかったが、実は数々の有名モデルの撮影を
担当した<u>経歴</u>を持つ人だった。

1442	カメラマン	名 cameraman, photographer/摄影师/thợ chụp hình

1443	インパクト	名 impact/冲击/ấn tượng

1444	経歴 けいれき	名 background, history/经历/kinh nghiệm làm việc

The photographer who took our photos on the trip seemed unapproachable because his appearance made such a strong impact, but in fact he had a background in photographing countless famous models./远足时帮我们拍照的摄影师，外表看起来太有冲击力有点不敢让人靠近，但其实有着帮很多知名模特儿拍照的经历。/Người thợ chụp hình buổi dã ngoại cho chúng tôi có vẻ ngoài quá ấn tượng nên chúng tôi khó gần nhưng thật ra là người từng có kinh nghiệm phụ trách chụp hình cho nhiều người mẫu nổi tiếng.

🔊 287

＜奨学金に関する書類＞受給者<u>各位</u>　奨学金の<u>返還</u>は、金融機
関の口座振替によってのみ行うことが可能です。クレジットカー
ド等はご利用いただけませんので、ご<u>了承</u>ください。

1445	各位 かくい	名 (to) all/各位/các vị (cách nói trang trọng)

1446	返還[する] へんかん	名 動3他 refund, return/归还[归还]/sự hoàn trả, hoàn trả

1447	了承[する] りょうしょう	名 動3他 acceptance, understand/谅解[体谅]/sự thông cảm, thông cảm, thừa nhận

<Scholarship-related document> To all recipients: Scholarship funds can only be returned by bank transfer at a financial institution. Please understand that credit cards or other forms of payment will not be accepted./<关于奖学金文件> 各位奖学金收取人 归还奖学金时，只能使用金融机构的账户转账。不能使用信用卡等等，请谅解。/<Giấy tờ liên quan đến học bổng> Gửi các em nhận học bổng　Các em chỉ có thể hoàn trả tiền học bổng bằng cách chuyển khoản qua tổ chức tài chính. Các em thông cảm là không thể sử dụng thẻ tín dụng v.v.

小学生の頃、私はクラスで孤立していたので、いじめのターゲットにされた。いつも元気なふりをしていたので先生は全然気がつかず、いじめはどんどんエスカレートしていった。体育で嫌な思いをして、授業を抜け出し、更衣室で泣いたこともあった。あの経験はいまだにトラウマだ。

1448	孤立[する] こりつ	名 動3自 isolation, be isolated/孤立[孤立]/sự cô lập, lẻ loi
1449	ターゲット	名 target/目标/mục tiêu
1450	ふり	名 pretense/装作/sự giả vờ
1451	エスカレート [する]	名 動3自 escalation, escalate/逐步升级[逐步升级]/sự leo thang, leo thang, tăng dần
1452	抜け出す ぬ だ	動1自 slip away, slip out of/逃/thoát ra, bỏ ra ngoài
1453	更衣室 こう い しつ	名 changing room, locker room/更衣室/phòng thay đồ
1454	いまだに	副 still/仍然/cho đến giờ
1455	トラウマ	名 trauma/心理阴影/chấn thương tâm lý, sự ám ảnh

When I was in elementary school, I was always isolated in class and was the target of bullying. I kept up the pretense of being cheerful, so my teachers never noticed, and the bullying escalated. I had such a bad experience in physical education class that I slipped away and cried in the locker rooms. The experience is still a source of trauma for me./小学时期，我在班级里被孤立，还是被霸凌的目标。但我一直装作很有精神，老师从未察觉，而霸凌也因此逐步升级。曾经还在上体育课时受了委屈，逃课到更衣室里哭。那次经验仍然是我的心理阴影。/Thời tiểu học, tôi lẻ loi trong lớp nên là mục tiêu của trò bắt nạt. Do tôi luôn vờ vui vẻ nên thấy cô hoàn toàn không nhận ra, trò bắt nạt trở nên leo thang. Tôi từng có kỷ niệm khó chịu trong giờ thể dục, phải bỏ giờ, khóc ở phòng thay đồ. Trải nghiệm ấy cho đến giờ vẫn ám ảnh tôi.

🔊 289

私は 共学の地元の 中学校に通いたかったが、英才教育を 施し
てきた親の意向で、将来のエリートが通うような中高一貫の女
子校に、強制的に入れられた。入学当初はこのことで親ともめ
ていたが、卒業式を控えた今ふり返ると、一生ものの友達もで
きたし、いい青春を過ごせたと思う。

1456	共学 きょうがく	名 co-education (co-ed)/男女同校/trường dành cho cả nam và nữ
1457	施す ほどこ	動1他 conduct, perform/施展/thực hiện
1458	エリート	名 elite/精英/tinh hoa
1459	一貫[する] いっかん	名 動3他 consistency, be integrated/一贯制[贯彻]/sự liên thông, liên thông, chuỗi
1460	強制的な きょうせいてき	ナ compulsory, forcible/强制性/cưỡng chế, bắt buộc
1461	もめる	動2自 argue, dispute/争吵/tranh cãi, nói qua nói lại
1462	青春 せいしゅん	名 youth/青春/thanh xuân

I wanted to attend a co-ed junior high school in my hometown, but due to the wishes of my parents, who were involved in conducting education for the gifted, I was forcibly enrolled at an integrated junior and senior high school for girls, where the future elite would attend. At first, I argued with my parents about this, but now that I'm about to graduate, I look back and realize that I've made friendships that will last a lifetime, and that I had a great time in my youth./我本来想读老家男女同校的初中，但父母的意向是施展英才教育，强制性的让我去读了那种未来精英会去读的初高中一贯制女校。刚入学时我还一直为这个和父母争吵，但回想起来，现在准备迎接毕业典礼的我，也交上了一辈子的朋友，我觉得我度过了很不错的青春。/Tôi đã đi học trường THCS thông thường dành cho cả nam và nữ ở địa phương nhưng bị bắt vào trường nữ liên thông THCS và THPT là nơi dành cho những tinh hoa tương lai theo ý bố mẹ tôi, vốn là những người thực hiện giáo dục tài năng. Thời gian đầu nhập học, tôi đã tranh cãi với bố mẹ vì chuyện này nhưng bây giờ, chuẩn bị tốt nghiệp, tôi nhìn lại và cảm thấy mình có được những người bạn thân cả đời và đã trải qua thời thanh xuân tươi đẹp.

ランさんは<u>聴講生</u>として、私が３<u>年次</u>のときに一緒に少人数の
授業を受けていた。ランさんは私と違って<u>模範的で</u><u>勤勉な</u>学生
なので、仲良くなれると思っていなかったが、今ではお互いに
<u>本音</u>も言えて、<u>無言</u>でいても気まずくないような関係になるこ
とができた。

1463 ☐	聴講生 ちょうこうせい	名 auditing student/听讲生/sinh viên dự thính
1464 ☐	**+** 聴講[する] ちょうこう	名 動3他 attendance, attend (a lecture)/听讲[听讲]/sự dự thính, dự thính
1465 ☐	～次 じ	接尾 ~st, ~nd, ~rd, ~th (ordinal expressions)/～级/thứ ~
1466 ☐	模範的な も はんてき	ナ exemplary/模范(三好)/gương mẫu, mẫu mực
1467 ☐	**+** 模範 も はん	名 model, norm/榜样/mô phạm, sự mẫu mực
1468 ☐	勤勉な きんべん	ナ diligent/勤勉的/siêng năng, chăm chỉ
1469 ☐	本音 ほん ね	名 what one really thinks or feels/真心话/sự thật lòng
1470 ☐	無言 む ごん	名 silence/不说话/sự im lặng

As an auditing student, Ms. Lan took some lightly-attended classes with me during my third year. Unlike me, Ms. Lan is an exemplary and diligent student, so I didn't think we would get along, but now we can share what we really feel with each other, and our relationship is never awkward, even in moments of silence./小兰是位听讲生，在我三年级时一起上了人数少的课。小兰和我不同，是位勤勉的三好学生。我本来以为我们不会深交，但现在已经成为可以说真心话，不说话也不尴尬的关系。/Lan đã cùng học giờ học có ít người khi tôi là sinh viên năm 3 với tư cách sinh viên dự thính. Khác với tôi, Lan là sinh viên gương mẫu, chăm chỉ nên tôi không nghĩ chúng tôi có thể thân nhau, nhưng bây giờ thì mối quan hệ giữa hai chúng tôi là có thể nói thật lòng với nhau, và dù im lặng cũng không có gì ngại.

🔊291

機械は普段問題なく動いていても、メンテナンスを<u>怠る</u>と大き
きかい ふだんもんだい うご おこた
な事故につながりかねない。何か<u>些細な</u> <u>異変</u>でも気づいたらす
じこ なに ささい いへん き
ぐにメンテナンスを行い、面倒でも安全第一だと<u>心得て</u>おかな
おこな めんどう あんぜんだいいち こころえ
ければならない。

1471	怠る おこた	動1他 neglect/疏忽/lười, sao nhãng
1472	些細な ささい	ナ trivial/细微的/nhỏ, vặt vãnh
1473	異変 いへん	名 anomaly, strange occurrence/异常情况/sự bất thường
1474	心得る こころえる	動2他 be aware, keep in mind/明白/ghi nhớ
1475	+ 心得 こころえ	名 knowledge, understanding/知识/điều cần ghi nhớ

Even if a machine normally runs without problems, neglecting maintenance can lead to
major accidents. If you notice any strange occurrences, even if trivial, maintenance must be
performed immediately. Keep in mind that safety comes first, even if it's a hassle./就算平时机
器的动作没有问题，但疏忽维修很容易引起大事故。如果发现了细微的异常情况，也要马上
维修，就算麻烦也要明白安全才是最重要的。/Cho dù bình thường có vận hành không vấn
đề gì thì máy móc vẫn có nguy cơ dẫn đến tai nạn lớn nếu sao nhãng việc bảo trì. Dù là bất
thường vặt vãnh nào đó nhưng nếu nhận thấy thì phải tiến hành bảo trì ngay và dù phiền
phức cũng phải ghi nhớ an toàn là trên hết.

A：午前中何してた？
　ごぜんちゅうなに
B：商品の納品数と、注文書の数を照合してた。そっちは？
　　しょうひん　のうひんすう　　ちゅうもんしょ　かず　　しょうごう
A：先輩の街頭調査に同行したり、新商品の名称を考えたり。
　　せんぱい　がいとうちょうさ　どうこう　　しんしょうひん　めいしょう　かんが
B：え、楽しそう。はあ、早く研修期間終わらないかな。早く
　　　　たの　　　　　　　はや　けんしゅうきかんお　　　　　　　はや
　企画部の戦力になりたい。
　きかくぶ　せんりょく
A：そうだね。まあ、来月には配属されるんだし、実力を遺憾
　　　　　　　　らいげつ　はいぞく　　　　　　じつりょく　いかん
　なく発揮できるよ！
　　　はっき

1476	照合[する]しょうごう	名 動3他 comparison, compare/核对[核对]/sự đối chiếu, so sánh, đối chiếu
1477	街頭 がいとう	名 (on the) street/街头/đầu phố, trên phố
1478	名称 めいしょう	名 name/名称/tên gọi
1479	戦力 せんりょく	名 valuable asset (literally, "military power")/战力/lực lượng, năng lực
1480	配属[する]はいぞく	名 動3他 assignment, assign/分配[分配]/sự bố trí, phân công
1481	遺憾なく いかん	副 to the fullest/没有遗憾/không hối tiếc
1482	＋ 遺憾な いかん	ナ regret/遗憾的/tiếc, đáng tiếc

A: What did you do in the morning? B: Compared number of goods delivered against the quantities on the order form. What were you doing? A: Accompanying a senior colleague on a street survey, and coming up with names for a new product. B: Wow, that sounds fun. I can't wait for my training period to be over. I really want to be a valuable asset to the planning department. A: Right. Well, you'll be assigned next month, and you can show off your abilities to the fullest!/A: 你上午在做什么？ B: 我在核对商品的交货数量还有订购单的数量，你呢？ A: 我跟着前辈一起去进行街头调查，还有想新产品的名称。 B: 诶，听起来好好玩。哎～我也想赶紧结束实习，成为企划部门的战力。 A: 嗯，没事，下个月就会被分配了，你一定可以发挥实力，不留遗憾。/A: Cả buổi sáng cậu làm gì? B: Tôi đối chiếu số lượng sản phẩm được giao và số lượng trên đơn đặt hàng. Còn cậu? A: Đi điều tra ngoài phố cùng với đàn anh và suy nghĩ tên gọi của sản phẩm mới. B: Ôi, nghe vui quá. Chà, phải chi thời gian thực tập mau chóng kết thúc nhỉ. Tôi muốn sớm trở thành lực lượng của ban Kế hoạch. A: Ừ nhỉ. Mà thôi, tháng tới là được bố trí rồi, có thể phát huy thực lực mà không phải tiếc đấy!

213

🔊 293

プレゼン用の資料を作成し、<u>一段落した</u>ところで上司に見せた
ら、訂正が<u>びっしり</u>入れられて返ってきた。<u>週明け</u>を<u>めど</u>に再
提出するように言われた。<u>内部</u>用の資料ではあるが、気を<u>緩め</u>
ず最後まで<u>やり遂げ</u>なければならない。

1483	一段落[する] いちだんらく	名 動3自 pause, complete the first stage/一段落[告一段落]/sự tạm ổn, tạm dừng
1484	びっしり(と)	副 densely/满满的/đầy ắp, san sát
1485	～明け あ	接尾 start of ~, end of ~/～初/dấu ~, hết ~
1486	めど	名 aim, target/目标/lộ trình, mục tiêu
1487	内部 ないぶ	名 internal (department)/内部/nội bộ
1488	緩める ゆる	動2他 loosen, relax/松/nới lỏng, làm chậm lại
1489	⊕ 緩む ゆる	動1自 slacken off, soften/松弛/lơ là, nới lỏng
1490	やり遂げる と	動2他 accomplish, see (something) through/完成/hoàn thành, làm trọn

After completing the first stage of preparing the presentation document, when I showed to my boss, it came back densely packed with amendments. I was told to resubmit it, aiming for the start of the week. Although it's only for internal use, I can't relax now—I have to see it through to the end./我做发表会用的资料告一段落时，我给上司看了后，上面被订正满满的回来。还告诉我要以下周初为目标提交。虽然是内部用的资料，我一定不能松弛，要完成到最后。/Tôi soạn tài liệu để thuyết trình, tạm ổn rồi thì đưa cấp trên xem nhưng bị trả lại với đầy chỗ chỉnh sửa. Tôi được yêu cầu nộp lại với mục tiêu là vào đầu tuần sau. Do là tài liệu nội bộ nên tôi phải hoàn thành đến cuối cùng mà không được lơ là.

🔊 294

A：各プロジェクトの<u>進度</u>は<u>計画通り</u>です。ここまで<u>スケール</u>
の大きな仕事は初めてでしたが、<u>無事完了</u>できそうで<u>安心</u>
しました。

B：よかった。Aさんは<u>物事</u>を<u>秩序</u>立てて<u>考え</u>られるから、チー
ムを<u>けん引する</u>のがうまいね。
いん

1491	進度 しんど	名 progress/进度/tiến độ
1492	スケール	名 scale/规模/quy mô
1493	秩序 ちつじょ	名 order/条理/trật tự
1494	けん引[する] いん	名 動3他 leading, lead/牵引[带领]/sự kéo, kéo

A: Every project is making progress on schedule. I've never worked on such a large scale before, but I'm relieved that it will be completed successfully. B: Wonderful. You're great because you think in an orderly way and you're good at leading your team./A: 各项目都按照计划进度进行。我第一次做这么大规模的工作，但看起来好像可以顺利完成，能放心了。B: 太好了。A你想事情都很有条理，很会带领团队。/A: Tiến độ của các dự án đều như kế hoạch. Tuy đây là lần đầu tiên làm công việc quy mô lớn đến mức này nhưng có thể hoàn tất suôn sẻ là an tâm rồi. B: Tốt quá. Nhờ anh A suy nghĩ lập thứ tự cho mọi việc nên kéo cả đội xuất sắc luôn.

◀)) 295

決算を行うことで、会社の財務状態や経営状況を把握できる。
けっさん おこな   かいしゃ ざいむ じょうたい けいえいじょうきょう はあく
決算書に基づいて確定申告や株主への報告を行う。決算の申告
けっさんしょ もと   かくていしんこく かぶぬし ほうこく おこな けっさん しんこく
は、決算日から遅くとも２か月以内に行わなければならない。
けっさんび おそ   げつい ない おこな

1495	財務 ざいむ	名 finances/财务/tài vụ, tài chính
1496	申告[する] しんこく	名 動3他 declaration, state/申报[申报]/sự khai báo, khai báo
1497	株主 かぶぬし	名 shareholder/股东/cổ đông
1498	遅くとも おそ	副 at the latest/最迟/chậm nhất

Conducting settlement of accounts enables a company to ascertain the state of its finances and business situation. Based on the financial statements, tax declarations and reports to shareholders are filed. Declaration of accounts must be made within two months at the latest from the date of settlement of accounts./进行结算就可以掌握公司的财务状况和经营状况。还要根据结算表报税，对股东进行报告。从结算日起算，最迟也要在2个月内进行结算申报。/ Ta có thể nắm bắt được tình trạng tài chính và tình trạng kinh doanh của công ty bằng cách quyết toán. Dựa vào bản quyết toán, công ty tiến hành khai báo thuế và báo cáo với cổ đông. Khai báo thuế phải được thực hiện chậm nhất trong vòng 2 tháng kể từ ngày quyết toán.

🔊296

会社に<u>出社</u>せずに自宅などで働く<u>テレワーク</u>という働き方が誕
生したのは 1980 年代のことであるが、2020 年以降は多様な
<u>職種</u>で<u>導入</u>された。それに伴って、テレワークでも<u>効率</u>や<u>生産</u>
<u>性</u>が低下しないための<u>工夫</u>に<u>注目</u>が集まっている。

1499 ☐	**出社**[する] しゅっしゃ	名 動3自 coming into the workplace, go to work/上班 [上班]/sự đến công ty, đến công ty
1500 ☐	**↔ 退社**[する] たいしゃ	名 動3自 leaving the workplace, leave work/下班[下 班]/sự ra về, rời khỏi công ty
1501 ☐	**テレワーク**	名 remote working, telework/远程办公/làm việc từ xa
1502 ☐	**職種** しょくしゅ	名 occupation/工种/loại ngành nghề
1503 ☐	**効率** こうりつ	名 efficiency/效率/hiệu suất
1504 ☐	**+ 効率的な** こうりつてき	ナ efficient/高效率的/có hiệu suất
1505 ☐	**生産性** せいさんせい	名 productivity/生产性/năng suất

The telework style of working, in which workers work from home or elsewhere without coming into the workplace, first emerged in the 1980s, but since 2020 it has been introduced across a wide range of occupations. Accordingly, there has been a growing focus on ways to ensure that efficiency and productivity do not decline even when teleworking./在1980年代, 就诞生了不去公司上班, 在家里工作的远程办公方式, 但2020年后有各式各样的工种导入这个方式。与此同时, 怎么样下功夫才不会使远端办公的效率, 生产性降低也引人注目。/Phong cách làm việc gọi là làm việc từ xa tức làm việc tại nhà v.v. mà không cần đến tận công ty, ra đời vào khoảng thập niên 80 nhưng kể từ năm 2020 đã được áp dụng trong nhiều ngành nghề khác nhau. Theo đó, người ta quan tâm đến cách thức làm sao để không giảm hiệu suất và năng suất dù làm việc từ xa.

🔊297

今日の会議で、新しい<u>企画</u>が<u>発表</u>された。それに伴って、<u>行き</u>
<u>詰ま</u>っていたこれまでの企画は<u>一旦</u><u>保留</u>し<u>見直</u>されることに
なった。私は新しい企画を<u>仕切る</u>マネージャーに<u>任命</u>された。
<u>任期</u>は 1 年だが、<u>責任重大</u>だ。

1506 ☐	**行き詰まる** い　づ	動1自 stall/陷入僵局/giảm chân tại chỗ, đình trệ

1507	保留 [する] ほ りゅう	名 動3他 put on hold/保留[保留]/sự bảo lưu, bảo lưu
1508	仕切る し き	動1他 coordinate/掌管/phân chia, phân định
1509	＋ 仕切り し き	名 division, partition/隔开/sự phân chia, vách ngăn
1510	任命 [する] にんめい	名 動3他 appointment, appoint/任命[任命]/sự bổ nhiệm, bổ nhiệm
1511	任期 にん き	名 term of office/任期/nhiệm kỳ

At today's meeting, a new project was announced. The previous project, which had stalled, was put on hold to be reexamined. To coordinate the new project, I was appointed to manage it. The term of office is one year, but it's a big responsibility./随着今天会议发表的新企划，一直以来暂时保留的企划也决定重新评估。而我也被任命为掌管新企划的经理。任期虽只有1年，但责任重大。/Trong cuộc họp hôm nay, kế hoạch mới đã được công bố. Theo đó, kế hoạch từ trước đến nay đã bị giậm chân tại chỗ sẽ được tạm thời bảo lưu để xem xét lại. Tôi được bổ nhiệm vào vị trí quản lý phân định kế hoạch mới. Nhiệm kỳ là 1 năm nhưng trách nhiệm nặng nề.

◀)) 298

> A：先方への要望をリストにしました。原材料の変更の件も、
> せんぽう　　ようぼう　　　　　　　　　　げんざいりょう　へんこう　けん
> 　　リストに追加した方がいいでしょうか。
> 　　　　　　　ついか　　ほう
> B：うーん、切りがないからいいや。それは折を見て直接ご相
> 　　　　　　　き　　　　　　　　　　　　　おり　み　ちょくせつ　そう
> 　　談するよ。
> 　　だん

1512	要望 ようぼう	名 request/要求/yêu cầu
1513	切りがない き	句 endless, no end (to something)/没完没了/không có điểm dừng
1514	＋ 切りがいい き	句 good place (to leave off)/正好告一段落/đúng chỗ, đúng lúc
1515	折 おり	名 occasion, time/机会/cơ hội, thời điểm

A: I have made a list of requests for the other party. Should I also add the changes to raw materials to the list? B: Look, there's no end to it, so don't bother. We'll discuss that directly when the time comes./A: 我把对方的要求做成列表了，要变更原料的事也加进去比较好吗？ B: 嗯～算了，没完没了的。那件事我找机会直接和对方商量吧。/A: Tôi đã liệt kê yêu cầu ra cho đối tác rồi. Có nên bổ sung vào danh sách cả việc thay đổi nguyên vật liệu không? B: Ừ~m, sẽ không có điểm dừng nên thôi vậy. Chuyện đó thì mình canh thời điểm rồi trao đổi trực tiếp.

🔊 299

私はしなければならないことを<u>後回し</u>にしがちだ。子どもの頃、
夏休みの宿題を早く終わらせるよう、いつも家族に<u>急かされて</u>
いた。計画を立ててその通りやれば夏休みを<u>有意義に</u>過ごせる
と分かってはいるが、なかなかできない。そして、<u>見かねた</u>家
族が手伝ってくれることを<u>当てにして</u>いた。

1516 □	後回し あとまわ	名 postponement, putting off/往后推/sự trì hoãn, lùi thời gian lại
1517 □	急かす せ	動1他 push, urge/催/giục, hối thúc
1518 □	有意義な ゆう い ぎ	ナ meaningful/有意义的/có ý nghĩa
1519 □	＋意義 い ぎ	名 significance/意义/ý nghĩa
1520 □	見かねる み	動2他 unable to stand by and watch/看不过去/không thể khoanh tay đứng nhìn
1521 □	当てにする あ	句 depend on, rely on/指望/trông cậy vào, mong chờ
1522 □	＋当て あ	名 something to be relied upon/期待/mục tiêu, đích nhắm

I tend to put off whatever I need to do. When I was a child, my family always urged me to finish my summer vacation homework as soon as possible. I knew that if I made and followed a plan, I'd be able to spend my summer vacation in a meaningful way, but I couldn't really do it. I relied on my family, who were unable to stand by and watch, to help me./我老是有把该做的事往后推的习惯。小时候，家人老是催我要赶紧写完暑假作业。虽然我也知道要有计划性，照着做就可以让暑假过得有意义，但还是很难做到。然后，还是老是指望看不过去的家人帮我。/Tôi thường hay trì hoãn những việc phải làm. Lúc nhỏ, lúc nào gia đình cũng hối thúc tôi làm bài tập mùa hè cho xong sớm. Tôi biết là nếu lên kế hoạch và làm theo đó thì sẽ có thời gian có ý nghĩa nhưng mãi không làm được. Và tôi cứ mong chờ gia đình không thể khoanh tay đứng nhìn mà giúp tôi.

🔊 300

仕事と趣味の両立は難しい。趣味に<u>のめり込んで</u>時間とお金を
<u>際限</u>なく費やす人もいる一方で、趣味がなく仕事でしか充実感
を得られない人もいる。仕事と趣味のバランスを保ちながら、
<u>見栄</u>や<u>虚勢</u>を張らずに生きていけることが幸せなのかもしれな
い。

1523	のめり込む こ	動1自 be absorbed/沉迷/say mê, chìm đắm
1524	際限 さいげん	名 end, limit/止境/sự không có giới hạn
1525	見栄 み え	名 vanity/虚荣/sự phô trương, vẻ bề ngoài
1526	虚勢 きょせい	名 pretention/装腔作势/sự ra vẻ

Balancing work and hobbies is difficult. Some people are so absorbed in their hobbies that they spend endless amounts of time and money on them, while others have no hobbies and find fulfillment only in work. Happiness might be found in maintaining a balance between work and hobbies, and living without vanity or pretention./工作和兴趣的并立是很难的。有些人沉迷于兴趣，不惜无止尽的花费时间和金钱，另一方面有些人没有兴趣，只能在工作中获取充实感。看来保持工作和兴趣的平衡，不爱慕虚荣，不装腔作势的活法最幸福。/Việc cân bằng giữa công việc và sở thích thật khó. Có người say mê với sở thích đến mức tiêu tốn thời gian và tiền bạc không có giới hạn, mặt khác lại có người không có thú vui gì, chỉ cảm nhận được sự đủ đầy qua công việc. Có lẽ vừa giữ được cân bằng giữa công việc và sở thích, vừa sống mà không cần phô trương hay ra vẻ là hạnh phúc.

◀) 301

<メール>日頃より、弊社のサービスをご利用いただき、ありがとうございます。10月31日を持ちまして契約期間が終了となります。ご契約の継続をご希望の場合は、期日までに所定のお手続きをお願いします。

1527	弊社 へいしゃ	名 this company (humble expression)/敝公司/công ty chúng tôi (cách nói khiêm nhường hơn "当社")
1528	= 当社 とうしゃ	名 this company/我们公司/công ty chúng tôi
1529	+ 御社 おんしゃ	名 your company/贵公司/quý công ty
1530	期日 き じつ	名 due date/期日/kỳ hạn

[Email] Thank you for using this company's services. The contract period will end on October 31. If you wish to renew your contract, please complete the necessary procedures by the due date./〔邮件〕很感谢素日使用敝公司服务。您的契约期间到10月31日为止，如果您需要继续续约，麻烦您在期日前办理手续。/[E-mail] Cảm ơn quý vị thường ngày sử dụng dịch vụ của công ty chúng tôi. Ngày 31 tháng 10 sẽ kết thúc thời gian hợp đồng. Nếu quý vị muốn tiếp tục hợp đồng thì vui lòng làm các thủ tục theo quy định cho đến trước kỳ hạn.

◀》302

カスタマーサービスセンターにはお客様からクレームの電話が
かかってくる。なかには「責任者を出せ」と怒りをあらわにし、
肩書きのある上司に電話を取り次ぐと、すんなりこちらの申し
出に応じる厄介なお客様もいる。

1531	カスタマー	名 customer/顾客/khách hàng
1532	クレーム	名 complaint/投诉/phàn nàn
1533	あらわな	ナ clear, open/明显/xuất hiện, lộ rõ
1534	肩書き	名 (job) title/头衔/chức danh, chức vị
1535	取り次ぐ	動1他 pass on/转接/truyền đạt, chuyển tới
1536	申し出	名 offer, proposition/提议/lời yêu cầu, sự đệ trình
1537	＋申し出る	動2他 propose, suggest/提出/yêu cầu, đệ trình
1538	厄介な	ナ troublesome/麻烦/rắc rối, phiền toái

The customer service center receives calls from customers about their complaints. Some of these customers are just troublesome. They openly express anger and demand to speak to someone in charge, but when the call is passed on to someone with a superior title, they're quick to accept any offer./顾客服务中心会有客人打来的投诉电话。其中也有明显生气的说"叫负责人来听"的客人。有些客人只要把电话转接给有头衔的上司后，就顺利的愿意接受我们的提议，真是麻烦的客人。/Điện thoại phàn nàn của khách hàng sẽ được gọi đến Trung tâm Dịch vụ Khách hàng. Trong đó có cả những khách hàng phiền toái lộ rõ sự tức giận, dễ dàng đáp trả yêu cầu trung tâm đòi chuyển điện thoại lên cấp trên có chức vị, kiểu "kêu người chịu trách nhiệm ra đây cho tôi".

◀》303

有給休暇の申請手順は会社によって異なるが、A社では親会社
の就業規則に準じて事前に申請書を提出することになってい
る。申請書には、申請者が必要事項を記入する欄と上司が判を
押す欄がある。

1539	手順 てじゅん	名 procedure/步骤/quy trình
1540	親会社 おやがいしゃ	名 parent company/母公司/công ty mẹ
1541	↔ 子会社 こがいしゃ	名 subsidiary/子公司/công ty con
1542	準じる／準ずる じゅん じゅん	動2自 動3自 accord with, conform/为准/chiếu theo, theo tiêu chuẩn
1543	判 はん	名 (personal) seal/章/con dấu

The procedure for applying for paid leave varies from company to company, but at Company A, the applicant is required to submit an application form in advance, conforming to the parent company's employment regulations. The application form has space for the applicant to fill in the necessary information and a space for the supervisor to affix his or her seal mark./带薪休假的申请步骤因各个公司不同，但A公司是需要以母公司的就业规则为准，事先提交申请书的。申请书上有分申请人填写必要事项栏和上司盖章栏。/Quy trình xin nghỉ phép có lương khác nhau tùy công ty nhưng công ty A thì phải nộp đơn xin từ trước theo quy định làm việc của công ty mẹ. Trong đơn xin có ô để người nộp đơn điền các điều mục cần thiết và ô để cấp trên đóng dấu.

◀)) 304

＜会場アナウンス＞本日のシンポジウムは、午前は基調講演、
かいじょう　　　　　　　　　　　　　ほんじつ　　　　　　　　　　　ごぜん　　きちょうこうえん
午後はセクションに分かれて研究発表となっております。事前
ごご　　　　　　　　　　わ　　　　けんきゅうはっぴょう　　　　　　　　　じぜん
申し込みがお済みでない方は、受付にて参加費の納入をお済ま
もう　こ　　　　す　　　　　かた　　うけつけ　　さんかひ　のうにゅう　　す
せください。

1544	基調講演 きちょうこうえん	名 keynote speech/主题演讲/bài phát biểu chính
1545	セクション	名 section/分组/phiên làm việc
1546	納入 [する] のうにゅう	名 動3他 delivery, pay/缴纳[缴纳]/sự nộp, nộp

[Venue announcement] Today's symposium will be in two sections, consisting of keynote speeches in the morning and research presentations in the afternoon. If you did not register in advance, please pay the registration fee at the reception desk./〔会场广播〕今天的座谈会，上午是主题演讲，下午是分组的研究发表。没有提前申请的人，请在前台缴纳参加费。/[Thông báo trong hội trường] Hội nghị chuyên đề hôm nay sẽ được chia ra gồm buổi sáng sẽ có bài phát biểu chính, buổi chiều là các phiên làm việc để công bố nghiên cứu. Quý vị chưa đăng ký trước thì vui lòng nộp phí tham gia tại quầy lễ tân.

🔊 305

働き方改革が 2019 年から始まった。例えば、<u>フレックスタイ</u>
<u>ム</u>制に関する法律を改正したり、<u>同一</u>企業内において、正社員
と<u>派遣</u>労働者や<u>有期</u>雇用労働者などの非正規社員の間に不合理
な<u>待遇</u>差が生じたりすることを法律で禁止している。

1547 ☐	フレックスタイム	名 flextime, flexitime/弹性时间/thời gian linh hoạt
1548 ☐	同一 どういつ	名 same, identical/同/cùng, đồng nhất
1549 ☐	派遣[する] はけん	名 動3他 dispatch, dispatch/派遣[派遣]/sự phái cử, phái cử
1550 ☐	有期 ゆうき	名 definite term, fixed term/定期/có kỳ hạn
1551 ☐	↔ 無期 むき	名 indefinite term/无限期/vô kỳ hạn
1552 ☐	待遇[する] たいぐう	名 動3他 treatment, treat/待遇[接待]/sự đãi ngộ, đãi ngộ

Reforms to working styles began in 2019. For example, laws are being revised concerning flextime systems and prohibiting unreasonable differences in treatment between regular employees and non-regular employees such as dispatched workers and fixed-term workers within the same company./2019年开始劳动改革。例如，修改了关于弹性时间制度的法律，还有在法律禁止了在同企业中的正式员工和派遣工，定期派遣工间禁止产生不合理的待遇差。/Cuộc cải cách phong cách làm việc bắt đầu từ năm 2019. Ví dụ, sửa đổi luật liên quan đến giờ làm việc linh hoạt, hoặc luật cấm để phát sinh sự chênh lệch đãi ngộ bất hợp lý giữa các nhân viên nhân viên chính thức và không chính thức như người lao động phái cử và người lao động tuyển dụng có kỳ hạn v.v. trong cùng doanh nghiệp.

🔊 306

<u>法人</u>は、設立時に<u>税務署</u>に提出する法人設立届に、事業年度を
記載することが義務付けられている。この事業年度とは、<u>決算</u>
のために区切った一定の期間のことである。決算の際は、事業
年度内の<u>収支</u>の全てを<u>集計し</u>、決算書が作成される。

1553 ☐	法人 ほうじん	名 corporation/法人/pháp nhân
1554 ☐	税務署 ぜいむしょ	名 tax office/税务局/sở Thuế vụ

1555	決算 けっさん	名 settlement of accounts/结算/sự quyết toán
1556	収支 しゅうし	名 revenue and expenditure/收支/sự thu chi
1557	集計[する] しゅうけい	名 動3他 total, tabulate/总计[合计]/sự tổng hợp tính toán, gộp lại

Corporations are required to declare their fiscal year in the notification of incorporation submitted to the tax office when they are established. This fiscal year is a fixed period of time defined for the purpose of settlement of accounts. When accounts are settled, all revenue and expenditure during the fiscal year are tabulated and financial statements are prepared./法人在设立时向税务局提出的法人设立申请表里，务必要填写事业年度。事业年度是指为了年度结算区分的一定期间。决算时需要总计事业年度内所有收支，制作结算表。/Công ty pháp nhân có nghĩa vụ ghi rõ năm tài khóa kinh doanh trong đơn thành lập pháp nhân lên Sở Thuế vụ khi thành lập. Năm tài khóa kinh doanh này là khoảng thời gian nhất định vạch rõ để quyết toán. Khi quyết toán, mọi thu chi trong năm tài khóa kinh doanh sẽ được tổng hợp tính toán và bản quyết toán sẽ được soạn thảo.

秘書には、多忙な上司のサポート役に徹し、不測の事態が起きても常に冷静で、迅速で素早い対処が求められる。誰でもできる仕事ではない。

1558	多忙な たぼう	ナ busy/忙碌的/bận rộn, rất bận
1559	徹する てっ	動3自 be thorough/彻底/cống hiến hết mình
1560	不測 ふそく	名 unforeseen/难以预料/bất trắc, ngoài dự tính
1561	迅速な じんそく	ナ quick, rapid/迅速的/nhanh chóng, nhanh gọn
1562	素早い すばや	イ quick, swift/利索/nhanh, mau lẹ
1563	対処[する] たいしょ	名 動3自 response, respond/应对处理[应对处理]/sự xử lý, xử lý

Secretaries are expected to be thorough in supporting their busy bosses, to always remain calm, and to make a swift, rapid response to unforeseen situations that may arise. It is not a job that just anyone can do./秘书一定要彻底辅助忙碌的上司，发生难以预料的事态也要保持冷静，要求自己做到迅速利索的应对处理。这不是谁都能做的工作。/Thư ký được yêu cầu phải chuyên tâm với vai trò hỗ trợ cấp trên vốn rất bận rộn, và ngay cả khi xảy ra tình trạng ngoài dự tính cũng phải luôn bình tĩnh, xử lý gọn gàng và nhanh chóng. Đây là công việc mà không phải ai cũng làm được.

◀) 308

次の<u>プロジェクト</u>を立ち上げるため、海外に<u>赴任</u>することになっ
た。選ばれたときには<u>辞退する</u>ことも考えたが、<u>業績</u>を上げる
ために<u>承諾した</u>。まずは現地調査を行いながら<u>人脈</u>をつくって
いくようにと<u>指令</u>を受けた。

1564	プロジェクト	名 project/项目/dự án
1565	赴任[する] ふにん	名 動3自 posting, be posted/赴任[赴任]/sự đi nhậm chức, đi nhậm chức
1566	辞退[する] じたい	名 動3他 refusal, decline/推辞[辞退]/sự rút lui, rút lui
1567	業績 ぎょうせき	名 performance/业绩/thành tích
1568	承諾[する] しょうだく	名 動3他 agreement, consent/答应[答应]/sự chấp nhận, chấp nhận
1569	人脈 じんみゃく	名 contacts/人脉/nhân mạch, mạng lưới
1570	指令[する] しれい	名 動3他 instruction, instruct/指令[指示]/chỉ thị, ra chỉ thị

I'm going to be posted overseas to launch my next project. When I was initially selected, I considered declining the assignment, but I agreed in order to improve my performance. First, I was instructed to conduct field research and build a network of contacts./为了启动下一个项目，我要去海外赴任。选时我也想过推辞，但为了提高业绩我还是答应了。我收到的指令是首先在当地边打通人脉，边展开调查。/Để bắt đầu dự án tiếp theo, tôi đã nhậm chức ở nước ngoài. Khi được chọn, tôi đã nghĩ đến chuyện rút lui nhưng đã chấp nhận để nâng cao thành tích. Tôi đã nhận chỉ thị là trước tiên vừa tiến hành điều tra thực địa vừa tạo mạng lưới quen biết.

◀) 309

<u>扶養 控除</u>とは、所得控除の一つで、養う（<u>扶養する</u>）家族がい
る場合、税金や<u>社会保険</u>料の負担を減らす（<u>控除する</u>）仕組み
のことである。

| 1571 | 扶養[する]
ふよう | 名 動3他 dependent, provide for/赡养[赡养]/sự phụ dưỡng, phụ dưỡng |
| 1572 | 控除[する]
こうじょ | 名 動3他 deduction, deduct/个税减免[个税减免]/sự khấu trừ, khấu trừ |

1573	社会保険 しゃかい ほ けん	名 social insurance/社会保险/bảo hiểm xã hội

A deduction for dependents is a type of income tax deduction that reduces (deducts) the burden of taxes and social insurance premiums if you have a family to support (provide for)./赡养个税减免是指所得个税减免的一种，有必须养（赡养）的家人，可以减免税金及社会保险费的负担（个税减免）的制度。/Khấu trừ phụ dưỡng là một loại khấu trừ thu nhập, là cơ chế mà nếu có người trong gia đình mình sẽ nuôi (phụ dưỡng) thì sẽ được giảm gánh nặng (khấu trừ) tiền thuế và bảo hiểm xã hội.

🔊 310

育休は女性が取るものという考えはもう古い。政府は女性に偏る子育て負担の解消に向けて、男性の育休取得を全面的に推進している。また、就業時間を短縮した短時間勤務制度などもあり、誰もが育児しやすい環境を整えている。

1574	育休 いくきゅう	名 childcare leave/育儿假/phép chăm con
1575	＋産休 さんきゅう	名 maternity leave/产假/phép thai sản
1576	取得[する] しゅとく	名 動3他 acquisition, take/取得[取得]/sự lấy, lấy, đạt
1577	全面的な ぜんめんてき	ナ across-the-board/全面性的/toàn diện
1578	推進[する] すいしん	名 動3他 promotion, promote/推进[推进]/sự thúc đẩy, thúc đẩy
1579	短縮[する] たんしゅく	名 動3他 reduction, shorten/短缩[短缩]/sự rút ngắn, rút ngắn
1580	育児[する] いくじ	名 動3自 child-raising, raise children/育儿[育儿]/sự chăm con, chăm con

The idea that childcare leave is just for women is old-fashioned. The government is promoting the taking of childcare leave by men across the board in order to eliminate the disproportionate burden of child-raising placed on women. In addition, the system of shortened working hours, etc., helps create an environment in which anyone can more easily raise children./只有女性需要请育儿假的想法已经太老旧了。政府为了消除偏女性的育儿负担，全面推进男性也要取得育儿假的方案。还有，缩短上班时间的短时间劳动制度等等，都是为了整顿每个人都能够好好育儿的环境。/Cách nghĩ cho rằng chỉ có nữ giới lấy phép chăm con đã cũ. Nhằm giải tỏa gánh nặng nuôi dạy con nghiêng lệch về phía nữ giới, chính phủ đang thúc đẩy toàn diện việc lấy phép chăm con của nam giới. Ngoài ra, còn có chế độ làm việc thời gian ngắn đã rút ngắn thời gian làm việc v.v. nhằm trang bị môi trường mà ai cũng có thể dễ dàng chăm con.

🔊 311

今日はバイト中失敗ばかりだった。席に<u>誘導する</u>お客さんの順
番を間違えたり、注文の<u>伝達</u>ミスをして<u>廃棄</u>を出してしまった
り…。先輩に怒られて<u>沈黙して</u>いたら「聞いてるのか！」と怒
鳴られた。<u>ことごとく</u>うまくいかない一日だった。

1581	誘導[する] ゆうどう	名 動3他 guidance, lead/引导[带领]/sự hướng dẫn, dẫn đến
1582	伝達[する] でんたつ	名 動3他 communication, communicate/传达[传达]/ sự truyền đạt, truyền đạt
1583	廃棄[する] はいき	名 動3他 disposal, discard/废弃[废弃]/sự bỏ đi, thải bỏ
1584	沈黙[する] ちんもく	名 動3自 silence, stay silent/沉默[沉默]/sự im lặng, im lặng
1585	ことごとく	副 completely, everything/全都/mọi thứ

I made a lot of mistakes at my part-time job today. I led customers to their seats in the
wrong order, made mistakes communicating orders, causing food to be discarded, and so
on.... When a senior co-worker got angry, I stayed silent, so he yelled at me, "Are you even
listening?" It was a day when everything went completely wrong./今天兼职中一直在做错事，
弄错了带领客人的顺序，点菜也发生了传达错误导致多了废弃物…。被前辈骂时我保持沉默，
他还吼我说"你到底有没有在听！"。今天一整天都不顺。/Hôm nay trong lúc làm thêm tôi
toàn thất bại. Nào là nhầm thứ tự khách hàng mà tôi dẫn đến bàn, nào là lỗi truyền đạt đặt
món khiến phải bỏ đi ... Bị đàn anh mắng nên tôi im lặng thì bị quát "Cậu có nghe không
đấy!" Một ngày mà mọi thứ đều chẳng đâu vào đâu.

🔊 312

A：Cさん、ここのところ何だか<u>さえない</u>顔して、仕事に集中
　　できていないみたいだけど。

B：ああ、オフレコですけど、婚約を<u>破棄された</u>らしいですよ。

A：はあ、そうだったか。でも、仕事は仕事、<u>切り替えて</u>もら
　　わないと。

B：そうですねえ。このままじゃ次の<u>昇進試験</u>も<u>危うい</u>ですね。

1586	さえる	動2自 alert, cheerful/精神/khỏe, tươi tắn
1587	破棄[する] はき	名 動3他 cancellation, break off/解除[解除]/sự hủy bỏ, hủy bỏ

| 1588 | 切り替える
き か | 動2他 switch/转换/thay đổi, chuyển đổi |
| 1589 | 危うい
あや | イ endangered, uncertain/危险/nguy hiểm, nguy |

A: C hasn't been looking cheerful lately. It's like he can't concentrate on his work. B: Oh, well, off the record, it seems like his engagement has been broken off. A: Oh, I didn't know that. But work is work, and he has to switch things up. B: You're right. If he continues like this, his next promotion exam is looking uncertain./A: C最近的表情都好无精打采哦。看起来根本没集中精神工作。 B: 啊，因为他好像被解除婚约了，这是秘密哦。 A: 啊～是这样哦。可是工作归工作，还是要好好转换呀。 B: 说的也是，这样下去下次的升职考试也很危险吧。/A: Anh C dạo này trông mặt không tươi, có vẻ không tập trung làm việc cho lắm...B: Àa, tuy không được nói ra nhưng hình như bị hủy hôn rồi. A: Hả, thật vậy sao? Nhưng công việc là công việc, anh ấy phải thay đổi tâm trạng chứ. B: Đúng nhỉ. Cứ như vậy thì kỳ thi thăng chức sắp tới cũng nguy nhỉ.

◀)) 313

大学での研究を社会に活かす「大学発ベンチャー」が注目を集
だいがく　けんきゅう　しゃかい　い　　　　　　だいがくはつ　　　　　　　ちゅうもく　あつ
めている。技術革新のスピードが速いＩＴ系、世界的にも注目
ぎじゅつかくしん　　　　　　　　　　アイティーけい　せかいてき　　　ちゅうもく
度が高いバイオ系・ヘルスケア系などの業種に多い。大学と産
ど　たか　　　　　　けい　　　　　　　けい　　　　　ぎょうしゅ　おお　　だいがく　さん
業界の提携は今後ますます強くなっていくだろう。
ぎょうかい　ていけい　こんご　　　　　　　つよ

1590	ベンチャー	名 venture/创业/sự khởi nghiệp
1591	～系 けい	接尾 ~related/～方面/liên quan đến ~, về ~, hệ ~
1592	業種 ぎょうしゅ	名 (type of) industry/行业/ngành nghề
1593	提携[する] ていけい	名 動3他 partnership, form alliance/合作[合作]/sự liên kết, hợp tác

University-launched ventures, which make use of university research for society, have been attracting attention. Many are in IT-related industries, where the pace of technological innovation is rapid, in biotechnology and healthcare, which are attracting worldwide attention, and in similar industries. Partnerships between universities and industry are expected to grow even stronger in the future./大学研究活跃社会的"大学启动创业"备受瞩目。尤其是技术改革速度很快的IT方面，还有世界备受瞩目的生物方面，卫生保健方面的行业占居多。可见今后大学和产业界的合作将会越来越强大。/"Khởi nghiệp từ đại học" phát huy những nghiên cứu trong trường đại học ra ngoài xã hội đang được quan tâm chú ý. Có nhiều loại ngành nghề như liên quan đến CNTT mà tốc độ cải cách công nghệ rất nhanh, hay về vi sinh, về chăm sóc sức khỏe v.v. mà mức độ quan tâm cao trên toàn thế giới. Hẳn là sự hợp tác giữa trường đại học và giới ngành công nghiệp sẽ ngày càng mạnh lên trong tương lai.

🔊314

＜司会アナウンス＞本弁論大会は、高校生部門と一般部門に分かれて行います。弁論の制限時間は4分で、時間を超えた場合は途中でも打ち切りますので、あらかじめご注意ください。それでは、大会が始まるまで発表者は控室でお待ちください。

1594	弁論[する] べんろん	名 動3他 speech, speak/辩论[辩论]/sự hùng biện, hùng biện
1595	部門 ぶもん	名 category/部门/bộ môn, hạng mục
1596	打ち切る う き	動1他 cut off, terminate/终止/cắt
1597	あらかじめ	副 in advance/事先/từ trước, sẵn sàng
1598	控室 ひかえしつ	名 waiting room/等候室/phòng chờ

[Moderator's Announcement] This speech contest will be divided into high school and general categories. Please be aware in advance that the time limit for each speech is 4 minutes, and if this time is exceeded, the speech will be cut off even if mid-sentence. Now, please wait in the contestant waiting room until the contest begins./〔司仪广播〕本次辩论大会分为高中生部门和一般部门。辩论时间为4分钟，如果超过时间，就算途中也会终止，请事先注意。接下来，请各位发表者在等候室静候大会开始。/[MC thông báo] Cuộc thi hùng biện này được tiến hành theo hạng mục dành cho học sinh THPT và hạng mục phổ thông. Thời gian giới hạn hùng biện là 4 phút, nếu quá giờ chúng tôi sẽ cắt dù đang giữa chừng nên mong quý vị lưu ý trước. Bây giờ, các thí sinh vui lòng chờ ở phòng chờ cho đến khi cuộc thi bắt đầu.

🔊315

このコンビニは人手不足なのか、いつ来ても「アルバイト募集中！ 面接随時」という張り紙が貼ってある。確かに人手は足りていないようで、レジ業務の傍ら商品の発注をしたり、急いで補充したりしている姿をよく見る。

1599	随時 ずいじ	副 at any time/随时/thường xuyên, bất kỳ lúc nào
1600	張り紙／貼り紙 は がみ は がみ	名 notice, poster/海报/giấy dán, giấy thông báo
1601	傍ら かたわ	名 alongside/还要/bên cạnh

1602	発注[する] はっちゅう	名 動3他 order, place an order/订购[订购]/sự đặt hàng, đặt hàng
1603	↔ 受注[する] じゅちゅう	名 動3他 received order, receive an order/接单[接单]/sự nhận đơn hàng, nhận đơn hàng
1604	補充[する] ほじゅう	名 動3他 resupply, restock/补货[补货]/sự bổ sung, châm thêm

This convenience store seems short-staffed. Whenever I go in, there's always a notice posted saying, "Looking for part-time workers! Interviews available at any time." I often see them ordering products and restocking in a hurry alongside working the cash register, so it seems they really are understaffed./这个便利店不知道是不是因为人手不足，每次来都有贴着"招聘兼职中！随时面试"的海报。看起来的确人手不够，常看见员工除了收银业务以外，还要订购商品，匆匆忙忙的去补货。/Cửa hàng tiện lợi này không biết có phải thiếu người không mà lúc nào tôi đến cũng thấy dán giấy "Đang tuyển người làm thêm! Phỏng vấn bất kỳ lúc nào". Đúng là có vẻ không đủ người do tôi thường thấy bóng dáng nhân viên đặt hàng ngay bên quầy thâu ngân hoặc vội vàng châm thêm hàng.

◀) 316

夜勤がある仕事といえば、医療・介護に携わる仕事や24時間体制の生産ラインをもつ製造業、運送業などをイメージするが、昼夜監視が必要なサイバーセキュリティやメンテナンスなどに従事するエンジニアの間にも広がっている。

1605	夜勤 やきん	名 night shift/夜班/làm đêm
1606	携わる たずさ	動1自 be involved/有关/tham gia làm việc, làm việc
1607	運送[する] うんそう	名 動3他 transportation, transport/运输[运送]/sự vận tải, vận tải
1608	昼夜 ちゅうや	名 night and day/昼夜/ngày đêm
1609	監視[する] かんし	名 動3他 surveillance, monitor/监视[监视]/sự giám sát, giám sát
1610	サイバーセキュリティ	名 cybersecurity/网络安全/an ninh mạng
1611	メンテナンス	名 maintenance/维护/bảo trì
1612	従事[する] じゅうじ	名 動3自 engagement, engage/从事[从事]/công việc, hành nghề

229

When we think of jobs with night shifts, we often think of jobs involved in healthcare and nursing care, manufacturing with 24-hour production lines, and transportation, but the practice is also spreading among engineers engaged in cybersecurity or maintenance, which require monitoring night and day./提到有夜班工作的，会想到例如和医疗，看护有关的工作，还有必须到24小时生产体制的制造业，运输业等等。但在从事于需要昼夜监视的网络安全和网络维护等业者的工程师之间也逐渐扩大。/Nhắc đến công việc làm đêm thì người ta thường hình dung những công việc liên quan đến y tế, chăm sóc và ngành sản xuất có dây chuyền sản xuất chế độ 24/24 hay ngành vận tải v.v., nhưng công việc này còn lan rộng trong các kỹ sư hành nghề an ninh mạng hay bảo trì v.v. cần giám sát ngày đêm.

🔊 **317**

職務 怠慢だったＡが、先週解雇された。Ａは度重なる注意にもかかわらず、無断欠勤したり、仕事中に私用で勝手に外出したりと、日頃から勤労していると言えない状態だった。しかし、Ａは解雇通知を不服だとして、裁判を起こして争うそうだ。

1613 ☐	職務 しょくむ	名 duties/职务/nhiệm vụ, công việc
1614 ☐	怠慢な たいまん	ナ neglect/玩忽的/lười biếng, biếng nhác
1615 ☐	解雇[する] かいこ	名 動3他 dismissal, fire/解雇[解雇]/sự sa thải, đuổi việc
1616 ☐	度重なる たびかさ	動1自 repeat/接二连三/nhiều lần
1617 ☐	私用 しよう	名 personal business/私事/việc riêng
1618 ☐	勤労[する] きんろう	名 動3自 labor, work/勤劳[勤劳]/sự lao động, lao động, làm việc
1619 ☐	不服な ふふく	ナ dissatisfied, objecting/不服的/không đồng ý, không thỏa mãn

A was fired last week for neglect of her duties. Despite repeated warnings, she was absent from work without permission, went out on her own personal business during work hours, and certainly could not be described as working regularly. However, A is objecting to the dismissal notice and is going to court to fight the case./玩忽职守的A，上周被解雇了。A不听大家接二连三的劝告，不仅旷职，还在工作时间因私事擅自外出，平常也不能算是个勤劳的状态。但A对解雇通知感到不服，据说要上告斗争。/A vốn lười biếng trong công việc đã bị sa thải tuần trước. Dù đã được nhắc nhở nhiều lần nhưng A thường ngày luôn trong tình trạng không thể nói là chăm chỉ làm việc, như vẫn nghỉ làm không phép, tùy tiện ra ngoài làm việc riêng trong lúc làm việc. Nhưng nghe nói A không đồng ý với thông báo đuổi việc nên sẽ kiện lên tòa để đấu tranh.

「恐れ入りますが」「お手数ですが」「差し支えなければ」といっ
た表現は、先方にお願い事をする際に使うクッション言葉とし
て、ビジネスシーンでよく使われる。上手に使えば憂うつな依
頼もスマートに遂行できるが、乱用すると相手を不快にさせて
しまうこともあるので、気をつけなければならない。

1620	恐れ入ります おそ　い	句 sorry to bother you/不好意思/Xin lỗi ông/bà
1621	（お）手数 　　てすう	名 trouble, hassle/麻烦/sự làm phiền, tốn công sức
1622	差し支える さ　つか	動2自 inconvenience/不方便/trở ngại
1623	先方 せんぽう	名 other party/对方/đối phương
1624	クッション	名 cushion/缓冲/đệm
1625	憂うつな ゆう	ナ depressing/郁闷/khó chịu, không vui
1626	遂行[する] すいこう	名 動3他 performance, carry out/完成[完成]/sự hoàn thành, hoàn thành
1627	乱用[する] らんよう	名 動3他 abuse, overuse/乱用[乱用]/sự lạm dụng, lạm dụng

Phrases such as "Sorry to bother you," "Sorry to trouble you," and "If it's no inconvenience" are often used as cushion words in business situations when making a request of another party. If used properly, they can ensure smooth performance of even the most depressing request, but if overused, they can cause discomfort, so care must be taken./"不好意思"，"麻烦您了"，"如果不麻烦的话"这些表现，是用于拜托对方时的缓冲语，常用于商业场合。如果使用的好，郁闷的委托也能完成的很顺利，但乱用的话也会令对方感到不快，所以要小心。/Các cách diễn đạt như "恐れ入りますが(Xin lỗi ông/bà)", "お手数ですが (Làm phiền anh/chị)" "差し支えなければ (Nếu không có gì trở ngại)" là những từ/câu đệm dùng khi muốn nhờ đối phương và thường được dùng trong các tình huống thương mại. Nếu khéo sử dụng thì có thể nhờ đối phương những việc khó chịu một cách thuận lợi, nhưng nếu lạm dụng thì sẽ gây cảm giác không thoải mái cho họ nên cần phải lưu ý.

🔊319

入社以来、使命感に燃えて仕事に打ち込んできたが、上司には
まだ青いと言われ、なかなかやりたい仕事を割り当ててもらえ
ない。私のことをインターン上がりのコネ採用だと陰口を言う
人もいる。

1628	使命感 しめいかん	名 sense of mission/使命感/ý thức sứ mệnh, ý thức bổn phận
1629	＋使命 しめい	名 mission/使命/sứ mệnh
1630	青い あお	イ green (inexperienced)/嫩/non, chưa trưởng thành
1631	割り当てる わ あ	動2他 assign/分配/phân bố
1632	～上がり あ	接尾 ex~, former ~/～上来/~ lên, ~ tăng lên
1633	コネ(クション)	名 connections/关系/mối quan hệ, sự quen biết
1634	陰口 かげぐち	名 talk behind (someone's) back/背地说坏话/sự nói xấu sau lưng

Since I joined the company, I've been working hard with a sense of mission, but my boss says I'm still green and aren't assigning me the kind of work I want to do. People talk behind my back about me, calling me an ex-intern hired for my connections./入职以来，我一直有使命感，对工作非常热忱，但上司却说我还太嫩，都不肯分配给我想做的工作，还有人背地说我坏话，说我是实习生上来的关系户。/Sau khi vào công ty, tôi đã cháy hết mình với cảm giác sứ mệnh, tập trung vào công việc nhưng bị cấp trên nói vẫn còn non, mãi vẫn không được phân bố những việc mà tôi muốn làm. Có cả người nói xấu sau lưng là tôi được tuyển dụng nhờ quen biết, được nâng đỡ từ thực tập mà lên.

🔊320

秘書の仕事は、上司のスケジュール管理や調整、来客対応、文
書作成など多岐にわたる。また、取引先への手土産の用意、出
張時のホテル予約などの手配も秘書が行う業務である。

1635	秘書 ひしょ	名 secretary/秘书/thư ký
1636	来客 らいきゃく	名 visitor/来客/khách đến
1637	多岐にわたる たき	句 include many different things/涉及多方面/nhiều hướng, đa dạng

1638	取引先 とりひきさき	名 business partner, client/客户/đối tác
1639	**＋ 取引**[する] とりひき	名 動3他 transaction, do business with/交易[交易]/sự giao dịch, giao dịch
1640	手土産 て みやげ	名 gift, present/伴手礼/quà
1641	手配[する] て はい	名 動3他 arrangements, arrange/安排[安排]/sự sắp xếp, bố trí
1642	業務 ぎょう む	名 duties/业务/nghiệp vụ, công việc

A secretary's duties include many different things, such as managing and coordinating the boss's schedule, dealing with visitors, and preparing documents. Such duties also include preparing gifts for clients and making arrangements such as hotel reservations for business trips./秘书的工作涉及多方面，管理，调整上司的行程，来客应对，制作文书等等。还有准备客户的伴手礼，出差时安排预定酒店什么的也都是秘书的业务。/Công việc của thư ký rất đa dạng gồm quản lý và điều chỉnh thời gian biểu của cấp trên, tiếp khách, soạn thảo văn bản v.v. Ngoài ra, những công việc sắp xếp như chuẩn bị quà cho đối tác, đặt khách sạn khi đi công tác v.v. cũng là nghiệp vụ của thư ký.

🔊 321

会社の備品を購入する際は、経費で購入する。我が社では、10万円以上のものを購入する場合は、複数の業者から見積もりを取り社内で検討する。購入後には、業者が作成した明細書と領収書を経理に提出する。

1643	備品 び ひん	名 equipment/备品/đồ dùng
1644	経費 けい ひ	名 expense, outgoing/经费/chi phí, kinh phí
1645	見積もり み つ	名 quote, estimate/报价/sự báo giá
1646	**＋ 見積もる** み つ	動1他 quote/估价/báo giá
1647	検討[する] けんとう	名 動3他 review, consider/商讨[商讨]/sự xem xét, cân nhắc
1648	明細書 めいさいしょ	名 statement/单据/bản sao kê
1649	経理 けい り	名 detailed accounting/会计/kế toán

When equipment is purchased for a company, it is purchased as an expense. In our company, when purchasing items costing more than 100,000 yen, we obtain quotes from multiple vendors and review them internally. After the purchase, we submit a statement prepared by the vendor and a receipt to our accounting department./采购公司备品时，是用经费购入。在我们公司如果要购买10万日元以上的东西，就需要从多家业者取得报价，然后在公司内商讨。购入后，需要把业者提供的单据和发票提交给会计。/Khi mua đồ dùng cho công ty thì mua bằng kinh phí. Ở công ty tôi, nếu mua đồ từ 100.000 yên trở lên thì phải lấy báo giá từ nhiều đơn vị để nội bộ công ty xem xét. Sau khi mua, phải nộp bản sao kê và hóa đơn mà đơn vị bán đã soạn thảo cho kế toán.

◀)) **322**

先月の異動で、同期のＡさんが入社３年目で主任に昇進した。Ａさんとは入社以来何かと張り合ってきたが、私はいまだに自分の仕事をこなすのに精一杯で、右往左往することばかりだ。

1650	**異動**[する] い どう	名 動3自 transfer, change/调动[调动]/sự thay đổi, thay đổi (nhân sự)
1651	**同期** どう き	名 contemporary, same year (of entering or joining)/同期/cùng kỳ, cùng khóa
1652	**主任** しゅにん	名 chief, manager/主任/chủ nhiệm
1653	**昇進**[する] しょうしん	名 動3自 promotion, be promoted/升职[升职]/sự thăng tiến, thăng tiến
1654	**張り合う** は あ	動1自 compete, rival/较劲/cạnh tranh
1655	**こなす**	動1他 manage, perform/处理/nắm vững, thành thạo
1656	**精一杯な** せいいっぱい	ナ doing one's utmost/竭尽全力的/hết sức mình
1657	**右往左往**[する] う おう さ おう	名 動3自 moving about in confusion, go every which way/不知所措[不知所措]/sự ngược xuôi, ngược xuôi

After the personnel transfer last month, Mr. A, a contemporary of mine, was promoted to manager in his third year with the company. I've been competing with Mr. A since we both joined the company, but I'm doing my utmost just managing my own work, so I'm always going every which way./上个月的调动，同期的A入职第三年就升职到主任。我和A自打入职以来就一直较劲，但我到现在还在竭尽全力的处理工作，还有很多事让我不知所措。/Trong lần thay đổi nhân sự tháng trước, cậu A cùng kỳ với tôi đã thăng tiến lên chức chủ nhiệm vào năm thứ 3 sau khi vào công ty. Gì thì gì, kể từ khi vào công ty, tôi đã cạnh tranh với cậu A nhưng đến giờ tôi vẫn phải cố hết sức để thành thạo công việc, cứ toàn phải ngược xuôi vất vả.

時間外労働に対する<u>賃金</u>未払い、<u>セクハラ</u>、部下に<u>むちゃなノ</u>
<u>ルマ</u>を<u>課す</u>といった<u>パワハラ</u>など、労働問題は年々深刻さを増
している。1980年代後半ごろからは<u>過労死</u>が社会問題となり、
社会に大きな<u>損失</u>をもたらした。

1658	賃金 ちんぎん	名 wages/薪资/tiền công
1659	セクハラ	名 sexual harassment/性骚扰/quấy rối tình dục
1660	むちゃな	ナ unreasonable/不合理的/ngớ ngẩn, quá đáng
1661	ノルマ	名 quota/业绩目标/chỉ tiêu
1662	課す か	動1他 impose, inflict/强加/đảm trách
1663	パワハラ	名 power harassment/职权骚扰/quấy rối quyền lực
1664	過労死 かろうし	名 dying from overwork/过劳死/cái chết vì làm việc quá sức
1665	＋過労 かろう	名 overwork/过劳/sự làm việc quá sức
1666	損失 そんしつ	名 loss/损失/tổn thất

Labor problems such as unpaid wages for overtime work, sexual harassment, and power harassment such as imposing unreasonable quotas on subordinates are getting more serious every year. The number of workers dying from overwork has become a social problem since the late 1980s, causing great losses to society./不支付时间外劳动的薪资，性骚扰，把不合理的业绩目标强加于下属的职权骚扰等等，劳动问题每年逐渐严峻。从1980年代后半左右开始，过劳死成为了社会问题，给社会带来了极大损失。/Các vấn đề lao động như không trả tiền công đối với lao động ngoài giờ, quấy rối tình dục, quấy rối quyền lực như giao chỉ tiêu thái quá cho cấp dưới v.v. mỗi năm tăng dần cấp độ nghiêm trọng. Từ khoảng nửa sau thập kỷ 80, những cái chết vì làm việc quá sức trở thành vấn đề xã hội, gây nên tổn thất to lớn cho xã hội.

高度な専門性や技能を有する外国人材を獲得するため、A社は
こう ど　　せんもんせい　　　ぎ のう　　ゆう　　　　がいこくじんざい　　かくとく　　　　　　しゃ
外国人採用に特化した人材紹介会社のB社を利用し始めた。B
がいこくじんさいよう　　とっか　　　じんざいしょうかいがいしゃ　　　しゃ　　り よう　　はじ
社は人材をあっせんするだけでなく、内定から入社までの各種
しゃ　じんざい　　　　　　　　　　　　　　　　　　　　　　　ないてい　　　にゅうしゃ　　　　かくしゅ
手続きの代行や生活支援の委託サービスなどもあり、A社にとっ
て つづ　　　だいこう　せいかつ し えん　　い たく　　　　　　　　　　　　　　　　　しゃ
てメリットが大きい。
おお

1667 ☐	技能 ぎ のう	名 skills/技能/kỹ năng
1668 ☐	人材 じんざい	名 human resources/人才/nhân lực
1669 ☐	特化[する] とっ か	名 動3他 specialization, specialize/专门[专门化]/sự chuyên môn hóa, chuyên vào
1670 ☐	あっせん[する]	名 動3他 mediation, broker/介绍[介绍]/sự trung gian, làm trung gian
1671 ☐	代行[する] だいこう	名 動3他 agency, perform on (someone's) behalf/代办[代办]/sự làm thay, làm thay
1672 ☐	委託[する] い たく	名 動3他 entrustment, commission/委托[委托]/sự ủy thác, ủy thác

In order to find foreign human resources possessing advanced expertise and skills, Company A began using Company B, a human resources agency specialized in hiring foreigners. Company B not only mediates human resources, but also performs on employees' behalf various procedures from job offers to company joining procedures, and it offers commissioned services to support everyday living, which is a huge advantage for Company A./为了获取拥有高度专门性和技能的海外人才，A公司请了专门招聘外国人才的人才介绍公司的B公司，B公司除了介绍人才以外，还会代办从内定到入职等的各种手续，还有生活支援的委托服务等等，对A公司来说很有利。/Để có nhân lực nước ngoài có chuyên môn và kỹ năng cao, công ty A đã bắt đầu sử dụng công ty B là công ty giới thiệu nhân lực chuyên tuyển dụng người nước ngoài. Công ty B không chỉ làm trung gian giới thiệu nhân lực mà còn có dịch vụ ủy thác làm thay các thủ tục từ lúc trúng tuyển đến khi vào công ty và hỗ trợ đời sống v.v. nên đối với công ty A thì lợi điểm rất lớn.

経営不振だったＡ社に、Ｂ氏が<u>取締役</u>として<u>就任した</u>。その
後、Ａ社の経営方針は大幅に見直され、大規模な<u>リストラ</u>も行
われた。<u>幹部</u>社員からの反発もあったが、Ｂ氏の大胆な<u>手腕</u>と
仕事に対する<u>熱意</u>が伝わり、結果的にＡ社の業績は飛躍的に回
復した。Ｂ氏の<u>功績</u>は大きかった。

1673	取締役 とりしまりやく	名 (company) director/董事/giám đốc điều hành
1674	就任[する] しゅうにん	名 動3自 appointment, be appointed/就任[就任]/sự nhậm chức, nhậm chức
1675	リストラ[する]	名 動3他 restructuring, restructure/裁员[裁员]/sự tái cơ cấu, tái cơ cấu
1676	幹部 かんぶ	名 top management/干部/cán bộ, nhân viên cốt cán
1677	手腕 しゅわん	名 capability, competence/手段/năng lực, khả năng
1678	熱意 ねつい	名 enthusiasm/热诚/sự nhiệt tình
1679	功績 こうせき	名 achievement/功劳/thành tích, công lao

After Mr. B was appointed as a director of Company A, which had been in financial difficulty, the company's management policies were drastically revised and large-scale restructuring was implemented. Despite some opposition from top management, Mr. B's bold capability and enthusiasm for his job were well received, and as a result, Company A's performance has recovered dramatically. Mr. B's achievements were significant./B氏就任了经营不振的A公司的董事。之后，A公司的经营方针被大幅改善，还进行了大规模的裁员。也遭受到干部员工的反抗，但B氏大胆的手段和对工作的热诚打动了他们，结果A公司的业绩回复的突飞猛进，B氏的功劳很大。/Ông B đã nhậm chức giám đốc điều hành công ty A đang làm ăn sa sút. Sau đó, phương châm kinh doanh của công ty A được xem xét lại phần lớn, họ tiến hành tái cơ cấu quy mô lớn. Tuy có sự phản đối từ nhân viên cốt cán nhưng năng lực táo bạo và sự nhiệt tình đối với công việc của ông B được truyền tải, kết quả là công ty A đã khôi phục thành tích một cách ngoạn mục. Công lao của ông B thật to lớn.

🔊 326

A社は小さな町工場だが高い技術力を持つ会社だ。そのA社に
新しくロケット部品の試作依頼が入った。A社の職人たちは何
日も夜更けまで労力を惜しまず開発に取り組み、滞りなく納期
までに試作品を完成させた。

1680	試作[する] しさく	名 動3他 prototype, prototype/试制[试制]/sự làm thử, làm thử
1681	夜更け よふ	名 late at night/深夜/đêm khuya, khuya
1682	労力 ろうりょく	名 effort/力气/công sức
1683	開発[する] かいはつ	名 動3他 development, develop/研发[研发]/sự phát triển, phát triển
1684	滞り とどこお	名 delay/耽搁/làm chậm trễ
1685	＋ 滞る とどこお	動1自 be delayed, stagnate/拖延/đình trệ
1686	納期 のうき	名 deadline/交货期/kỳ hạn giao hàng

Company A has a small factory in a small town, but it has strong technological capabilities. After receiving a request for a prototype of a new rocket component, its craftsmen worked until late at night to develop it, sparing no effort, completing the prototype without delaying the deadline./A公司虽然是间镇上小工厂，但拥有很高的技术能力。A公司新接到了试制火箭零件的委托，A公司的匠人们好几天都熬到深夜，不惜力气的研发。结果在交货期前如期完成了试制品。/Công ty A là một nhà máy thị trấn nhỏ nhưng có năng lực kỹ thuật. Công ty A đó nhận được một đề nghị làm thử linh kiện tên lửa mới. Những người thợ của công ty Những người thợ của công ty A đã không tiếc công sức, làm việc nhiều ngày đến khuya để nỗ lực phát triển, hoàn thành bản dùng thử trước kỳ hạn giao hàng mà không chậm trễ.

No. 1687-1839

🔊 327

祖父が亡くなり、祖母は祖父との別れを<u>惜しんで</u>いた。ある詐欺師が、その感情につけこみ、一見財産が増えるようで、<u>実質的に</u>は損をする話を祖母に持ちかけてきた。祖母は詐欺師の言葉に<u>惑わされず</u>、しっかり断った。

1687	惜しむ お	動1他 lament, regret/惋惜/tiếc, tiếc thương
1688	実質的な じっしつてき	ナ in fact, substantive/实质性的/thực chất, thật ra
1689	＋実質 じっしつ	名 essence, substance/实质/thực tế
1690	惑わす まど	動1他 confuse, fool/蛊惑/mê hoặc

When my grandfather passed away, my grandmother lamented parting with him. A scammer tried to take advantage of her emotions, telling her she would increase her fortune, whereas in fact she would lose her money. My grandmother was not fooled by the scammer's words and she firmly refused./祖父过世，祖母很惋惜和祖父的告别。某个诈骗犯利用这份感情，向祖母提出看起来能够增加财产但实质上则会损失的提议。祖母却不受诈骗犯蛊惑，很毅然的拒绝了。/Ông tôi ra đi, bà tôi rất tiếc thương khi phải xa ông. Một tên lừa đảo đã lợi dụng tình cảnh đó đến dụ bà tôi bằng một câu chuyện thoạt nhìn như tài sản sẽ tăng lên nhưng thực chất là tổn thất. Bà tôi không bị lời nói của tên lừa đảo mê hoặc mà đã từ chối thẳng thừng.

🔊 328

高校の野球部で活躍していた私は、卒業後プロ野球の道に進んだ。最初は調子がよかったが、しばらくするとスランプに陥ってしまい、将来を悲観してしまう時期もあった。復活を遂げた今、あの挫折の経験があったからこそ、ここまで成長できたのだと思う。

1691	スランプ	名 slump/低迷/sự sa sút
1692	陥る おちい	動1自 fall into/陷入/rơi vào
1693	悲観[する] ひ かん	名 動3他 disappointment, be pessimistic/悲观[失望]/sự bi quan, bi quan
1694	遂げる と	動2他 accomplish, achieve/达成/thực hiện được, đạt được
1695	挫折[する] ざ せつ	名 動3自 setback, fail/挫折[受挫]/sự thất bại, thất bại

I was active in my high school baseball team, and after graduation I went on to play professional baseball. At first I was in great shape, but after a while I fell into a slump, and at times I was pessimistic about the future. Now that I've achieved a comeback, I believe that setback was the experience I needed to grow so much./在高中时期活跃于棒球的我，毕业后选择当了职业棒球选手。一开始很顺利，但过一阵子开始陷入低迷，也有对将来感到悲观的时期。而达成复活的现在，我觉得就是因为那时候挫折的经验，才会带来现在的成长。/Từng hoạt động sôi nổi trong câu lạc bộ bóng chày ở trường cấp 3, tôi đã đi con đường bóng chày chuyên nghiệp sau khi tốt nghiệp. Thời gian đầu tình hình tốt đẹp nhưng được một thời gian thì tôi rơi vào tình trạng sa sút, thậm chí có giai đoạn bi quan về tương lai. Bây giờ, quay lại thành công rồi tôi nghĩ chính vì từng có kinh nghiệm thất bại nên tôi mới có thể trưởng thành như thế này.

🔊 329

親戚の集まりに行くと、姪っ子が待ち望んでいた子どもを授かったそうで、祝福ムードになっていた。私は姪っ子の体調を気遣って、ささやかだが妊婦用の腹巻きをプレゼントした。

| 1696 | 待ち望む
ま のぞ | 動1他 eagerly await/盼望/mong chờ |
| 1697 | 授かる
さず | 動1他 be blessed, be given/怀上/được ban cho, được hưởng |

1698	+ 授ける さず	動2他 confer, grant/授予/ban cho, trao tặng
1699	ムード	名 mood/气氛/tâm trạng, không khí
1700	ささやかな	ナ humble, modest/微薄的/nhỏ, ít

When I went to a family gathering, I heard that my niece had finally been blessed with the child she'd so eagerly awaited, and the mood was one of celebration. I was concerned for my niece's health, so I gave her a modest gift of a maternity tummy wrap./去到亲戚聚会，听说侄女坏上盼望已久的孩子，一整个都是祝福的气氛。我关心侄女的身体，虽然心意微薄，但我送了孕妇用的腹带给她。/Khi đến bữa tụ họp họ hàng thì tôi biết cháu gái đã được trời ban cho đứa con mong đợi bấy lâu nên cả nhà cùng không khí chúc mừng. Nghĩ đến tình trạng sức khỏe của cháu, tôi đã tặng con bé món quà nhỏ là chiếc đai quấn bụng dành cho thai phụ.

🔊 330

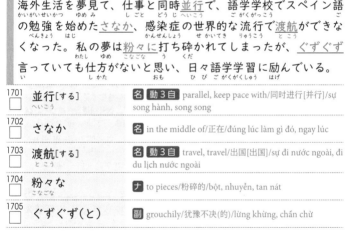

海外生活を夢見て、仕事と同時並行で、語学学校でスペイン語
かいがいせいかつ　ゆめみ　　しごと　どうじへいこう　　ごがくがっこう　　ご
の勉強を始めたさなか、感染症の世界的な流行で渡航ができな
べんきょう はじ　　　　　　かんせんしょう せかいてき りゅうこう とこう
くなった。私の夢は粉々に打ち砕かれてしまったが、ぐずぐず
　　わたし ゆめ こなごな う くだ
言っていても仕方がないと思い、日々語学学習に励んでいる。
い　　　　　　しかた　　　おも　ひびごがくがくしゅう はげ

1701	並行[する] へいこう	名 動3自 parallel, keep pace with/同时进行[并行]/sự song hành, song song
1702	さなか	名 in the middle of/正在/đúng lúc làm gì đó, ngay lúc
1703	渡航[する] とこう	名 動3自 travel, travel/出国[出国]/sự đi nước ngoài, đi du lịch nước ngoài
1704	粉々な こなごな	ナ to pieces/粉碎的/bột, nhuyễn, tan nát
1705	ぐずぐず（と）	副 grouchily/犹豫不决(的)/lừng khừng, chần chừ

I had dreams of living abroad and was in the middle of starting to study Spanish at a language school in parallel with working when a worldwide infectious disease epidemic stopped me from traveling. My dreams of living abroad were shattered to pieces, but there's no point complaining grouchily about it, so I'm working hard every day to learn the language./为了梦想中的海外生活，我和工作同时进行，去语言学校正要开始学西班牙语时，全世界流行感染病，害我不能出国了。我的梦想被粉碎，但我觉得犹豫不决也不是办法，我还是要每天努力学习语言。/Tôi mơ đời sống hải ngoại và đúng lúc bắt đầu học tiếng Tây Ban Nha ở trường ngoại ngữ song song cùng lúc với đi làm thì không thể ra nước ngoài do bệnh truyền nhiễm lưu hành trên thế giới. Giấc mơ của tôi đã tan thành mây khói nhưng có nói lừng khừng thì cũng không còn cách nào khác nên tôi vẫn nỗ lực học tiếng mỗi ngày.

🔊 331

終活とは、人生の最期に向けて身の回りを整理することだ。私
も老いてきて、医者の言葉から先が短いことを悟り、終活を始
めた。銀行に預けているお金の相続先や、遺言書の形式など、
さまざまなことを決断しなければならない。

1706	老いる お	**動2自** age, get older/上年纪/già đi
1707	悟る さと	**動1他** perceive, realize/领悟/lĩnh hội, ngộ ra
1708	預ける あず	**動2他** leave, deposit/存/gửi
1709	⑩ 預かる あず	**動1自** keep, look after/保管/giữ
1710	遺言 ゆいごん	**名** will/遗言/di chúc
1711	決断[する] けつだん	**名 動3他** decision, decide/决断[下决心]/sự quyết định, quyết định

As we move toward the end of life, it's all about organizing personal affairs. As I got older, I
realized from my doctor's words that my life was short, so I started to prepare for the end of
my life. I have to decide where to pass on all the money I've deposited in the bank, the format
of my will, and various other matters./"终活"是指为自己的临终做准备，整理好身边的事
物。我也上了年纪，从医生的话中，我领悟到了我也活不久了，就开始进行"终活"。存在银
行存款的继承人，还有遗嘱的形式等等，我要决断的事情有很多。/"Shukatsu" là sắp xếp mọi
việc xung quanh để chuẩn bị cho giai đoạn cuối của cuộc đời. Tôi cũng già đi, từ lời của bác
sĩ mà tôi ngộ ra được thời gian còn lại ngắn ngủi nên bắt đầu "shukatsu". Tôi phải quyết định
nhiều việc như nơi sẽ tư vấn về số tiền gửi trong ngân hàng hay hình thức di chúc v.v.

🔊 332

入社10年目となり、周りから判断を委ねられることが増えた。
経験を踏まえて仕事ができるし、助言を仰げばいつも理に適っ
たアドバイスをくれる上司もいる。欲を言えば、頑張りに見合
う給料がほしいものだ。

1712	委ねる ゆだ	**動2他** entrust/交托/ủy thác, nhờ
1713	踏まえる ふ	**動2他** base on/根据/dựa trên, xem xét đến

1714	仰ぐ （あお）	動1他 ask for, turn to/请教/tôn kính, xin lời khuyên
1715	理に適う （り）（かな）	句 make sense/合理/thích đáng, hợp lý
1716	＋適う （かな）	動1自 conform to, suit/合适/phù hợp
1717	欲 （よく）	名 desire, wish/贪心/lòng tham, mong muốn
1718	見合う （み）（あ）	動1自 be commensurate, correspond/相称/tương xứng

I've been with the company for 10 years now, and more and more people are entrusting me with decisions. I perform my job based on my experience, and I have a boss who always gives me advice that makes sense, whenever I ask for it. If I had to wish for something, I suppose I'd like to receive a salary commensurate with my hard work./入职第10年了，周围的人交托给你抉择的事也越来越多。可以根据经验来工作，有些上司只要我去请教，也会给我合理的建议。贪心不足的就是想要和付出相称的薪资。/Năm thứ 10 kể từ khi vào công ty, những việc mà tôi được mọi người xung quanh nhờ quyết định tăng lên. Tôi làm được việc nhờ kinh nghiệm, cũng có cấp trên luôn cho tôi những lời khuyên thích đáng nếu tôi xin họ khuyên nhủ. Nếu phải nói về mong muốn thì tôi mong nhận tiền lương tương xứng với sự cố gắng của mình.

◀◎ 333

学生のうちに留学がしたくて、忙しいアルバイトや語学の資格
（がくせい）　　　　（りゅうがく）　　　　　　　（いそが）　　　　　　　　　　　　（ご）（がく）　（し）（かく）
試験を乗り越えてきた。いよいよお金も貯まり、留学が現実味
（し）（けん）　（の）（こ）　　　　　　　　　　　　（かね）　（た）　　　（りゅうがく）（げんじつみ）
を帯びてきた。外国での生活が待ち遠しくてたまらない。
（お）　　　　　（がいこく）　　（せいかつ）　（ま）（どお）

1719	乗り越える （の）（こ）	動2他 overcome/克服/vượt qua
1720	帯びる （お）	動2他 be tinged with, take on/带有/nếm trải
1721	待ち遠しい （ま）（どお）	イ long-awaited/等不及/mong ngóng, mong chờ

I wanted to study abroad while I was still a student, so I overcame language certification exams and took busy part-time jobs. Now that I have saved up enough money, studying abroad is taking on a sense of reality. It's my long-awaited dream to live in another country, and I can't wait./我一直想着要趁学生时期去留学，忙碌的兼职和语言资格考试我都克服了。终于钱也存够，留学带有实现感，我开始等不及在国外的生活了。/Trong lúc còn là sinh viên, tôi muốn đi du học nên đã vượt qua công việc làm thêm vất vả lẫn kỳ thi chứng chỉ tiếng. Cuối cùng tôi cũng tích lũy đủ tiền và có thể nếm hương vị thực tế của việc du học. Tôi cực kỳ mong chờ cuộc sống ở nước ngoài.

🔊 334

A：あの大手企業の一次選考、通ったんだね。おめでとう。

B：ありがとう。今年は売り手市場だから、会社はとりあえず
人を確保しておきたいだけだと思うけどね。二次選考で落
ちたら、内定してる地元の銀行に入ろうと思ってるよ。

A：そうなんだね。いずれにせよ、進路が決まりそうで何より
だよ。

1722	選考[する] せんこう	名 動3他 screening, select/选拔[选拔]/sự tuyển chọn, tuyển chọn
1723	確保[する] かくほ	名 動3他 guarantee, secure/确保[确保]/sự đảm bảo, đảm bảo
1724	いずれにせよ	副 either way/不管怎么样/dù gì đi nữa, đằng nào thì cũng

A: So you passed the first screening round at that major company. Well done! B: Thank you. This year is a seller's market, so I think the company just wants to secure enough staff for the moment. If I fail the second round, I'm thinking of joining a local bank that has offered me a job. A: I understand. Either way, I'm glad you've decided on a career path./A: 你通过了那家大公司的一次选拔呀! 恭喜! B: 谢谢。现在是卖方市场，可能公司就是想确保人手。如果二次选拔落选，我就想去已经内定的故乡那边的银行。 A: 原来如此，不管怎么样，已经可以确认去向，真是太好了。/A: Nghe nói cậu đã qua vòng một tuyển khảo của doanh nghiệp lớn đó rồi nhỉ, chúc mừng nhé. B: Cảm ơn cậu. Tôi nghĩ chỉ là do năm nay là thị trường của người bán nên công ty muốn tạm đảm bảo được người thôi. Nếu rớt ở vòng 2 tuyển khảo thì tôi định vào ngân hàng địa phương đã được tuyển. A: Ừ nhỉ. Mà dù gì đi nữa, lộ trình cũng sắp quyết rồi, vậy thì còn gì bằng.

🔊 335

私は 志 高く大手企業を志望し、無事に内定をもらって意気
揚々としていた。しかし、入社後は周囲の期待に応えようと必
死になりすぎて、過労で倒れ、しばらく目標を見失っていた。
今は休職中なので、自分が本当にやりたいことは何か、原点に
戻って考え直している。

| 1725 | 志
こころざし | 名 ambition, aspiration/立志/chí, ý chí |
| 1726 | 意気揚々（と）
いきようよう | 副 elatedly, in high spirits/得意洋洋(的)/dương dương tự đắc |

1727 応える こた	動2自 fulfill, meet/回应/đáp lại, đáp ứng
1728 見失う み うしな	動1他 lose sight of/迷失/mất dấu, đánh mất
1729 原点 げんてん	名 origin, starting point/原点/điểm xuất phát, nguyên điểm

With high ambitions, I'd applied to leading companies and was in high spirits when I successfully received a job offer. But after joining the company, I tried too hard to meet the expectations of everyone around me, collapsed from overwork, and lost sight of my goals for a while. Now that I'm on leave, I am going back to my starting point and reconsidering what I really want to do./我立大志以大公司为志愿，得意洋洋的顺利拿到内定。但入职后我太想回应周围的期待，拼尽全力，结果因过劳而倒了。有一阵子我迷失了目标。现在我还在停职中，我一直在思考原点，什么才是自己最想做的事。/Tôi có chí lớn, mong muốn vào doanh nghiệp lớn, khi được tuyển dụng thành công thì đã dương dương tự đắc. Nhưng sau khi vào công ty, vì quá cố gắng để đáp lại sự mong đợi của mọi người xung quanh nên tôi đã đổ bệnh do làm việc quá sức, đánh mất mục tiêu trong một thời gian. Bây giờ tôi đang nghỉ việc nên quay lại điểm xuất phát để nghĩ lại xem mình thật sự muốn làm gì.

◀)) 336

味気ない 私の人生を華やかにしてくれたのが、職場の同期４人
あじ け   わたし   じんせい   はな   しょくば   どうき   にん
の存在であった。ところが、先日そのうちの１人が若くして亡
  そんざい   せんじつ   ひとり わか   な
くなってしまい、私はしばらくぼうぜんとしていた。ご遺族の
          わたし   い ぞく
気持ちを考えるといたたまれない。
き も   かんが

1730 味気ない あじけ	イ bland, dreary/乏味/vô vị, tẻ nhạt, nhàm chán
1731 ぼうぜんと	副 stunned/茫然的/sững sờ, thẫn thờ
1732 遺族 い ぞく	名 bereaved family/遗属/gia quyến
1733 いたたまれない	句 unbearable/难以忍受/không đành lòng

The one thing that made my dreary life more colorful was the presence of my four contemporaries at work. However, one of them sadly passed away recently at a young age. It just stunned me for a while. Whenever I imagined how his bereaved family must feel, it was unbearable./让我乏味的人生充满色彩的，是职场同期的4个人。但前几天，其中一人英年早逝。我有一阵子都过得很茫然。一想到遗属的心情就难以忍受。/Những người làm cho cuộc đời vô vị của tôi trở nên tươi vui là 4 người cùng kỳ ở nơi làm việc. Thế nhưng, mấy ngày trước, 1 người trong số đó đã chết trẻ, tôi đã bần thần một thời gian. Nghĩ đến cảm giác của gia quyến, tôi thật không đành lòng.

🔊 337

脚本家としてデビューした当初、面白くないと周囲から<u>非難さ</u>
<u>れる</u>ことが多かった。売れる脚本を書こうとすると、自分の中
の<u>軸</u>がぶれて、作りたい作品が分からなくなってしまった。そ
こで、自分をモデルに売れない脚本家の<u>苦悩</u>を描いたところ、
その作品が大ヒットし、チケットは<u>すさまじい</u>勢いで<u>完売した</u>。

1734	非難[する] ひなん	名 動3他 criticism, criticize/指责[指責]/sự chê bai, chê bai, phê phán
1735	軸 じく	名 axis/轴心/trục chuẩn, tiêu chuẩn
1736	苦悩[する] くのう	名 動3自 anguish, suffer/苦恼[苦惱]/nỗi khổ, khổ tâm
1737	すさまじい	イ terrible, tremendous/骇人的/kinh khủng, kinh hoàng
1738	完売[する] かんばい	名 動3他 blowout, sell out/售完[賣光]/sự bán hết, bán hết

When I first debuted as a screenwriter, I was often criticized for not being interesting enough. As I tried to write scripts that would sell, my internal axis shifted and I lost sight of the kind of work I wanted to create. So I wrote my own story, depicting the anguish of an unsuccessful screenwriter, and the film became a huge hit, selling out movie theaters at a tremendous rate./当初以编剧身份出道时，很多时候会被周围人指责说很无趣。为了写出受欢迎的剧本，自己心里的轴心就会歪掉，这样我就会搞不清楚到底想写出什么样的作品。所以我以自己为模特，写了关于编剧苦恼的题材。没想到这个作品大卖，电影门票以骇人的速度售完。/Thời gian đầu mới ra mắt với tư cách biên kịch, tôi thường bị xung quanh chê không hay. Khi muốn viết kịch bản bán chạy, đường chuẩn trong tôi bị lệch, tôi không còn biết tác phẩm mình muốn viết là gì. Thế nên lấy mình làm mẫu, tôi viết về nỗi khổ của một nhà biên kịch ế ẩm thì tác phẩm đó lại gây tiếng vang lớn, vé xem phim bán hết với tốc độ kinh khủng.

🔊 338

高校生の頃、両親に<u>反発して</u>、学校に行かず夜遅くまで友達と
遊んでいた。大学生になり、あの頃の<u>一連</u>の<u>過ち</u>を<u>省みて</u>、「<u>お</u>
<u>ふくろ</u>、<u>おやじ</u>、迷惑かけてごめん」と<u>謝った</u>。

| 1739 | 反発[する]
はんぱつ | 名 動3自 revolt, rebel/反抗[反抗]/sự phản kháng, cự tuyệt |
| 1740 | 一連
いちれん | 名 series/一连串/chuỗi |

1741	過ち あやま	名 mistake/过错/sai lầm
1742	省みる かえり	動2他 reflect on/反省/nhìn lại, nhớ lại
1743	おふくろ	名 mom/老妈/bà bô (cách nói dân dã của từ "mẹ")
1744	おやじ	名 dad/老爸/ông bô (cách nói dân dã của từ "bố")

When I was in high school, I rebelled against my parents and stayed out until late at night with my friends instead of going to school. After I became a university student, I reflected on the series of mistakes I made back then, and apologized to my mom and dad for causing them so much trouble./我高中的时候，老是反抗父母，也不去学校一直和朋友玩到夜深。成为大学生后，我反省了那一连串的过错，道歉说"对不起，老妈，老爸，给你们添麻烦了"。/Thời trung học phổ thông, tôi phản kháng bố mẹ, không đi học mà đi chơi với bạn tới khuya. Trở thành sinh viên đại học, nhớ lại chuỗi sai lầm đạo ấy, tôi đã xin lỗi "mẹ, bố, con xin lỗi vì đã làm phiền lòng bố mẹ".

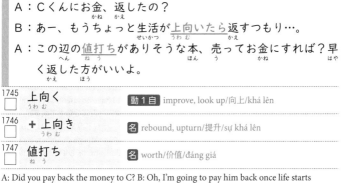

◄)) 339

```
A：Cくんにお金、返したの？
         かね   かえ
B：あー、もうちょっと生活が上向いたら返すつもり…。
                    せいかつ  うわむ   かえ
A：この辺の値打ちがありそうな本、売ってお金にすれば？　早
      へん  ね う          ほん  う    かね        はや
  く返した方がいいよ。
   かえ  ほう
```

1745	上向く うわ む	動1自 improve, look up/向上/khá lên
1746	＋ 上向き うわ む	名 rebound, upturn/提升/sự khá lên
1747	値打ち ね う	名 worth/价值/đáng giá

A: Did you pay back the money to C? B: Oh, I'm going to pay him back once life starts looking up... A: Why don't you sell all these books and make some money? I'm sure they're worth something. You'd better pay it back soon. /A: 你还C钱了吗？　B: 啊～我想说生活品质再向上一点就还他…。　A: 你可以把这些看起来有价值的书拿去卖换钱呀？　我觉得还是早点还吧。/A: Cậu trả tiền cho C chưa? B: À, tôi định đời sống khá hơn một chút rồi trả... A: Cậu bán mớ sách đáng giá quanh đây lấy tiền đi. Nên trả sớm cho người ta đi.

🔊 340

私はこれまで<u>円満な</u>家庭を<u>築いて</u>きた。しかし、<u>配偶者がギャ</u>ンブルにはまって、大金を<u>賭けて</u>いたことが発覚し、家庭は<u>崩壊した</u>。相手は反省し、自分のしたことを<u>悔やんで</u>いるが、許すつもりはない。

1748	円満な えんまん	ナ harmonious/圆满的/viên mãn, êm ấm
1749	築く きず	動1他 build, raise/组建/xây dựng
1750	配偶者 はいぐうしゃ	名 spouse/配偶者/người phối ngẫu, người bạn đời
1751	ギャンブル	名 gambling/赌博/cờ bạc
1752	賭ける か	動2他 gamble/赌上/cá độ, đặt cược
1753	＋賭け か	名 gambling/打赌/trò cá cược, trò cờ bạc
1754	崩壊[する] ほうかい	名 動3自 collapse, fall apart/崩坏[崩坏]/sự sụp đổ, đổ vỡ
1755	悔やむ く	動1他 regret/悔恨/hối tiếc, hối hận

Up until now, I've raised a harmonious family. However, my family fell apart when I discovered my spouse had become addicted to gambling and had gambled away a large sum of money. My partner is sorry and regrets what he's done, but I have no intention of forgiving him./一直以来，我组建了一个圆满的家庭。但配偶者沉迷赌博，还发现他赌上了很多钱，家庭就崩坏了。虽说对方在反省，而且对自己做的事也感到悔恨，但我不准备原谅。/Từ trước đến nay tôi đã xây dựng một gia đình viên mãn. Nhưng người bạn đời ghiền cờ bạc, tôi phát hiện anh ta đã cược số tiền lớn, gia đình đổ vỡ. Anh ta đã nhìn lại mình, hối hận về những gì mình đã làm nhưng tôi không có ý định tha thứ.

🔊 341

以前は異性に<u>アプローチされる</u>ことも多かったので、<u>漠然と</u>いい人だなと思ったら付き合っていた。30代になった今は、<u>生涯</u>を共にできるような、自分と価値<u>観</u>が似ている人と付き合うようにしている。

| 1756 | アプローチ[する] | 名 動3自 approach, approach/示爱[示爱]/sự tiếp cận, tiếp cận |

1757	漠然と ばくぜん	副 vaguely/含糊的/mơ hồ
1758	生涯 しょうがい	名 lifetime/生涯/cuộc đời
1759	～観 かん	接尾 sense of ~/～观/~ quan, cách nhìn ~

I used to get approached by the opposite sex a lot. If I thought someone was vaguely pleasant, I'd go out with them. Now that I'm in my thirties, I try to go out with people who have a similar sense of values to my own: someone I could spend the rest of my lifetime with./以前我常被异性示爱，所以只要觉得人不错就含糊交往。30几岁的现在，我开始和能够一起共度生涯，和自己价值观相似的人交往。/Từ trước, tôi được người khác giới tiếp cận khá nhiều nên chỉ mơ hồ nghĩ người này tốt là quen nhau. Bây giờ sang độ tuổi 30, tôi cố gắng sao cho quen với người có giá trị quan giống mình để có thể đồng hành cùng nhau suốt cuộc đời.

◄）342

A：新婚生活はどう？
　　しんこんせいかつ

B：おおむね順調だけど、思ってたより甘くないかな。家族を
　　　　　じゅんちょう　　　　　　おも　　　　　あま　　　　　　　か　ぞく
　　養っていかなきゃいけないからさ。相手の連れ子を含める
　　やしな　　　　　　　　　　　　　　　あい て　つ　ご　ふく
　　と、みんなで7人の大所帯だから大変なんだ。
　　　　　　　にん　おおじょたい　　　たいへん

1760	新婚 しんこん	名 newlywed/新婚/tân hôn
1761	おおむね	副 generally/大部分/hầu hết, phần lớn
1762	甘い あま	イ easy, naive (optimistic)/简单/đơn giản, ngây thơ
1763	養う やしな	動1他 provide for, support/养/nuôi, bồi đắp
1764	大所帯 おおじょたい	名 large household/大家庭/gia đình đông con, đại gia đình
1765	＋ 所帯 しょたい	名 household/家庭/gia đình

A: How's the newlywed life? B: It's going well generally, but it's not as easy as I thought it would be. I have to provide for the family. Including my partner's stepchildren, there are seven of us. Supporting such a large household is not easy./A: 新婚生活怎么样？ B: 大部分还是顺利的，但没有想象中的简单。因为要养家人呀。连对方带来的孩子加起来，可是7个人的大家庭呢。很辛苦。/A: Đời sống tân hôn thế nào? B: Hầu hết là thuận lợi nhưng không thuận lợi như tớ nghĩ. Vì phải nuôi cả gia đình cơ mà. Tính cả con riêng của người đó là thành đại gia đình 7 người nên vất và lắm.

🔊 343

留学生のリンさんは、日本で大学を卒業したら、母国に帰って
家業を継ぐつもりだと以前は言っていた。しかし、最近いいご
縁があったそうで、日本人と結婚することになり、日本に永住
すると決めたそうだ。

1766 ☐	母国 ぼこく	名 home country/祖国/nước, nước mình
1767 ☐	家業 かぎょう	名 family business/家业/gia nghiệp
1768 ☐	継ぐ つ	動1他 take over/继承/kế thừa, tiếp tục
1769 ☐	(ご)縁 えん	名 match, relationship, good fortune/缘/duyên
1770 ☐	永住[する] えいじゅう	名 動3自 permanent residence, reside permanently/永久居留[永久居留]/sự vĩnh trú, vĩnh trú
1771 ☐	＋永住権 えいじゅうけん	名 right of permanent residence/永久居留权/quyền vĩnh trú

Lin, an international student, previously said that after graduating from university in Japan, she planned to return to her home country and take over the family business. However, she recently found a good match and decided to marry a Japanese man and reside permanently in Japan./留学生的小林，以前说从日本的大学毕业后，就要回到祖国继承家业。但最近好像遇到良缘，要和日本人结婚，决定永久居留在日本了。/Bạn Rin du học sinh lúc trước từng nói sau khi tốt nghiệp đại học ở Nhật sẽ về nước, kế nghiệp gia đình. Nhưng gần đây nghe nói có duyên mà kết hôn với người Nhật và quyết định vĩnh trú ở Nhật.

🔊 344

実家に帰ると、急に両親に縁談があると言われた。相手のプロ
フィールはあまり魅力的ではなかったが、せっかくなので会っ
てみることにした。すると、案の定相手は過去の栄光ばかり語
る人で、第一印象は最悪だった。なぜ両親はもっとまともな人
との縁談を用意してくれなかったのだろうか。

1772 ☐	縁談 えんだん	名 discussion of marriage/亲事/hôn sự, bàn bạc chuyện hôn nhân
1773 ☐	プロフィール	名 profile/简历/tiểu sử, lý lịch

250

1774	案の定 あん　じょう	副 as expected, sure enough/果不其然/quả nhiên, đúng như dự đoán
1775	栄光 えいこう	名 glory/威风/vinh quang, thành công
1776	第一 だいいち	名 副 first, firstly/第一/ban đầu, đầu tiên
1777	まともな	ナ decent, respectable/正常/chuẩn mực, đàng hoàng

After I got home, my parents suddenly told me someone wanted to discuss marriage with me. His profile wasn't particularly attractive, but I decided to meet him anyway. Sure enough, he was a man who talked only about his past glories, and he made a terrible first impression. Why couldn't my parents find someone more decent?/一回老家，父母突然说了一门亲事。虽然对方的简历没有吸引力，但因为难得还是决定见一下。果不其然，对方是个只会谈起曾经的威风事的人，第一印象很糟糕。为什么父母不准备一个更正常的人和我相亲呢。/Vừa về nhà bố mẹ thì tôi đột ngột bị bố mẹ nói có chuyện trao đổi về hôn nhân. Dù lý lịch của người kia không có gì hấp dẫn nhưng vì cũng mất công rồi nên tôi quyết định gặp thử. Thế là đúng như dự đoán, người kia chỉ toàn nói về thành công trong quá khứ, ấn tượng ban đầu rất tệ. Tại sao bố mẹ lại không chuẩn bị cho tôi một cuộc hôn sự với người chuẩn mực hơn cơ chứ?

🔊 345

彼がアルバイトを首になった要因は、ＳＮＳに店内や客の写真
をむやみに投稿していたことだ。ＳＮＳに何でもアップすると、
デジタルタトゥーとなり、後でろくなことにならない。

1778	首 くび	名 dismissal, losing one's job (figuratively, "neck")/开除/cái cổ
1779	要因 よういん	名 cause, reason/主要原因/nguyên nhân
1780	むやみな	ナ reckless, unecessary/胡乱/khinh suất, liều lĩnh
1781	ろくな	連 (not) good (used with negative expression)/不好/tốt, hay ho

The reason for his dismissal from his part-time job was that he was recklessly posting pictures of the store and customers on social media. Posting anything on social media is like a digital tattoo; it won't be good for you later on./他兼职被开除的主要原因，是因为把店内和客人照片胡乱发在社交平台上。什么都发在社交平台上会变成"数码纹身（指网络上的记录是清不掉的）"，很不好。/Nguyên nhân cậu ấy bị đuổi việc ở chỗ làm thêm là do khinh suất đăng ảnh trong cửa hàng và khách hàng lên mạng xã hội. Nếu tải bất kỳ thứ gì lên mạng xã hội thì nó sẽ trở thành hình xăm điện tử và không là việc hay ho gì về sau.

🔊 346

私と弟は血が繋がっていない。 弟は、幼少期に自然災害で彼の両親を含む肉親を数人失った。その後、私の両親が彼を引き取ったのだ。 弟は、さぞ心細い思いをすることも多かっただろうが、このようないきさつで、今は一緒に元気に暮らしている。

1782	肉親 にくしん	名 blood relative/亲人/người thân
1783	引き取る ひ と	動 1 他 take in/接纳/nhận
1784	さぞ	副 certainly, must/想必/hẳn là, hiển nhiên
1785	心細い こころぼそ	イ helpless, lonely/不安/cô đơn
1786	いきさつ	名 circumstances/过程/hành trình, sự thể, nguồn cơn

My younger brother and I are not related by blood. He lost numerous blood relatives, including his parents, in a natural disaster when he was a child. After that, my parents took him in. My younger brother must have felt very helpless at times, but these circumstances led him to live together with us, and he's doing very well./我和弟弟没有血缘关系。弟弟在幼儿期因为天灾失去了包括父母的几个亲人。后来，我的父母收养了他。弟弟想必对很多事都感到不安，但经历过这样的过程，我们现在还是一起生活的很好。/Tôi và em trai tôi không chung huyết thống. Vì thiên tai mà em trai tôi từ nhỏ đã mất nhiều người thân kể cả bố mẹ của em ấy. Sau đó, bố mẹ tôi đã nhận em về. Hẳn là em đã rất cô đơn nhưng trải qua hành trình như thế này, nay em cùng chúng tôi sống vui vẻ.

🔊 347

以前のパートナーは束縛が激しく、上から目線で、対等な関係ではなかった。なので、結婚生活は絶望的だった。自分の人生を破滅に追い込みたくなかったので、3か月で離婚した。再婚相手は妥協せずに選びたい。

1787	パートナー	名 partner/伴侣/người bạn đời, cộng sự
1788	束縛[する] そくばく	名 動 3 他 restriction, restrict/束缚[束缚]/sự bó buộc, ràng buộc
1789	対等な たいとう	ナ equal/对等的/sự tương đương, ngang hàng

1790	絶望的な ぜつぼうてき	ナ doomed, hopeless/绝望的/tuyệt vọng
1791	＋ 絶望[する] ぜつぼう	名 動3自 despair, disappointment/绝望[绝望]/sự tuyệt vọng, tuyệt vọng
1792	破滅[する] は めつ	名 動3他 destruction, destroy/破灭[破灭]/sự diệt vong, diệt vong
1793	再婚[する] さいこん	名 動3自 remarriage, remarry/再婚[再婚]/sự tái hôn, tái hôn
1794	妥協[する] だ きょう	名 動3他 compromise, compromise/妥协[妥协]/sự thỏa hiệp, thỏa hiệp

My previous partner imposed a lot of restrictions, was overbearing, and our relationship wasn't equal. So the marriage was doomed. I didn't want to destroy my life, so we divorced after three months. When I choose someone to remarry, I don't intend to compromise./以前的伴侣很喜欢束缚我，态度又嚣张，我们并不是对等的关系。所以结婚生活是绝望的。我不想让自己的人生破灭，3个月就离婚了。挑选再婚对象时我不能妥协了。/Người bạn đời lúc trước của tôi cực kỳ bó buộc, có thái độ kẻ cả, mối quan hệ của chúng tôi không ngang hàng nhau. Vì vậy, đời sống hôn nhân của tôi rất tuyệt vọng. Do không muốn dồn đời mình bị phá hủy nên tôi đã li hôn sau 3 tháng. Tôi muốn chọn đối tượng tái hôn mà không thỏa hiệp.

◀) 348

戸籍法には、子どもが生まれてから14日以内に出生届を出す
こせきほう　　　　　　こ　　　う　　　　　　　　　　　かいない　しゅっしょうとどけ　だ
ことが定められている。出生届の提出を放棄すると、子どもは
　　　さだ　　　　　　　　しゅっしょうとどけ　ていしゅつ　ほうき　　　　　こ
無戸籍になってしまう。
む こせき

1795	戸籍 こせき	名 family register/户籍/hộ tịch
1796	出生届 しゅっしょうとどけ	名 birth registration/出生申报/giấy đăng ký khai sinh
1797	＋ 出生[する] しゅっしょう	名 動3自 birth, give birth/出生[出生]/sự sinh, sinh
1798	放棄[する] ほう き	名 動3他 relinquishment, waive/放弃[放弃]/sự vứt bỏ, từ bỏ

The Family Register Act of Japan stipulates that the birth registration of a child must be done within 14 days of birth. If the birth registration is waived, the child will lack a family register./户籍法中，有规定从孩子出生起，14天之内要提交出生申报。如果放弃提交出生申报，孩子就会变成无户籍。/Theo Luật Hộ tịch có quy định phải nộp giấy đăng ký khai sinh trong vòng 14 ngày sau khi trẻ chào đời. Khi từ bỏ việc nộp giấy khai sinh thì trẻ sẽ không có hộ tịch.

🔊 349

最近、田舎の母の体調が悪いそうだ。母の身を案じて、うちの
会社では一律 65 歳と決まっている退職の時期を早め、50 歳で
早期退職し、田舎に帰って母と暮らすつもりだ。

1799	案じる あん	動2他 be concerned/担心/suy nghĩ, cân nhắc
1800	一律 いちりつ	名 across-the-board, uniform/一律/đồng đều, thống nhất
1801	早める はや	動2他 bring forward/提早/làm cho sớm hơn, đẩy nhanh
1802	⊕ 早まる はや	動1自 be moved up, quicken/加快/trở nên nhanh, sớm hơn

Recently, my mother, who lives in the countryside, has been feeling unwell. Concerned for her well-being, I plan to bring forward my retirement, which is set at age 65 across-the-board at my company, and retire early at the age of 50, returning to the countryside to live with my mother./最近、在乡下的母亲身体不好。我们公司一律规定65岁才能退休，但我担心母亲身体提早退休，50岁就退休回到乡下陪母亲生活。/Gần đây, tình hình sức khỏe của mẹ tôi ở quê không tốt. Công ty tôi thời gian nghỉ việc được quy định thống nhất là 65 tuổi nhưng nghĩ đến mẹ, tôi định là sẽ đẩy nhanh thời gian nghỉ việc và sẽ nghỉ việc sớm ở tuổi 50 để về quê sống với mẹ.

🔊 350

アイデンティティは、一般的に 20 代前半までに形成されると言
われる。特に思春期には葛藤が生まれたり、親への反発が強く
なったりするが、これは成長している証しである。

1803	アイデンティティ	名 identity/自我认知/bản sắc
1804	形成[する] けいせい	名 動3他 formation, form/形成[形成]/sự hình thành, hình thành
1805	思春期 ししゅんき	名 adolescence/思春期/tuổi dậy thì
1806	葛藤[する] かっとう	名 動3自 conflict, conflict/纠结[纠结]/sự xung đột, xung đột
1807	証し あか	名 evidence, proof/证明/bằng chứng

Identity is generally said to be formed by one's early twenties. Especially during adolescence, conflicts arise and rebellion against parents intensifies, but this is evidence of growth./一般来说，在20几岁前半就会形成自我认知。尤其是思春期会产生各种纠结，对父母的叛逆也会增强，但这就证明正在成长。/Người ta cho rằng bình thường bản sắc sẽ được hình thành cho đến khoảng nửa đầu độ tuổi 20. Đặc biệt, ở tuổi kỳ dậy thì, xung đột sinh ra và sự phản kháng đối với cha mẹ trở nên mạnh lên nhưng đây là bằng chứng trưởng thành.

◆) 351

将来の<u>ビジョン</u>がはっきりせず、向いている職業も分からないので、インターネットで<u>適性</u>診断を受けた。結果は「あなたの長所は<u>視野</u>が広いところ。でも、人に<u>指図</u>されるのは嫌みたい。そんなあなたは社長が向いてる！」というもので、<u>思い当たる</u>節があると思い、早速<u>起業</u><u>セミナー</u>に申し込んだ。

1808	ビジョン	名 vision/理想/tầm nhìn
1809	適性 てきせい	名 aptitude/资质/sự thích hợp
1810	視野 しや	名 perspective/视野/tầm nhìn
1811	指図[する] さしず	名 動 3 他 order, command/指使[指使]/sự chỉ huy, chỉ huy
1812	思い当たる おも あ	動 1 自 come to mind, ring a bell/想到/cảm thấy đúng
1813	起業[する] きぎょう	名 動 3 他 entrepreneurship, start a company/创业[创业]/sự khởi nghiệp, khởi nghiệp
1814	セミナー	名 seminar/讲座/hội thảo

I took an online aptitude test because I didn't have a clear vision for my future and didn't know what occupation I was suited for. The result was: "One of your strengths is your broad perspective. But you don't like to be ordered around. You are suited to be a CEO!" That rung a bell with me, and I immediately signed up for a seminar on entrepreneurship./不清楚将来的理想，也不知道自己适合什么职业，我在网络上测了资质测试。结果表示"你的优点是视野很广阔，但似乎不喜欢被人指使。这样的你适合当老板！"我也想到似乎是这样，就赶紧去报名创业讲座。/Do tầm nhìn tương lai không rõ, cũng không biết nghề nào hợp với mình nên tôi đã làm chẩn đoán sự thích hợp trên mạng. Kết quả là "Sở trường của bạn là tầm nhìn rộng. Nhưng không thích bị người khác chỉ huy. Giám đốc là phù hợp với bạn!" nên tôi nghĩ cũng có phần đúng và nhanh chóng đăng ký hội thảo khởi nghiệp.

◀)) 352

私は<u>楽天的</u>な性格で、将来に対する<u>展望</u>を持っておらず、高校
卒業後の進路も<u>成り行き</u>に任せて、<u>生計</u>が立てられればどんな
仕事でもいいと思っていた。あまり調べずに会社を選んだ結果、
就職先は<u>余暇</u>を楽しむことができないほど忙しく、上司の
心に<u>土足</u>で<u>踏み込ん</u>でくるような人で、私は入社して半年で辞
めてしまった。

1815	楽天的な らくてんてき	**ナ** optimisitic/乐天派的/lạc quan
1816	展望[する] てんぼう	**名 動3他** outlook, have a view/展望[展望]/triển vọng, sự quan sát, kỳ vọng
1817	成り行き な　ゆ	**名** course (of events)/逐流/tiến trình, diễn biến, sự đời
1818	生計 せいけい	**名** living, livelihood/谋生/sinh kế
1819	余暇 よか	**名** free time, leisure time/余暇/thời gian rảnh, lúc rảnh rỗi
1820	土足 どそく	**名** muddy feet, outdoor shoes/穿着鞋/tình trạng mang giày dép
1821	踏み込む ふ　こ	**動1自** step on, trample/踏入/bước vào

I used to be an optimistic person, and I never had a clear outlook on the future. After graduating from high school, I let things take their course and thought that any job would be fine as long as I could make a living. I chose a job without doing much research, but the company I worked for was so busy I couldn't enjoy any leisure time, and my boss was the kind of person who would trample on your heart with his muddy feet. So I quit after six months./我是乐天派的个性，不展望将来，高中毕业后的去向也随波逐流，我本来想说只要能谋生，什么工作都好。结果我没怎么调查选中的公司，上班时间忙到根本没有余暇，上司也是穿着鞋直接踏入你内心（践踏内心的意思）的那种人，我入职半年后就辞职了。/Tôi có tính lạc quan, không kỳ vọng gì về tương lai, cả lộ trình sau khi tốt nghiệp cấp 3 cũng phó mặc cho sự đời, và nghĩ chỉ cần có kế sinh nhai thì công việc nào cũng được. Kết quả của việc chọn công ty mà không tìm hiểu gì mấy là nơi làm việc bận đến mức không thể tận hưởng thời gian rảnh, cấp trên thì tọc mạch (như người có thể để nguyên chân mang giày dép mà bước vào trái tim người khác) nên vào công ty được nửa năm tôi đã nghỉ việc.

A：親の反対を<u>押し切って</u>東京で就活始めたけど、このまま春
　　　おや　　はんたい　　　お　　き　　　とうきょう　　しゅうかつはじ　　　　　　　　　　　　　はる
　まで就職先が決まらなかったら、どうしよう。
　　　しゅうしょくさき　き

B：とりあえず<u>非正規</u>で働きながら、就活続けてみたら？ 卒
　　　　　　　ひ せい き　　　はたら　　　　　しゅうかつつづ　　　　　　そつ
　業後３年以内は<u>新卒</u>として扱ってくれる企業も多いみたい
　ぎょうご　ねん い ない　　しんそつ　　　　あつか　　　　　　　き ぎょう　おお
　だよ。

A：うーん。今でも毎日へとへとなのに、<u>まして</u>働きながら就
　　　　　いま　　まいにち　　　　　　　　　　　　はたら　　　　　　しゅう
　活なんて私には無理そう。やっぱりこのタイミングを<u>逃し</u>
　かつ　　わたし　む り　　　　　　　　　　　　　　　　　　のが
　<u>たく</u>ないな。

1822	押し切る お　き	動1他 go against, push through/不顾/dứt khoát cắt đứt, bỏ ngoài tai
1823	非正規 ひ せい き	名 non-regular, part-time/非正式/không chính thức
1824	↔ 正規 せい き	名 regular, full-time/正式/chính thức
1825	新卒 しんそつ	名 new graduate/应届毕业生/sự mới tốt nghiệp
1826	まして	副 even more, even less/更何况/hơn thế nữa
1827	逃す のが	動1他 let slip, miss/错过/bỏ lỡ

A: Going against my parents' objections, I've started job hunting in Tokyo, but what if I can't find a job by spring? B: Why don't you work part-time while you keep job hunting, just for now? I think most companies will treat you as a new graduate if you're within three years of graduation. A: Hmmm. At the moment, I'm exhausted every day, and I think it'd be even more difficult for me to find a job if I was working. I don't want to miss this opportunity./A: 我不顾父母的反对，在东京求职，但如果一直到春天都没找到工作怎么办。 B: 你可以先找非正式职员的工作，继续求职？ 听说很多企业只要是毕业三年以内，都会当应届毕业生处理的。A: 嗯～现在每天都这么累，更何况要边工作边求职，我应该做不到吧。还是不想错过这个时机。/A: Tôi đã bỏ ngoài tai sự phản đối của bố mẹ mà bắt đầu tìm việc ở Tokyo nhưng nếu cứ như vậy đến mùa xuân mà không quyết được chỗ làm việc thì làm sao đây? B: Tạm thời cứ vừa làm không chính thức vừa tiếp tục tìm việc xem sao? Vẫn có nhiều doanh nghiệp xem trong vòng 3 năm sau tốt nghiệp là mới tốt nghiệp đấy. A: Ô~i, bây giờ ngày nào tôi cũng mệt rũ ra rồi mà còn thêm vừa làm vừa tìm việc thì chịu thôi. Đúng là không thể bỏ lỡ thời điểm này.

Topic 19 ・ 人生

🔊 354

20代の頃、私は野心家で、キャリアを積んでいずれ金融会社の社長になりたいという壮大な夢を持っていた。あの頃から50年経つが、私は夢に描いた通りの道を歩むことができた。現在は社長を引退し、資産運用のコンサルタントをしながら、郊外で悠々と暮らしている。

1828 ☐	野心 やしん	名 ambition/野心/dã tâm, có tham vọng
1829 ☐	キャリア	名 career/工作经验/sự nghiệp
1830 ☐	いずれ	副 some day/早晩/một ngày nào đó
1831 ☐	壮大な そうだい	ナ magnificent/伟大的/to lớn, hoành tráng
1832 ☐	歩む あゆ	動1自 follow, walk/走/bước đi
1833 ☐	運用[する] うんよう	名 動3他 management, operate/运用[运用]/sự quản lý, vận dụng
1834 ☐	コンサルタント	名 consultant/顾问/sự tư vấn
1835 ☐	悠々（と） ゆうゆう	副 confortably, quietly/悠悠自得(的)/nhàn hạ

In my twenties, I was full of ambition and had magnificent dreams of building a career and eventually becoming CEO of a finance company some day. Now, fifty years have passed and I've been lucky enough to follow the path I dreamed of. I've retired from my role as CEO, and I'm living comfortably in the suburbs while working as an asset management consultant./20几岁时，我是个野心家，我拥有伟大的梦想，就是积累工作经验后早晚要成为金融公司的董事长。从那时候已经过了50年，我走了我梦想中的路。现在我已经从董事长的职位退休，边当资产运用的顾问，在郊外过着悠悠自得的生活。/Ở độ tuổi 20, tôi thuộc loại có tham vọng, ôm ấp giấc mơ to lớn là gầy dựng sự nghiệp rồi một ngày nào đó trở thành giám đốc công ty tài chính. Đã 50 năm trôi qua kể từ đó, tôi đã đi trên con đường đúng như mình đã vẽ trong mơ. Hiện nay, tôi rút lui khỏi chức giám đốc, vừa tư vấn quản lý tài sản vừa sống nhàn hạ ở ngoại ô.

私たち夫婦にとって、ボルダリングは元気の<u>源</u>である。この
共通の趣味が、2人を<u>結び付けて</u>くれたのだ。そこで、新居に
もクライミングウォールを設置することにした。新居はもう完
成していて、あとは引っ越しの<u>日取り</u>を決めるだけだ。

1836 ☐	**源** みなもと	名	source/源泉/nguồn
1837 ☐	**結び付ける** むす　つ	動2他	bring together, tie up/联结/kết nối, gắn kết
1838 ☐	⑩ **結び付く** むす　つ	動1自	be joined with/结合/được kết nối, được gắn kết
1839 ☐	**日取り** ひ ど	名	date/日子/sự chọn ngày, ngày đã hẹn

As a couple, my wife and I find bouldering a source of great energy. This shared hobby brought us together. So we decided to install a climbing wall in our new house. Our new house is already completed, and all we have to do is set a date to move in./对我们夫妻来说，攀岩是我们元气的源泉。这个共同爱好联结了我们。所以我们决定在新房也安装攀岩墙。新房已经盖好，就剩决定搬家的日子了。/Với vợ chồng chúng tôi, bộ môn leo tường thấp là nguồn vui. Sở thích chung này giúp hai người chúng tôi gắn kết nhau. Do vậy, chúng tôi quyết định lắp tường leo ở nhà mới. Nhà mới đã hoàn thành, chỉ cần quyết định chọn ngày dọn vào ở thôi.

Topic 20

健康
けん こう

Health / 健康 / Sức khỏe

No. 1840-1940

🔊 356

A：今日はどうしました？
きょう

B：かかとのかさかさしているところが良くならなくて…。

A：はい、じゃ、そこにうつぶせになってください…あー、こ
れは、乾燥が原因ですね。薬を出しますから、受付で処方
かんそう げんいん くすり だ うけつけ しょほう
箋を受け取ってください。
せん う と

1840	かかと	名 heel/脚跟/gót chân
1841	かさかさ（と）	副 dry and rough/干巴巴(的)/sần sùi, khô ráp
1842	うつぶせ	名 lying on one's stomach (face down)/趴/sự nằm sấp
1843	処方箋 しょほうせん	名 prescription/处方笺/toa thuốc

A: So what's the matter today? B: My heels feel dry and rough, and they're just not getting any better. A: Okay, then. Please lie on your stomach ... Ah, this is caused by dryness. I will give you some medicine. Please pick up your prescription at reception./A: 今天怎么了呢？ B: 脚跟干巴巴的地方都不会好…。 A: 好的，那请你趴在那里…啊～这是因为干燥的原因。我开药给你，你去柜台拿处方笺。/A: Hôm nay chị bị làm sao? B: Chỗ khô ráp ở gót chân không đỡ ạ... A: À, vậy chị nằm sấp ra kia.. À, là do bị khô đấy. Tôi sẽ cho thuốc, chị nhận toa thuốc ở quầy nhé.

A：最近疲れやすくて、体の<u>衰え</u>を感じるよ。

B：ああ…私も、頬が<u>たるんで</u>きたし、肌は<u>しなびた</u>みかんみたいだし、<u>ぼけ</u>はじめちゃったのかなって思うくらい<u>度忘れ</u>も多いし…年をとるって嫌だね。

A：本当にね。私はもともと<u>近視</u>だったんだけど、最近は、老眼で近くのものが見えにくくなってきたよ。

Topic 20 ● 健康

1844 ☐	衰え おとろ	名 decline/衰退/sự sa sút, yếu đi
1845 ☐	**＋ 衰える** おとろ	動2自 deteriorate/衰弱/sa sút, yếu đi
1846 ☐	たるむ	動1自 sag/垂/lỏng, xệ, bèo nhèo
1847 ☐	しなびる	動2自 shrivel/干瘪/héo
1848 ☐	ぼける	動2自 become senile/痴呆/tàn đi, lẩn thẩn
1849 ☐	度忘れ[する] どわす	名 動3他 memory lapse, forget momentarily/突然忘记[突然忘记]/sự bất chợt quên, bất chợt quên
1850 ☐	近視 きんし	名 nearsightedness/近视/cận thị
1851 ☐	**＋ 遠視** えんし	名 farsightedness/远视/viễn thị

A: I'm getting so tired these days. I feel like my body's on the decline. B: Oh... me too. My cheeks are sagging, my skin looks like a shriveled orange, and I'm having so many memory lapses that I wonder if I've started to become senile. I hate getting old. A: Me too. I've always been nearsighted, but recently I'm having trouble seeing things up close because of my old eyes./A: 最近感觉身体衰退了，好容易累哦。 B: 啊…我也是。脸颊也下垂了，肌肤也干瘪，就像橘子皮一样…，而且还会突然忘记事情，还以为自己痴呆了…真不想变老。 A: 真的是。我本来是近视，最近都老花了，反而看不清眼前的东西。/A: Dạo này tôi mau mệt, cảm nhận được cơ thể yếu đi hẳn ấy...B: Ôi tôi cũng thế. Má thì xệ, da thì như trái quýt héo, lại hay quên bất chợt đến mức cứ nghĩ mình bắt đầu lẩn thẩn rồi ấy. Đúng là tuổi già ghét thật nhỉ A: Thật sự ấy. Tôi vốn bị cận thị mà gần đây, đeo kính lão thì khó nhìn thấy những thứ ở gần.

🔊 358

家事をする人の中には、洗剤等による<u>手のひら</u>の<u>かぶれ</u>に悩む
人が多い。軽症でも、放っておくと<u>慢性化し</u>、悪化する恐れも
ある。<u>ケア</u>を<u>おろそか</u>にせず、こまめにクリームを<u>塗っ</u>たり、
洗い物の際は手袋をしたりすることが肝心だ。

1852	手のひら て	名 palm (of the hand)/手掌/lòng bàn tay
1853	かぶれる	動2自 develop a rash/湿疹/bong tróc, bị kích ứng
1854	慢性化[する] まんせいか	名 動3自 becoming chronic, become chronic/慢性化[慢性化]/sự trở nên mãn tính, trở nên mãn tính
1855	ケア[する]	名 動3他 care, care/保养[保养]/sự chăm sóc, chăm sóc
1856	おろそかな	ナ neglectful/疏忽/sao nhãng, thờ ơ

Many people who do housework suffer from rashes on their palms caused by detergents or
other chemicals. Even mild cases can become chronic and get worse if left untreated. It is
important not to neglect proper care, but to apply cream frequently and to wear gloves when
washing dishes./做家务的人当中，很多人因为洗洁精等导致的手掌长湿疹的问题而困扰。就算
不严重，如果放着不管就会变成慢性化，有可能会恶化。一定不能疏忽保养，要常常擦乳液，
重要的就是洗碗时要戴手套。/Trong số những người làm việc nhà, có nhiều người khổ tâm vì
bị bong tróc ở lòng bàn tay do chất tẩy v.v. Dù nhẹ nhưng nếu cứ để vậy thì thành mãn tính,
có nguy cơ tệ hơn. Quan trọng là không nên thờ ơ việc chăm sóc mà phải thoa kem thường
xuyên, đeo găng tay mỗi khi giặt rửa.

🔊 359

<u>急性</u>アルコール中毒は、短時間に大量のアルコールを摂取する
ことで起こる症状で、最悪の場合、死に至る。お酒を飲むときは、
<u>適量</u>で楽しむという<u>心構え</u>をしておくことが重要だ。また、万
が一の場合に対処できるよう、適切な<u>介抱</u>の仕方も勉強してお
いた方がいい。

| 1857 | 急性
きゅうせい | 名 acute (quality)/急性/cấp tính |
| 1858 | 適量
てきりょう | 名 moderate amount, proper dose/适量/lượng vừa phải |

1859	心構え こころがまえ	名 (mental) preparation, readiness/思想准备/sự ghi nhớ, chuẩn bị tinh thần
1860	介抱[する] かいほう	名 動3他 caregiving, take care of/看护[照看]/sự chăm sóc, chăm sóc

Acute alcohol intoxication occurs when someone consumes a large amount of alcohol in a short period of time. In the worst cases, it can lead to death. When drinking alcohol, it is important to be mentally prepared to enjoy it in moderate amounts. It is also a good idea to learn how to properly take care of people so that you can handle emergency situations./急性酒精中毒是短时间摄取大量酒精造成的症状，最坏的情况下会致死。喝酒时，最重要的是一定要有适量享受的思想准备。还有，为了以防万一，最好还是学习一下适当的看护方法。/Ngộ độc cồn cấp tính là triệu chứng xảy ra do hấp thụ quá nhiều cồn trong thời gian ngắn, trường hợp xấu nhất có thể dẫn đến tử vong. Khi uống rượu, quan trọng là phải ghi nhớ uống vui với lượng vừa phải. Ngoài ra, nên học cách chăm sóc phù hợp để có thể xử lý khi chẳng may bị ngộ độc.

🔊 360

皮膚は人体で最も大きい器官で、成人の場合約 1.6 ㎡もの面積
があると言われている。古くなった表面の細胞は垢となって自
然と剥がれ落ちるが、無理に落とそうとして強く擦ると、肌本
来のバリア機能が損なわれてしまう恐れがある。

1861	器官 きかん	名 organ/器官/cơ quan, bộ phận
1862	垢 あか	名 dirt, grime/污垢/cáu ghét, cặn bẩn
1863	バリア[する]	名 動3他 barrier, act as a barrier/屏障[屏障]/rào chắn, che chắn
1864	損なう そこ	動1他 harm, impair/损坏/tổn thương

The skin is the largest organ in the human body, covering an area of approximately 1.6 square meters for an adult. Old surface cells are naturally exfoliated off as dirt or grime, but if you rub too hard to remove them, you can impair the skin's natural barrier function./皮肤是人体中最大的器官，成人的话，大约面积会达到1.6㎡。表面细胞老旧后会变成污垢自然脱落，但如果是强制性用力去摩擦，有可能会损坏肌肤原本的屏障功能。/Da là cơ quan lớn nhất trong cơ thể người, người ta cho rằng diện tích da của một người trưởng thành lên đến khoảng 1,6m2. Tế bào da cũ đi sẽ trở thành cáu ghét, tự nhiên bong ra và rơi đi nhưng nếu chà mạnh để kỳ quá sức thì chức năng rào cản vốn có của da có nguy cơ bị tổn thương.

🔊 361

鉄欠乏性貧血は、鉄分の不足が原因の貧血で、特に生理のある
てつけつぼうせいひんけつ　　　　てつぶん　ふ　そく　げんいん　ひんけつ　　　とく　せい　り
女性に起こりやすい。最近は、食べ物にかけて手軽に摂取でき
じょせい　お　　　　　　　　さいきん　た　　もの　　　　　て　が　る　　せっしゅ
る粉末タイプのサプリメントもあるので、鉄不足が気になる人
ふんまつ　　　　　　　　　　　　　　　　　　　　てつぶ　そく　き　　　　　ひと
は調べてみるといいだろう。
しら

1865	欠乏[する] けつぼう	名 動3自 deficiency, lack/缺[缺少]/sự thiếu thốn, thiếu
1866	貧血 ひんけつ	名 anemia/贫血/sự thiếu máu
1867	生理 せい り	名 menstruation, period/月经/kinh nguyệt
1868	＋ 生理痛 せい り つう	名 period pain/痛经/đau bụng kinh
1869	摂取[する] せっしゅ	名 動3他 intake, take (in)/摄取[摄取]/sự hấp thụ, hấp thụ
1870	粉末 ふんまつ	名 powder/粉末/bột

Iron deficiency anemia is caused by insufficient iron, and is especially likely to occur in
women who have periods. Recently, there are powdered supplements that can be easily taken
with food, so anyone concerned about iron deficiency should look into them./缺铁性贫血,
贫血原因是因为铁的不足。尤其是有月经的女性最为常见。最近有那种粉末保健品, 可以撒
在食物上轻松摄取, 担心缺铁的人可以查看。/Thiếu máu mang tính thiếu chất sắt là thiếu
máu mà nguyên nhân là do thiếu chất sắt, đặc biệt dễ xảy ra ở phụ nữ có kinh. Gần đây, cũng
có những thực phẩm chức năng dạng bột rắc lên thức ăn để có thể hấp thụ dễ dàng nên
người bận tâm đến thiếu chất sắt thì nên tìm hiểu thử xem.

🔊 362

先日、友人が余命3か月と告げられた。今日お見舞いに行った
せんじつ　ゆうじん　よめい　　げつ　つ　　　　　きょう　み　ま　　　い
ところ、もともとがっしりとしたたくましい体つきをしていた
からだ
のに、劇的に痩せてげっそりとした友人の姿を見て、心が傷ん
げきてき　や　　　　　　　　　　　　ゆうじん　すがた　み　　　こころ　いた
だ。奇跡が起こり、全快するよう祈っている。
きせき　お　　　　ぜんかい　　　　いの

1871	告げる つ	動2他 announce, tell/告诉/thông báo, cảnh cáo
1872	がっしり(と)	副 powerfully/结实(的)/chắc nịch, chắc chắn
1873	たくましい	イ strong, sturdy/强壮/vạm vỡ, lực lưỡng

1874 ☐	体つき <small>からだ</small>	名 physique/体格/thân hình
1875 ☐	劇的な <small>げきてき</small>	ナ dramatic/急剧的/kịch tính, đột ngột
1876 ☐	げっそり（と）	副 (suddenly) emaciated/消瘦(的)/hom hem, gầy rộc
1877 ☐	全快[する] <small>ぜんかい</small>	名 動3自 full recovery, fully recover/完全康复[完全康复]/bình phục hoàn toàn

The other day, a friend of mine was told that he has only three months to live. When I went to visit him today, I was heartbroken to see him so dramatically thin and emaciated, despite the powerful, strong physique he once had. I am praying for a miracle and a full recovery./前几天，朋友告诉我他只剩下3个月的生命。今天我去探病时，看见他那本来就结实又强壮的体格，急剧消瘦下来，我很伤心。我祈祷有奇迹能够让他完全康复。/Hôm trước, bạn tôi được báo còn sống được 3 tháng. Hôm nay tôi vừa đi thăm bệnh thì thấy hình ảnh người bạn gầy rộc hẳn đi trong khi cậu ấy vốn là người có thân hình vạm vỡ, chắc nịch, thật đau lòng. Tôi cầu mong kì tích xảy ra giúp cậu ấy bình phục hoàn toàn.

◀)) 363

> A：いたっ！
> B：大丈夫？ 応急 処置するから、切ったとこ見せて。うわ、痛そう…。ちょっと染みると思うけど、我慢してね。あ、こっちは痣になりそうだね。ちょっと冷やしておこう。

1878 ☐	応急 <small>おうきゅう</small>	名 emergency (first aid)/应急/sơ cứu
1879 ☐	処置[する] <small>しょち</small>	名 動3他 treatment, treat/处置[处置]/sự điều trị, xử lý
1880 ☐	染みる <small>し</small>	動2自 smart, sting/刺痛/rát, thấm
1881 ☐	痣 <small>あざ</small>	名 bruise/淤青/thâm, bầm

A: Ow! B: Are you okay? Let me see the cut, so I can give you first aid treatment . Oh, that looks painful ... It's going to sting a little, but please be tough. Oh, this one looks like it might bruise. Let's cool it down a bit./A: 好痛！ B: 没事吗？ 我来应急处置，你给我看看被割到的地方。哇…看起来好痛。可能会有点刺痛，你忍一下哦。啊，这里可能会淤青，来冰敷一下。/A: Ui da đau quá! B: Có sao không? Để em sơ cứu, cho xem chỗ bị đứt nào. Ôi trời, chắc là đau lắm... Sẽ bị rát một chút đấy, ráng chịu nhé. À, chỗ này muốn bị bầm rồi. Làm mát một chút nào.

🔊 364

目まい、頭痛がするなど、熱中症が疑われる場合は、涼しい場所で安静にすることが重要だ。ぐったりして意識がない場合は、早急に救急車を呼び、首筋や脇を冷やすようにしよう。また、自覚症状がない「かくれ熱中症」もあるので注意したい。

1882	〜症 しょう	接尾 ~ illness, symptoms of ~/~症(病)/chứng ~
1883	安静な あんせい	ナ quiet/休息/tĩnh dưỡng, an tĩnh
1884	ぐったり（と）	副 limply/全身无力(的)/mệt là, là đi
1885	早急な さっきゅう	ナ immediate/赶紧/nhanh chóng, gấp rút
1886	首筋 くびすじ	名 back of the neck/颈部/gáy
1887	自覚症状 じかくしょうじょう	名 subjective symptom/主观症状/triệu chứng chủ quan
1888	＋ 自覚[する] じかく	名 動3他 self-awareness, be self-aware/主观[自觉]/sự tự nhận biết, tự ý thức

If you suspect that dizziness, headache, etc., are the symptoms of heat stroke, it is important to rest quietly in a cool place. If the victim is limp and unconscious, call an ambulance immediately and keep the back of the neck and armpits cool. Note that "hidden heat stroke" also exists, in which no subjective symptoms are evident./头晕，头痛等等，如果怀疑是热射病（中暑）的话，最重要的就是要待在凉爽的地方休息。感到全身无力，失去意识就赶紧叫救护车，还要冰敷颈部和腋下。还有，要注意没有主观症状的"隐藏热射病"。/Trường hợp nghi ngờ bị là sốc nhiệt như hoa mắt, đau đầu v.v. thì quan trọng là an tĩnh ở một nơi mát mẻ. Nếu người đó bị là đi, không có ý thức thì nhanh chóng gọi xe cấp cứu và cố gắng làm mát gáy, nách. Ngoài ra, còn có "chứng sốc nhiệt ẩn" không có triệu chứng chủ quan nên cần lưu ý.

🔊 365

最近、一日中気分が落ち込んでいて、食欲不振などの症状もあったため、病院で相談したところ、うつ病と診断された。息を抜く暇もなく働いていたことによるストレスが原因だったようだ。現在は休職し、カウンセリングを受けながら自分を労わるようにしていて、徐々に良くなってきている。

| 1889 | 不振 ふしん | 名 inactivity, loss, slump/不振/không tốt |

1890	うつ病 びょう	名 depression/抑郁症/bệnh trầm cảm
1891	息を抜く いき　ぬ	句 catch one's breath/喘口气/nghỉ ngơi
1892	休職[する] きゅうしょく	名 動3自 absence from work, take a leave of absence/ 停职[停职]/sự nghỉ việc, nghỉ việc
1893	カウンセリング	名 counseling/心理辅导/tư vấn tâm lý
1894	労わる いた	動1他 take care of, care for/慰劳/đối xử

Recently, I was feeling depressed all day long and had symptoms such as loss of appetite, so I went to the hospital and was diagnosed with depression. Apparently I was caused by stress from working without taking time to catch my breath. At the moment, I'm taking a leave of absence, receiving counseling, and taking care of myself, and I'm gradually getting better./最近一整天都感觉很消沉，还有食欲不振的症状，我就去看医生。结果被诊断为抑郁症。原因好像是来自于一直忙于工作，连喘口气的时间都没有导致压力太大。现在我已经停职，边接受心理辅导边慰劳自己，已逐渐康复。/Gần đây, tôi cảm thấy ủ dột cả ngày, lại có cả triệu chứng như không muốn ăn v.v. nên đã đi bệnh viện để được tư vấn thì được chẩn đoán là bị bệnh trầm cảm. Dường như nguyên nhân là do căng thẳng vì làm việc mà không có thời gian nghỉ ngơi. Hiện nay, tôi nghỉ việc và được tư vấn tâm lý đối xử tử tế với bản thân nên dần dần khá hơn lên.

◀)) 366

> 最近は、お産のスタイルも多様化してきており、麻酔を使って
> さいきん　　　さん　　　　　　　たようか　　　　　　　ますい　　つか
> 痛みを和らげる無痛分娩を選択する人も徐々に増えてきている。
> いた　やわ　　　　むつうぶんべん　せんたく　ひと　じょじょ　ふ

1895	お産 さん	名 childbirth/分娩/sự sinh đẻ
1896	麻酔 ますい	名 anesthesia/麻醉/thuốc tê, sự gây tê, gây mê
1897	和らげる やわ	動2他 alleviate/缓解/làm dịu cơn đau
1898	⑩ 和らぐ やわ	動1自 let up, subside/缓和/dịu đi

Recently, styles of childbirth have become more diverse, and the number of people choosing painless delivery, in which anesthesia is used to alleviate pain, is gradually increasing./最近分娩方式也变得多元化，选择使用麻醉方式缓解疼痛的无痛分娩的人也逐渐增加。/Gần đây, phong cách sinh đẻ cũng trở nên đa dạng, số người chọn cách sinh không đau bằng cách dùng thuốc tê để làm dịu cơn đau, đang dần dần tăng lên.

◀))367

かつては<u>栄養失調</u>等が原因で<u>結核</u>が<u>まん延</u>し、多くの人がこの
<u>病</u>に<u>侵されて</u>亡くなったが、現在はかかる人が少なくなった。
ただし、この病気が消えたわけではなく、<u>免疫</u>力が低下すると
<u>発病</u>しやすくなるので、普段から健康的な生活を心掛けたい。

1899	栄養失調 えいようしっちょう	名 malnutrition/营养失调/sự suy dinh dưỡng
1900	結核 けっかく	名 tuberculosis/结核病/ho lao
1901	まん延[する] えん	名 動3自 spread, be widespread/蔓延[蔓延]/sự lan rộng, phổ biến
1902	病 やまい	名 disease, illness/病/bệnh
1903	侵す おか	動1他 afflict, invade/入侵/xâm phạm
1904	免疫 めんえき	名 immunity/免疫/sự miễn dịch, để kháng
1905	発病[する] はつびょう	名 動3他 outbreak, onset, contract a disease/发病[发病]/sự phát bệnh, phát bệnh

In the past, malnutrition and other factors led to the spread of tuberculosis, and many people were afflicted by the disease and died, although fewer people suffer from it today. However, tuberculosis has not disappeared, and people can easily contract the disease when their immune systems are weakened, so it is important to lead a healthy lifestyle./曾经因为营养失调等原因导致结核病蔓延，很多人被这个病入侵而亡。但现在已经很少人会得这个病。但并不是因为这个病消失，当免疫力低下时还是很容易发病，所以从平时就该注意过健康的生活。/Trước kia, do suy dinh dưỡng v.v. mà bệnh ho lao phổ biến, khiến nhiều người mắc bệnh tử vong nhưng giờ đây, số người mắc phải đã ít đi. Tuy nhiên, không có nghĩa là bệnh này đã biến mất, vì vậy nên cẩn thận trong sinh hoạt thường ngày sao cho khỏe mạnh vì sức để kháng suy giảm thì dễ phát bệnh.

◀))368

コロナ感染者の<u>濃厚</u>接触者となり、とうとう感染してしまった。
喉の痛みは<u>いくぶん</u>ましになってきたが、<u>味覚障害</u>がひどく、
何を食べてもおいしく感じない。

1906	濃厚な のうこう	ナ close, intense/密切的/đậm, nồng, gắn

1907	いくぶん	名 副 a bit, somewhat/稍微/hơi, một chút
1908	味覚 み かく	名 sense of taste/味觉/vị giác
1909	+ 視覚 し かく	名 sense of vision/视觉/thị giác
1910	+ 聴覚 ちょうかく	名 sense of hearing/听觉/thính giác

I was a close contact of someone infected with COVID-19, and I ended up getting infected too. My sore throat is somewhat better, but I have a severe taste disorder, and nothing tastes good to me./成为新冠的密切接触者后，还是感染了。喉咙痛稍微好了一点，但味觉障碍很严重，吃什么都不好吃。/Tôi đã thành người tiếp xúc gần với người nhiễm COVID-19 và cuối cùng là bị lây nhiễm. Cơn đau họng hơi đỡ một chút nhưng rối loạn vị giác thì rất tệ, ăn gì cũng không thấy ngon.

◀)) 369

当院では、条件に<u>該当する</u>方向けに、オンライン<u>診療</u>や<u>往診</u>も
実施している。初めての患者には、かかりつけ医より<u>カルテ</u>情
報を提供してもらう場合がある。

1911	該当[する] がいとう	名 動3自 applicability, fulfill/符合[符合]/sự tương ứng, tương ứng
1912	+ 該当者 がいとうしゃ	名 relevant person/符合的人/người tương ứng
1913	診療[する] しんりょう	名 動3他 medical care, treat/诊疗[诊疗]/sự khám bệnh, khám bệnh
1914	往診[する] おうしん	名 動3他 house call, make a house call/出诊[出诊]/sự khám tại nhà, khám tại nhà
1915	カルテ	名 medical record/病历/hồ sơ bệnh án

Our clinic also offers online medical care and house calls for those who fulfill the certain conditions. First-time patients may be asked to provide medical records from their family physician./在本院，只要符合条件的人，我们有实施线上诊疗和出诊。关于第一次来的病患，我们可能会需要您常去的医院提供病历信息。/Bệnh viện chúng tôi cũng tổ chức khám bệnh trực tuyến và khám tại nhà dành cho những người tương ứng với các điều kiện. Bệnh nhân lần đầu khám có khi phải cung cấp thông tin hồ sơ bệnh án từ bác sĩ thường khám.

🔊 370

先月、親戚が交通事故で<u>負傷し</u>、病院に<u>搬送された</u>。かなりの
けがで、あと少し遅かったら<u>手遅れ</u>だったそうだ。しばらくは
<u>横になっ</u>ていることしかできなかったが、その後の<u>リハビリ</u>に
よって、今では少し<u>まひ</u>が残っているものの、<u>つえ</u>を使って歩
けるようになるまで回復した。

1916	負傷[する] ふ しょう	名 動3他 injury, be injured/受伤[受伤]/vết thương, bị chấn thương
1917	搬送[する] はんそう	名 動3他 transportation, take/搬运[搬运]/sự chuyển chở, chở đi
1918	手遅れ て おく	名 being too late, past curing (dying)/为时已晚/chết, chậm trễ
1919	横になる よこ	句 lie down/躺着/nằm xuống
1920	＋横たわる よこ	動1自 lie down, stretch out/躺下/nằm, trải dài
1921	リハビリ[する]	名 動3自 rehabilitation, rehabilitate/复健[复健]/phương pháp phục hồi chức năng, phục hồi chức năng
1922	まひ[する]	名 動3自 paralysis, be paralyzed/麻痹[麻痹]/sự tê liệt, liệt
1923	つえ	名 cane/拐杖/cây gậy

Last month, a relative of mine was injured in a traffic accident and was taken to hospital. He was quite badly injured and if treatment had been delayed any more, it would have been too late. For a while, all he could do was lie down, but with rehabilitation, he has recovered to the point of walking with a cane, although he still has a little paralysis./上个月，亲戚在交通意外中受伤，被搬运到医院。听说受伤很严重，再晚一点就为时已晚了。当时只能躺着过一阵子，但复健之后，恢复到只剩下一点麻痹症状，用拐杖还是能走路。/Tháng trước, người bà con của tôi bị chấn thương do tai nạn giao thông, và được chở đến bệnh viện. Nghe nói vết thương khá nặng nên chỉ cần trễ một chút là người đó sẽ chết. Tuy chỉ có thể nằm trong thời gian dài nhưng nhờ phục hồi chức năng sau đó nên dù vẫn còn bị liệt một chút, nay đã hồi phục có thể chống gậy đi lại được.

A：最近、目が<u>かすむ</u>んだよね。肩もすごく<u>凝る</u>し…。
B：え、大丈夫？肩、もんであげよっか？
A：や、遠慮しとく。<u>くすぐったくて</u>だめなんだよね。

1924	かすむ	動1自 blur/朦胧/mờ, nhòe
1925	凝る こ	動1自 be stiff, harden/僵硬/cứng đờ, đông cứng
1926	くすぐったい	イ ticklish/痒/nhột
1927	＋くすぐる	動1他 tickle/瘙痒/bị nhột, buồn khi bị cù lét

A: My vision has been blurring lately. My shoulders are also very stiff ... B: Oh, are you all right? Do you want me to rub your shoulders? A: No, thanks. I'm ticklish./A: 最近眼睛看东西好朦胧，肩膀也很僵硬…。B: 诶？没事吧？我来帮你揉一下肩膀吗？ A: 啊，不用客气。我很怕痒。/A: Gần đây, mắt tớ cứ bị mờ ấy. Vai thì cũng cứng đờ .. B: Hả? Có sao không? Hay để tớ bóp vai cho? A: Không, cho tớ kiếu. Nhột quá không chịu được.

てんかんの<u>発作</u>は、神経細胞の<u>過剰</u>な活動によって起こる。私の子どもも長く苦しんできたが、<u>辛抱強く</u>治療に耐え、症状を<u>抑制</u>することに成功した。

1928	発作 ほっさ	名 seizure/发作/sự phát tác, lên cơn
1929	過剰な かじょう	ナ excessive/过量的/thái quá
1930	辛抱強い しんぼうづよ	イ patient/有耐心/kiên trì, kiên nhẫn
1931	＋辛抱[する] しんぼう	名 動3他 endurance, endure/耐心[忍耐]/sự kiên trì, kiên nhẫn
1932	抑制[する] よくせい	名 動3他 control, control/压制[压制]/sự kìm hãm, tiết chế

Epileptic seizures are caused by excessive activity of the neurons. My child suffered for a long time, but patiently endured treatment and succeeded in controlling his symptoms./癫痫的发作，是因为神经细胞过量的活动。我的孩子也痛苦了很长一段时间，但很有耐心的治疗后，终于成功的压制了症状。/Lên cơn động kinh xảy ra do hoạt động thái quá của tế bào thần kinh. Con tôi đã chịu đau khổ trong thời gian dài nhưng chịu đựng điều trị một cách kiên trì, nên nay đã thành công trong việc kìm hãm triệu chứng bệnh.

Topic 20 ● 健康

271

🔊 373

<u>先天的な</u>病気が原因で、「角膜」という眼の前面を覆う<u>膜</u>が濁っ
ていたため、１年前、<u>移植</u>手術を受けた。術後の<u>経過</u>もよく、
現在は視力が大幅に改善した。

1933	先天的な せんてんてき	ナ congenital/先天性的/bẩm sinh
1934	膜 まく	名 membrane/膜/lớp màng
1935	移植[する] いしょく	名 動3他 transplant, transplant/移植[移植]/sự cấy ghép, cấy ghép
1936	経過[する] けいか	名 動3自 progress, make progress/经过[经过]/quá trình, trải qua

Due to a congenital condition, the membrane covering the front of my eyes, known as the
"cornea," had become cloudy, so I underwent transplant surgery a year ago. My postoperative
progress has been good, and my vision has improved significantly./因为先天性病症原因，眼
睛前面覆盖的膜，被称为"角膜"的地方浑浊。在1年前我接受了移植手术。术后经过良好，
现在视力已经改善许多。/Do lớp màng phủ mặt trước của mắt gọi là "giác mạc" bị đục vì căn
bệnh bẩm sinh, 1 năm trước tôi đã được phẫu thuật cấy ghép. Quá trình hậu phẫu cũng tốt,
hiện giờ thị lực đã được cải thiện phần lớn.

🔊 374

この研究者は、<u>人体</u>の不思議に魅せられて研究を続け、<u>生理</u>現
象の一つである<u>まばたき</u>に、単に目を潤すだけでなく、<u>脳</u>をリ
<u>セット</u>する働きもあることを明らかにした。

1937	人体 じんたい	名 human body/人体/cơ thể con người
1938	生理 せいり	名 physiology/生理/sinh lý
1939	まばたき[する]	名 動3自 blinking, blink/眨眼[眨眼]/sự chớp mắt, chớp mắt
1940	リセット[する]	名 動3他 reset, reset/重置[重置]/sự khởi động lại, khởi động lại

Fascinated by the wonders of the human body, the researcher continued his studies and
discovered that blinking, a physiological phenomenon, not only moistens the eyes but also
resets the brain./这个研究者被不可思议的人体吸引，一直持续的研究，发现了生理现象之一
的眨眼，不仅是为了滋润眼睛，还有让大脑重置的功效。/Nhà nghiên cứu này bị thu hút bởi
những điều kỳ lạ trong cơ thể con người mà tiếp tục nghiên cứu, và ông đã làm rõ một hiện
tượng sinh lý là chớp mắt không chỉ đơn thuần là để làm ẩm mắt mà còn có chức năng khởi
động lại bộ não.

マナー

Manners / 礼仪 / Phép lịch sự

No. 1941-2024

🔊 375

夜になると、いつも若者がコンビニの前を<u>占領</u>し、<u>人目</u>も気にせずお酒を飲んで騒いでいる。ときには、お酒の缶を<u>蹴飛ばし</u>ている姿も見られる。このような迷惑<u>行為</u>に対して、近所の人から<u>怒り</u>の声が挙がっている。

1941	占領[する] せんりょう	名 動3他 occupation, occupy/占领[占领]/sự chiếm lĩnh, chiếm lĩnh
1942	人目 ひと め	名 public attention, public gaze/别人的目光/sự chú ý, ánh mắt người khác
1943	蹴飛ばす け と	動1他 kick/踢飞/đá bay
1944	行為 こう い	名 behavior/行为/hành vi
1945	怒り いか	名 anger/愤怒/sự tức giận

At night, young people seem to always occupy the front of convenience stores, drinking and being rowdy despite public attention. Sometimes they can even be seen kicking around cans of alcohol. Neighbors are voicing their anger at such disturbing behavior./到了晚上，每次都有年轻人占领便利店前面，不管别人的目光边喝酒边吵闹。有时候还看他们踢飞酒罐。像这种造成别人麻烦的行为，附近的人都开始愤怒发出怨声。/Đến tối, những người trẻ luôn chiếm lấy phía trước cửa hàng tiện lợi, uống rượu, làm ồn mà không để ý gì đến ánh mắt người khác. Thỉnh thoảng, tôi còn thấy bóng dáng họ đá bay lon rượu. Trước những hành vi làm phiền như thế này, đã có ý kiến tức giận từ những người ở gần đó.

🔊376

2月14日のバレンタインデーには、学校でたくさんの<u>義理</u>チョコをもらう。たまに本命チョコと<u>紛らわしい</u>ものもあるが、お返しをしないのは<u>無礼</u>だと思うので、3月14日のホワイトデーにお返しを忘れないよう<u>心掛けて</u>いる。

1946	義理 ぎり	名 obligation/义理/tình nghĩa, bạn bè
1947	紛らわしい まぎ	イ ambiguous, unclear/容易混淆/mơ hồ, bối rối
1948	無礼な ぶれい	ナ impolite/无礼的/vô lễ, bất lịch sự
1949	心掛ける こころ が	動2他 endeavor/上心/lưu tâm, để ý
1950	＋心掛け こころ が	名 attitude, intention/留心/sự lưu tâm

On Valentine's Day, February 14, I get a lot of chocolates at school, but only out of obligation. Sometimes it's unclear whether they're given out of actual sentiment, but it's impolite not to return the gesture, so I endeavor to remember to give something to express my thanks on White Day, March 14./2月14日的情人节，在学校可以收到很多义理巧克力。有时候也会有看起来像是本命，容易混淆的巧克力，但我觉得如果忘记回礼很无礼，所以我对在3月14日的白色情人节要回礼这件事很上心。/Ngày lễ Tình nhân 14/2 tôi nhận được rất nhiều sô-cô-la bạn bè ở trường. Tuy thi thoảng cũng có loại gây bối rối rằng đó là sô-cô-la thật lòng, nhưng vì nghĩ không trả lễ lại thì thật bất lịch sự nên ngày White Day 14/3 tôi luôn để ý sao cho không quên gửi quà lại.

🔊377

狭い道を車で通っていたところ、対向車が<u>強行</u>突破してきて、車の<u>扉</u>同士が<u>擦れ</u>、車体に傷がついてしまった。狭い道では、互いに様子を見つつ、一方が<u>退く</u>か片側に寄るのを待ってから、もう一方が前進するのが<u>原則</u>である。

1951	強行[する] きょうこう	名 動3他 forcing, push through/强行[强行]/sự kiên quyết, ép buộc
1952	扉 とびら	名 door/门/cánh cửa
1953	擦れる こす	動3自 rub, scrape/刮到/cọ, mòn

1954	退く しりぞく	動1他 back off, retreat/后退/lùi lại
1955	原則 げんそく	名 principle/原则/nguyên tắc

I was driving down a narrow street when an oncoming car pushed its way through, causing our car doors to scrape against each other and scratching the paint on my car. On narrow roads, the principle is to watch for each other and wait for one car to back off or move to one side before the other moves forward./开车通过狭窄的道路时，对向车想要强行开过来，结果互相刮到了车门，车体也伤到了。在狭窄道路，原则上应该要互相观察，等一方后退或者靠旁边一点后，另一方再前进。/Vừa đi xe hơi qua được con đường hẹp thì xe chạy đối diện đâm sầm đến, cánh cửa xe của đôi bên đều cọ vào nhau, thân xe bị trầy xước. Ở đường hẹp thì về nguyên tắc là phải nhìn kỹ lẫn nhau, một bên lùi lại hoặc tấp vào lề, còn một bên tiến lên trước.

学校の任意の課外活動で、あえて今までしたことのない茶道に挑戦した。いつも食べ物を口に押し込んで早食いをする私にとって、お抹茶や茶菓子のいただき方など、細かい作法を覚えるのは大変だったが、有意義な時間を過ごせたと思う。

1956	任意 にんい	名 option/任意/nhiệm ý
1957	あえて	副 dare, venture/特意/mạnh dạn, dám
1958	押し込む おしこむ	動1他 push in, shovel/塞进/ấn vào, nhét vào
1959	作法 さほう	名 etiquette, manners/礼仪/quy tắc, lễ nghi, phép tắc

In an extracurricular activity option at school, I ventured to try the tea ceremony, something I had never done before. As someone who always shovels food into my mouth and eats quickly, it was difficult for me to remember the detailed etiquette of how to partake of *matcha* and tea cakes, but I think the time was meaningful./在学校任意选的课外活动，我特意挑战了从来没尝试过的茶道。要学怎么喝抹茶吃茶果子，对每次吃东西都是用手塞进嘴里狼吞虎咽的我来说，细微的礼仪实在是太难记了，但我觉得这个时间我过得很有意义。/Trong hoạt động ngoại khóa nhiệm ý của trường, tôi mạnh dạn thử môn trà đạo là môn tôi chưa từng làm. Với một người luôn nhét thức ăn vào miệng để ăn cho nhanh như tôi thì việc ghi nhớ những lễ nghi chi tiết như cách uống trà và ăn bánh kèm với trà v.v. thật khó nhưng tôi nghĩ là mình đã có một quãng thời gian đầy ý nghĩa.

🔊 379

私は若い頃、悪の道に走ったこともある卑しい人間だったが、年齢を重ねたことで、経済的にも精神的にもゆとりができ、他人に対して寛大になることができた。人付き合いの根底にあるのは信頼関係だと思うので、これからも正しい行いを続けていきたい。

1960	悪 あく	名 evil/邪恶/xấu, ác
1961	卑しい いや	イ grasping, nasty/卑微/ích kỷ, hẹp hòi
1962	寛大な かんだい	ナ generous/宽容的/đại lượng, rộng rãi
1963	根底 こんてい	名 base, foundation/基础/nền tảng, gốc rễ
1964	行い おこな	名 behavior, conduct/为/hành vi, ứng xử

When I was young, I was a grasping person who walked an evil path, but as I have grown older, I have grown both financially and spiritually and have become more generous toward others. I believe that the foundation of human relationships is trust, and I hope to continue in the correct conduct./我年轻的时候是个即卑微，还走过邪恶之路（歪道）的人，但随着年龄增长，经济上和精神层面来说都比较宽裕，对他人也能比较宽容了。我觉得与人交往的基础在于信赖关系。今后我也要保持我这种正确行为。/Thời trẻ, tôi là người hẹp hòi, từng đi con đường xấu nhưng khi có tuổi, kinh tế và tinh thần cũng thong thả thì tôi trở nên rộng rãi với người khác. Tôi cho rằng nền tảng giao tiếp với người khác là mối quan hệ tin tưởng nên từ nay về sau tôi vẫn muốn tiếp tục những hành vi đúng đắn.

🔊 380

スーパーのレジに並んでいると、ある人が私を抜かして、列に割り込んできた。一瞬見逃そうかと思ったが、やはり順番を守らないことにむかついたので、「後ろに並んでください」と言った。すると、相手がむっとした顔でこっちを見てきたので、余計に腹が立った。

| 1965 | 抜かす
ぬ | 動1他 omit, skip/超过我/bỏ qua, vượt qua |
| 1966 | 割り込む
わ こ | 動1自 cut in (line)/插队/chen ngang |

1967 ☐	見逃す み のが	動1他 let (something) go, overlook/闭只眼/nhìn sót, giả lơ
1968 ☐	むかつく	動1自 get annoyed/生气/bực
1969 ☐	むっと	副 huffily, sourly/气愤/hầm hầm, bực tức

When I was waiting in line at the supermarket, someone skipped past me and cut in line. For a moment I considered letting it go, but then I got annoyed that he hadn't waited his turn, and I told him to go to the back of the line. Then the guy looked at me sourly, which made me even more angry./我正在超市排队结账，有个人超过我直接插队。我本来还想闭只眼，但对不守秩序这件事感到生气，我就说"请从后面排队"。结果对方还用气愤的表情看向我，我更生气了。/Khi xếp hàng ở quầy thâu ngân trong siêu thị thì có một người vượt qua tôi, chen ngang vào hàng. Trong khoảnh khắc tôi đã nghĩ giả lơ đi nhưng thấy bực vì người đó không theo thứ tự nên tôi nói "anh xếp hàng ở phía sau đi". Thế là người đó nhìn lại tôi với nét mặt hầm hầm, càng khiến tôi tức giận hơn.

◀)) 381

芸能人の不倫報道に対して、ＳＮＳ上でモラルに欠ける言動を
げいのうじん ふりんほうどう たい エスエヌエスじょう か げんどう
繰り返す人が後を絶たない。私たちは当事者ではなく第三者な
く かえ ひと あと た わたし とうじしゃ だいさんしゃ
のだから、いちいち口出しをするのは不適切だ。
くち だ ふてきせつ

1970 ☐	モラル	名 morals/道德/đạo đức
1971 ☐	欠ける か	動2自 be lacking/欠缺/thiếu
1972 ☐	⑩ 欠く か	動1他 lack/欠/bị thiếu
1973 ☐	言動 げんどう	名 words and deeds/言行/lời nói và hành động
1974 ☐	当事者 とう じ しゃ	名 those involved, one involved/当事人/đương sự
1975 ☐	第三者 だい さん しゃ	名 third party/旁观者/bên thứ ba, người ngoài

In response to reports of celebrity infidelity, there seems to be no end to people on social media just repeating words and deeds lacking in any morals. It's not appropriate for us to comment on every single matter, because we are third parties, not the ones involved./对于艺人的出轨报道，欠缺道德的言行在社交平台上源源不绝。我们并不是当事人而是旁观者，所以我觉得这样过问是不恰当的。/Trước tin tức ngoại tình của nghệ sĩ, có không ngớt những người lặp lại lời nói và hành động thiếu đạo đức trên mạng xã hội. Chúng ta không phải đương sự mà chỉ là người ngoài nên việc phán xét nhỏ mọn thật không phù hợp.

🔊 382

電車に乗っていると、隣の子どものイヤホンから<u>かすかに</u>音が漏れていた。私は特に<u>とがめたり</u>はせず、<u>大目に見て</u>いた。しかし、正面に立っていた人が、その子の親に向かって「音漏れしてる！ちゃんと子どもを<u>しつけろ</u>よ！」と怒鳴りはじめたので、その場の空気に<u>ひやひや</u>した。

1976	かすかな	ナ faint/微小/loáng thoáng, thấp thoáng
1977	とがめる	動2他 rebuke, scold/责备/đổ lỗi, quy tội
1978	大目に見る おおめ み	句 be lenient, tolerate/包容/quan sát, bỏ qua
1979	しつける	動2他 discipline/管教/bảo ban, dạy dỗ
1980	ひやひや（と）	副 apprehensively, uneasily/捏一把冷汗/lạnh, lạnh toát mồ hôi

As I was on the train, noise was spilling faintly from the earphones of the child next to me. I didn't rebuke him; I tolerated it. But someone standing in front of me said to the child's parent, "I can hear the sound! You should discipline your child properly!" The atmosphere on the train made me apprehensive./正在搭乘电车时，从隔壁孩子的耳机里传出了微小的声音。我并没有特别责备他，想着包容他。但站在正面的人突然对着孩子的父母大吼说"都漏音了！你们好好管教孩子吧！"场面让人捏一把冷汗。/Khi đi tàu điện, âm thanh từ tai nghe của đứa bé ngồi bên cạnh bị lọt ra ngoài loáng thoáng. Tôi không quy tội gì mà chỉ quan sát. Nhưng người đứng trước mặt thì hướng về mẹ của đứa bé đó nổi giận: "Tiếng bị lọt ra ngoài kìa! Bảo ban con cho đàng hoàng vào!" nên bầu không khí ở đó lạnh toát mồ hôi.

🔊 383

4月から営業職に就くため、自分の見え方を意識する研修に参加している。ポイントは姿勢・笑顔・<u>視線</u>だ。私の課題は、<u>気合い</u>を入れすぎて腰を<u>反り</u>すぎないようにすること、<u>にやにや</u>ではなくにこにこにすることだ。

1981	視線 し せん	名 eye contact/视线/ánh mắt
1982	気合い き あ	名 enthusiasm, motivation/气势/tinh thần, khí thế
1983	反る そ	動1他 bend/翘曲/vênh, cong, khòm

1984	にやにや	副 smirk/冷笑/cười nhăn nhở, tủm tỉm

Since I'll be starting a sales job in April, I'm taking part in a training program to become more aware of how I appear. The key points are posture, smiling, and eye contact. My challenges are to avoid excessive enthusiasm and bending too much at the waist, and to smile properly instead of smirking./4月要入职业务，为了这个我参加了意识自己外表看法的研修。重点是姿势，笑容，视线。我的课题是不要气势太猛，腰都翘曲了。还有不要冷笑，要微笑。/Để làm công việc kinh doanh từ tháng 4, tôi đã tham gia tập huấn có ý thức đến vẻ ngoài của bản thân. Điểm quan trọng là thái độ, nụ cười và ánh mắt. Vấn đề của tôi là sao cho không bị khòm khi quá khí thế và không phải là cười nhăn nhở mà là cười vui vẻ.

🔊 384

うちの会社では、会議室を使用したら、簡単に清掃をして部屋を出ることがルールとして定められている。しかし、良識ある行動ができない社員が多く、飲み物などのゴミを置いたまま立ち去る行動が問題になっている。

1985	定める さだ	動2他 establish, provide/规定/quy định
1986	⑩ 定まる さだ	動1自 be established, be fixed/决定/được quy định
1987	良識 りょうしき	名 common sense/良知/có ý thức, lương tri
1988	立ち去る た さ	動1自 leave/走掉/bỏ đi

At our company, the rule has been established that after using a meeting room, one should perform a simple clean-up before leaving the room. However, many employees fail to act with common sense, and the behavior of leaving behind drinks and other trash has become a problem./在我们公司，有规定使用会议室后要简单的打扫才能离开。但很多员工会把饮料等的垃圾丢着走掉，没有良知的行动成为一个问题。/Ở công ty tôi có định ra quy tắc là nếu sử dụng phòng họp thì phải dọn sơ qua rồi mới rời khỏi phòng. Nhưng có nhiều nhân viên không thể làm những việc có ý thức nên những hành động cứ để nguyên rác như thức uống v.v. rồi bỏ đi đang trở thành vấn nạn.

🔊 385

動画配信をしていると、悪意があるのかどうかは分からないが、気に障るコメントや脅しのコメントが届くことがある。過度に改まった堅苦しいコメントが欲しいわけではないが、ネット上だからといって何でも書き込んでいいわけではない。

1989	悪意 あくい	名	malice/恶意/ác ý, ý xấu
1990	↔ 善意 ぜんい	名	goodwill/善意/ý tốt
1991	障る さわ	動1自	disturb, harm/有害/gây ảnh hưởng
1992	脅し おど	名	threat/吓唬/sự đe dọa
1993	＋ 脅す おど	動1他	threaten/威胁/đe dọa
1994	過度な かど	ナ	excessive/过度的/thái quá, quá độ
1995	改まる あらた	動1自	be formal, be proper/正式/trang trọng
1996	堅苦しい かたくる	イ	formal, stiff/死板/nghiêm túc

When streaming a video, you may receive comments that are disturbing or threatening, whether with malice or not. I'm not asking for excessively proper or formal comments, but just because it's on the internet doesn't mean you can write whatever you want./发布视频，不知道是不是含有恶意，但有时候会收到有害情绪的评论或者吓唬人的留言。虽然我也不是想要过度正式死板的评论，不过并不代表在网上就什么都可以写。/Khi phát clip, tuy không biết là có ác ý hay không nhưng có lúc tôi nhận được những lời nhận xét gây tổn thương hoặc những lời de dọa. Không phải tôi muốn có những lời nhận xét nghiêm túc trang trọng thái quá nhưng không phải vì trên mạng nên có thể viết gì cũng được.

🔊 386

教授が長々と話し続けるタイプの講義では、奥行きのある広い教室の後ろの方に座って平気で居眠りをしたり、ゲームをしたりする学生がいる。このような事例から、学生の規範意識の欠如が指摘されることがある。

1997	長々（と） ながなが	副	at great length/漫长(的)/dài dòng, tràng giang đại hải

1998 □	奥行き おくゆき	名 depth/深度/góc sâu
1999 □	規範 きはん	名 norm/规范/nề nếp, chuẩn mực
2000 □	欠如[する] けつじょ	名 動3自 shortage, lack/缺乏[缺乏]/sự thiếu, thiếu

In the type of lectures where the professor goes on at great length, some students sit in the depths of large classrooms and doze off or play games without a care in the world. Such instances sometimes show up the lack of awareness of social norms among students./在那种教授说着漫长的课堂上，有些学生会坐在有深度的教室后面堂堂正正的打瞌睡，还有人打游戏。像这种例子，有时候会被指责为学生缺乏规范意识。/Ở những buổi giảng kiểu giáo sư cứ liên tục nói tràng giang đại hải thì có sinh viên ngồi ở cuối lớp vốn rộng rãi, trong góc sâu, ngủ gục tỉnh bơ hoặc chơi game. Từ những trường hợp này, có ý kiến chỉ trích sinh viên thiếu ý thức nề nếp.

◀» 387

観光客が意図的に城の堀にゴミを投げ捨てたというニュースが
かんこうきゃく　　い　と　てき　　しろ　ほり　　　　　　　　　な　　す
放送され、その観光客は厳しい批判にさらされた。本人は「軽
ほうそう　　　　　　かんこうきゃく　　きび　　　ひはん　　　　　　　　　　　　ほんにん　　　かる
い気持ちでやっただけだ」と話しているが、城の管理者は「罰
き　も　　　　　　　　　　　　　　　はな　　　　　　　しろ　かんりしゃ　　　ばっ
金の支払いを要求する」と述べており、譲歩しない様子である。
きん　しはら　　　ようきゅう　　　の　　　　　じょうほ　　　　ようす

2001 □	堀 ほり	名 moat/护城河/kênh đào
2002 □	さらす	動1他 expose/处在/phơi bày, bóc trần
2003 □	譲歩[する] じょうほ	名 動3他 concession, compromise/让步[让步]/sự nhượng bộ, nhượng bộ

A news report was broadcast about a tourist who intentionally threw trash into a castle's moat, and the tourist was exposed to severe criticism. Although the tourist claimed he didn't do it maliciously, the castle administrator demanded the payment of a fine and would not compromise./新闻报道观光客故意丢垃圾在城堡的护城河里，而这位观光客也处在被严格批评当中。虽然当事者说"没想太多这么做的"，但城堡管理人员说"会要求对方支付赔偿金"，一点都不想让步的样子。/Tin về du khách cố tình vứt rác vào kênh đào trong lâu đài được phát ra và bị khách đó bị phơi bày trước sự phê phán nghiêm khắc. Đương sự nói "tôi chỉ làm mà không nghĩ gì" nhưng người quản lý lâu đài thì nói "chúng tôi sẽ yêu cầu nộp phạt" và có vẻ sẽ không nhượng bộ.

🔊 388

職場の近くの<u>大衆</u>食堂は、<u>良心的な</u>価格設定で味もいいので、
<u>ちょくちょく</u>通っていた。しかし、ある日店員同士の会話から
「30代独身って、ただの売れ残りだよね」という<u>偏見</u>に満ちた
発言が聞こえてきた。私は気分を<u>害し</u>、その店に行かなくなった。
<u>公</u>の場であのような発言は避けるべきだ。

2004 ☐	**大衆** たいしゅう	名 mass, popularity/民众/đại chúng, bình dân
2005 ☐	**良心的な** りょうしんてき	ナ conscientious, reasonable/有良心的/có lương tâm
2006 ☐	**＋ 良心** りょうしん	名 conscience/良心/lương tâm
2007 ☐	**ちょくちょく**	副 from time to time, now and then/经常/thường xuyên, hay
2008 ☐	**偏見** へんけん	名 prejudice/偏见/định kiến
2009 ☐	**害[する]** がい	名 動3他 injury, hurt/害[害]/sự có hại, làm tổn thương
2010 ☐	**公** おおやけ	名 public/公共/công cộng

I used to visit a popular local diner near my workplace from time to time because it was reasonably priced and the food was good. One day, however, I heard a prejudiced remark as the staff were talking: "Single people in their 30s are just unsold goods left on the shelf." It hurt my feelings, and I stopped going to that diner. Making such remarks in public should be avoided./职场附近的民众食堂，不仅价格很有良心，味道也好，所以我经常去。但有一天我听见店员们在说"30几岁还没结婚，就是卖剩的吧"这种充满偏见的发言。害我很不愉快，我就没再去过那家店了。我觉得在公共场所应该回避那种发言。/Quán ăn bình dân gần chỗ làm việc của tôi đặt ra bảng giá có lương tâm, lại ngon nữa nên tôi hay đến ăn. Nhưng, có một ngày, tôi tình cờ nghe mấy nhân viên trong quán nói chuyện đầy định kiến là "30 tuổi mà còn độc thân thì đúng là ế rồi". Tôi bị tổn thương và không đến quán đó nữa. Phải tránh nói những lời như thế ở nơi công cộng chứ.

🔊 389

駅構内は<u>終日</u>禁煙であるにもかかわらず、人混みに<u>紛れて</u>歩き
たばこをしている人を見かけた。世の中<u>善良な</u>人だけではない
のだと残念に思った。

2011	終日 しゅうじつ	名 副 all day long, all day/全日/cả ngày
2012	紛れる まぎ	動2自 be mixed in, be lost in/混入/bị phân tâm, lẫn vào trong
2013	善良な ぜんりょう	ナ good-natured/善良的/lương thiện, tốt

Although smoking is prohibited in the station all day long, I saw people walking around smoking, lost in the crowd. It's a shame that not all people in this world are good-natured people./车站里面是全日禁烟的，但虽然这样，我看见有人混入人群中边走边吸烟。我觉得很遗憾，这世界并不都是善良的人。/Mặc cho trong khuôn viên nhà ga thì cấm hút thuốc cả ngày, tôi vẫn thấy có người vừa đi vừa hút thuốc lẫn trong dòng người đông đảo. Tôi thấy tiếc khi trong xã hội không chỉ có người tốt.

夜、車に乗るときは歩行者を認識しやすくするために、ライト
よる くるま の ほこうしゃ にんしき
で遠くまで照らしている。しかし、対向車がいるときは手前だ
とお て たいこうしゃ てまえ
けを照らすライトに切り替える必要がある。遠くまで照らして、
て き か ひつよう とお て
対向車に迷惑をかけることは違法である。
たいこうしゃ めいわく い ほう

2014	歩行者 ほ こう しゃ	名 pedestrian/步行者/người đi bộ
2015	認識[する] にんしき	名 動3他 recognition, perceive/认知[认出]/sự nhận biết, nhận biết
2016	違法 い ほう	名 illegality/违法/sự vi phạm pháp luật

When driving a car at night, we use high-beam lights to illuminate pedestrians in the distance, making them easier to perceive. However, when there is oncoming traffic, we need to switch to lights that illuminate just in front of the car. It is illegal to cause trouble for oncoming traffic by illuminating objects in the distance./晚上开车时，为了更好的认知到步行者，我都开着远光灯。但有对向车时，需要切换成近光灯。如果用远光灯照射到对向车造成对方困扰，是违法的。/Buổi tối, khi đi xe, để dễ nhận biết người đi bộ thì chiếu đèn đến chỗ xa. Nhưng khi có xe chạy ngược lại thì cần phải đổi sang đèn chỉ chiếu ngay phía trước. Chiếu đèn xa làm phiền xe đối diện là vi phạm pháp luật.

🔊 391

電車の椅子に<u>堂々と</u>股を広げて座り、隣の席にはみ出している
人がいる。こうした行為は<u>恥じる</u>べきで、隣の人の迷惑になら
ないように脚を閉じて座るのが<u>望ましい</u>。

2017	堂々（と） どうどう	副 proudly, unashamedly/公然(的)/đường đường, thản nhiên
2018	股 また	名 crotch/大腿/đùi, bắp đùi
2019	恥じる は	動2他 be ashamed/羞恥/xấu hổ, mắc cỡ
2020	望ましい のぞ	イ desirable, preferable/最理想的/mong đợi

Some people sit on train seats with their legs spread proudly, crotch on display, crowding out the seat next to them. They should be ashamed of such behavior. It is preferable to sit with your legs closed to avoid bothering your neighbors./有些人在电车椅子上公然的张开大腿坐，还挡到旁边的位置。这种行为应该要感到羞耻，最理想的就是不造成旁边的人的麻烦，闭着腿坐。/Có những người ngồi trên xe điện mà thản nhiên dạng rộng chân, lấn sang cả chỗ bên cạnh. Những hành vi như thế này đáng xấu hổ, mong là mọi người nên ngồi khép chân sao cho không làm phiền người bên cạnh.

🔊 392

高速バスで東京から大阪まで移動したとき、隣の人の香水が<u>強
烈</u>で、<u>不快</u>な思いをした。バスのような狭い<u>空間</u>では、周囲の
人に<u>配慮して</u>ほしいものだ。

2021	強烈な きょうれつ	ナ intense/强烈的/mạnh, nồng, dữ dội
2022	不快な ふかい	ナ unpleasant, uncomfortable/不愉快的/khó chịu, không thoải mái
2023	空間 くうかん	名 space/空间/không gian
2024	配慮[する] はいりょ	名 動3他 consideration, be considerate/考虑[考虑]/sự lưu ý, cân nhắc, xem xét

When I traveled from Tokyo to Osaka on the highway bus, the person sitting next to me was wearing such intense perfume that I was uncomfortable. In a confined space like a bus, you should be considerate of those around you./我使用高速巴士从东京移动到大阪时，隔壁的人的香水太强烈了，让我感到很不愉快。像巴士这种狭窄的空间，我觉得还是需要考虑到周围的人。/Khi di chuyển từ Tokyo đến Osaka bằng xe buýt cao tốc, nước hoa của người ngồi bên cạnh nồng nặc nên tôi thấy khó chịu. Trong không gian chật hẹp như xe buýt thì thật mong mọi người lưu ý đến người xung quanh.

社会
しゃかい

Society / 社会 / Xã hội

🔊 393

2020年の調査によると、日本では、<u>共稼ぎ</u>の<u>世帯</u>と夫だけが
ねん　　ちょうさ　　　　にほん　　　　とも かせ　　　せ たい　　おっと
働く世帯の<u>比率</u>はおおよそ7対3である。1990年代までは、
はたら　せ たい　ひ りつ　　　　　　　　　　　たい　　　　　　　　　　　ねんだい
家事と<u>育児</u>を<u>担う</u>ため、主婦業に<u>専念</u>する女性の方が多かった。
か じ　いく じ　　な　　　　　　しゅふ ぎょう　せんねん　　じょせい　ほう　おお

2025	共稼ぎ[する] とも かせ	名 動3自 dual-income couple, both partners working/双职工[夫妻双双工作]/vợ chồng cùng đi làm, cùng kiếm tiền
2026	世帯 せ たい	名 household/家庭/hộ gia đình
2027	比率 ひ りつ	名 ratio/比率/tỉ lệ
2028	育児 いく じ	名 childcare/育儿/chăm sóc con
2029	担う にな	動1他 shoulder a burden/承担/chịu trách nhiệm, đảm trách
2030	専念[する] せんねん	動3自 devotion, devote/一心一意[专心]/sự chuyên tâm, chuyên tâm

According to a 2020 survey, in Japan the ratio of dual-income households to those in which only the husband works is roughly 7 to 3. Until the 1990s, more women devoted themselves to homemaking in order to shoulder the burdens of housework and childcare./据2020年的调查显示，在日本，双职工的家庭和只有丈夫在工作的家庭比率大约是7比3。一直到1990年为止，为了要一心一意的承担家务和育儿，很多女性选择当全职家庭主妇。/Theo điều tra năm 2020, ở Nhật, tỉ lệ hộ gia đình mà vợ chồng cùng đi làm và hộ gia đình chỉ có chồng đi làm là khoảng 7:3. Cho đến những năm 1990, để đảm trách việc nhà và chăm sóc con, nhiều phụ nữ chuyên tâm làm nội trợ hơn.

🔊 394

過疎化が進む地域では、地域を活性化するため、積極的に雇用を促進した企業に対し、税金を若干免除したり、助成金を交付したりするところもある。

2031	過疎 か そ	名 depopulation/减少/sự giảm dân số
2032	活性化[する] かっせい か	名 動3他 revitalization, revitalize/活跃[活跃]/sự hoạt tính hóa, làm cho năng động
2033	雇用[する] こ よう	名 動3他 employment, employ/雇用[雇用]/sự thuê mướn, tuyển dụng
2034	促進[する] そくしん	名 動3他 promotion, promote/促进[促进]/sự thúc đẩy, thúc đẩy
2035	若干 じゃっかん	名 副 a few, some/若干/ít nhiều, một vài
2036	免除[する] めんじょ	名 動3他 tax exemption, exempt from tax/免除[免除]/sự miễn giảm, miễn giảm
2037	交付[する] こうふ	名 動3他 delivery, grant/交付[交付]/sự cấp, cấp

In certain areas undergoing depopulation, in order to revitalize the community, some tax exemptions and aid subsidies are granted to companies that actively promote employment./在人口严重减少地区，为了当地的活跃度，有些地方会对积极促进雇用的企业免除若干税金，又或者交付扶助金。/Ở khu vực mà tốc độ sụt giảm dân số đang gia tăng, các doanh nghiệp tích cực thúc đẩy tuyển dụng để làm cho khu vực trở nên năng động có thể được miễn giảm tiền thuế ít nhiều hoặc được nhận tiền hỗ trợ.

🔊 395

「相対的 貧困率」とは、所得が国民全体の中央値の半分を下回っている人々の割合を指す。日本では 2023 年現在上昇傾向にあるが、これには、税金は上がり続けているのに、賃金は2000 年頃から横ばいで推移していることも関係しているだろう。

2038	相対的な そうたいてき	ナ relative/相对性/mang tính tương đối, cân xứng
2039	貧困 ひんこん	名 poverty/贫困/sự đói nghèo

2040	下回る したまわる	動1自 be less than, fall below/不及/dưới mức
2041	横ばい よこ	名 leveling off/没有变动/hàng ngang
2042	推移[する] すいい	名 動3自 transition, shift/推移[推移]/sự thay đổi, thay đổi

The "relative poverty rate" refers to the percentage of people whose income is less than half the median income of the population as a whole. In Japan, as of 2023, it is on an upward trend, but this is probably due in part to the fact that wages have shifted toward leveling off since around 2000, while taxes have continued to rise./所谓"相对贫困率",是指收入不及国民全体收入中位数的一半的群体比例。在日本，2023年的现在有上升倾向。但我觉得这也关系到税金一直涨，而工资推移却从2000年左右开始没有变动的原因。/"Ngưỡng nghèo tương đối" chỉ tỉ lệ những người mà thu nhập dưới mức một nửa chỉ số trung tâm của toàn thể quốc dân. Ở Nhật, vào năm 2023 hiện tại thì có khuynh hướng gia tăng, nhưng ở đây còn có liên quan với việc trong khi thuế cứ tăng liên tục mà tiền lương thay đổi theo hàng ngang từ khoảng năm 2000.

◀) 396

経済開発協力機構（ＯＥＣＤ）は、毎年、世界経済の動向についての見通しを発表しているが、国や地域の間の経済格差は、特に大きな比重を占める問題である。
けいざいかいはつきょうりょく き こう　オーイーシーディー　まいとし　せ かいけいざい　どうこう
み とお　はっぴょう　くに　ち いき　あいだ　けいざいかく さ
とく　おお　ひ じゅう　し　もんだい

Topic 22 ● 社会

2043	機構 きこう	名 organization, structure/组织/tổ chức
2044	動向 どうこう	名 trend/动向/động hướng
2045	見通し み とお	名 outlook, prospects/推测/sự dự đoán
2046	＋見通す み とお	動1他 anticipate, predict/看穿/dự đoán
2047	格差 かくさ	名 disparity/差距/sự chênh lệch
2048	比重 ひ じゅう	名 relative importance, weight/比例/tỉ trọng

The Organization for Economic Development and Cooperation (OECD) publishes an annual outlook on global economic trends, in which economic disparities among countries and regions represent an issue of relative importance./经济合作与发展组织（OECD），每年都会发表世界经济的动向推测。但国家和地区之间的经济差距问题，占了很大比例。/Tổ chức Hợp tác và Phát triển Kinh tế (OECD) công bố dự đoán về động hướng của kinh tế thế giới nhưng sự chênh lệch kinh tế giữa các quốc gia và khu vực là vấn đề chiếm tỉ trọng đặc biệt lớn.

🔊 397

A：昨日逮捕した連中、何か分かりましたか。
　（きのう）（たいほ）（れんちゅう）（なに）（わ）

B：それが、裕福なお年寄りばかりを狙って、かなり広い範囲
　（ゆうふく）（としよ）（ねら）（ひろ）（はんい）
　で詐欺をやってたらしい。
　（さぎ）

A：じゃあ、かなりの人数が関与してたんですか。
　（にんずう）（かんよ）

B：うん。メンバーは全国に散らばっていて、詐欺を行う者の
　（ぜんこく）（ち）（さぎ）（おこな）（もの）
　養成までやってたとか。
　（ようせい）

2049	連中 れんちゅう	名 bunch, crowd, guys/那群人/cái đám, bọn
2050	裕福な ゆうふく	ナ wealthy/富裕的/giàu có
2051	関与[する] かんよ	名 動3自 involvement, be involved/涉及[涉及]/sự liên quan, có liên quan
2052	散らばる ち	動1自 be scattered/分布/được rải khắp, rải rác
2053	養成[する] ようせい	名 動3他 training, train/培养[培养]/sự chăm sóc, nuôi dưỡng, đào tạo

A: Did you find out anything about those guys arrested yesterday? B: It seems they were running a pretty widespread scam exclusively targeting wealthy elderly people. A: So there were quite a few people involved? B: Yeah. The members were scattered all over the country, and they were even training people to commit fraud./A: 关于昨天逮捕的那群人，知道什么了吗？ B: 说到这个，据说他们的诈骗目标很广泛，但都是富裕的老年人。 A: 那也就是说有很多人涉及吗？ B: 嗯，不仅培养诈骗人员，成员还分布在全国各地。/A: Cái đám bị bắt hôm qua à, là gì vậy chị biết không? A: Nghe đâu là bọn lừa đảo trong phạm vi khá rộng, toàn nhắm vào người già giàu có. A: Vậy chắc là khá đông người có liên quan nhỉ? B: Ừm, đồng bọn rải rác khắp cả nước, chúng còn đào tạo cả người đi lừa đảo cơ mà.

🔊 398

「デフレ」とは、物価が持続的に下落している状態を指す。反
　（ぶっか）（じぞくてき）（げらく）（じょうたい）（さ）
対に、物価が上昇し続けることを「インフレ」と呼ぶ。デフレは、
　（ぶっか）（じょうしょう）（つづ）（よ）
経済が停滞している状態を指す「不況」とよく混同されるが、
　（けいざい）（ていたい）（じょうたい）（さ）（ふきょう）（こんどう）
デフレだからといって、必ずしも不況だとは限らない。
　（かなら）（ふきょう）（かぎ）

2054	デフレ(ーション)	名 deflation/通货紧缩/sự giảm phát
2055	持続的な じぞくてき	ナ sustained/持续性的/mang tính bền vững

288

2056	**＋持続**[する] じぞく	名 動3他 continuation, continue/持续[持续]/sự bền vững, duy trì
2057	**下落**[する] げらく	名 動3自 decline, decline/下降[下降]/sự rơi, rơi xuống
2058	**上昇**[する] じょうしょう	名 動3自 rise, rise/上涨[上涨]/sự tăng, tăng lên
2059	**インフレ(ー ション)**	名 inflation/通货膨胀/sự lạm phát
2060	**不況** ふきょう	名 recession/不景气/kinh tế khủng hoảng, sự trì trệ

The term "deflation" refers to a state in which prices suffer a sustained decline. Conversely, when prices continue to rise, it is called "inflation." Deflation is often confused with "recession," which refers to a state of economic stagnation, but deflation does not necessarily mean recession./所谓"通货紧缩"，指的是物价持续下降的状态。而相反，物价持续上涨的状况被称为"通货膨胀"。通货紧缩和经济停滞不前的"不景气"相提并论，但其实通货紧缩并不一定代表不景气。/"Giảm phát" chỉ tình trạng vật giá rơi liên tục. Ngược lại, việc vật giá liên tục tăng được gọi là "lạm phát". Giảm phát thường bị đánh đồng với "kinh tế khủng hoảng" chỉ tình trạng kinh tế trì trệ nhưng không phải giảm phát thì chắc chắn là kinh tế khủng hoảng.

◀》**399**

デマは特に社会経済的に弱い階層の人々を動かしやすい。ＳＮＳの普及は、デマの拡散スピードを一気に上げることに寄与したが、デマが真実よりも速く拡散することは、300年前の時点で、作家のスウィフトが述べている。情報があふれている現代では、民主社会の基盤であるメディアの存在は、より重要になるだろう。

2061	**デマ**	名 hoax, rumor/谣言/tin đồn nhảm, tin vịt
2062	**階層** かいそう	名 class/阶层/giai tầng, tầng lớp
2063	**寄与**[する] きよ	名 動3自 contribution, contribute/贡献[贡献]/sự đóng góp, đóng góp
2064	**時点** じてん	名 point in time/时候/thời điểm
2065	**基盤** きばん	名 foundation/基础/nền tảng

Hoaxes are especially likely to affect people in socioeconomically weaker classes. The spread of social media has contributed to the speed at which hoaxes spread, but hoaxes have always spread faster than truth, as the author Swift noted at a point in time 300 years ago. In this age of information overload, the media, the foundation of a democratic society, will gain even greater importance./谣言尤其容易煽动社会中处于经济弱势阶层的人们。社交网络的普及，为扩散谣言的速度作出贡献。但在300年前，作家斯威夫特曾写道，谣言会比真相传播的速度要快。在现代这个信息泛滥的时代，媒体的存在，对民主社会的基础是更为重要的。/Tin đồn nhảm dễ làm dao động những người ở tầng lớp yếu ớt đặc biệt về mặt kinh tế xã hội. Sự phổ cập mạng xã hội đã góp phần vào việc đẩy nhanh tốc độ phán tán tin đồn nhảm, nhưng việc tin đồn nhảm phát tán nhanh hơn cả sự thật thì ở thời điểm 300 năm trước, tác giả Swift đã đề cập. Trong thời đại tràn ngập thông tin thì hẳn là sự tồn tại của nền tảng của xã hội dân chủ là truyền thông trở nên quan trọng hơn.

🔊 **400**

あるジャーナリストによって、世界的衣料メーカーであるＡ社の<u>下請け</u>企業が、児童労働を<u>強いて</u>いたという<u>闇</u>が暴かれた。このニュースは世界に<u>衝撃</u>を与え、世界各地でＡ社の製品を<u>ボイコット</u>する運動が起こった。Ａ社はただちに<u>実態</u>を調査し、<u>是正する</u>と発表した。

2066	**下請け** したうけ	名 subcontract/外包/thầu phụ
2067	**強いる** し	動1他 force/强迫/cưỡng ép, bắt buộc
2068	**闇** やみ	名 darkness, dark side/黑暗/màn đen, sự đen tối
2069	**衝撃** しょうげき	名 impact, shock/震撼/sự chấn động
2070	**ボイコット**[する]	名 動3他 boycott, boycott/抵制[抵制]/sự tẩy chay, tẩy chay
2071	**実態** じったい	名 (actual) situation/实际情况/thực trạng
2072	**是正**[する] ぜせい	名 動3他 correction, remedy/纠正[纠正]/sự sửa chữa, khắc phục

A certain journalist uncovered the dark side of how a subcontractor of Company A, a global clothing manufacturer, was forcing its employees to work as child laborers. This news shocked the world, and movements to boycott Company A's products started all over the world. Company A immediately announced that it would investigate and remedy the situation.

/某位记者爆出黑料，世界知名的服装品牌A公司的外包企业，竟然强迫儿童劳动。这个新闻震撼了全世界。世界各地都在联合抵制A公司产品。而A公司立刻发表会调查实际情况马上进行纠正。/Một doanh nghiệp thầu phụ của công ty A là nhà sản xuất trang phục toàn cầu đã bị một phóng viên nọ vạch trần bức màn đen cưỡng ép lao động trẻ em. Tin này gây chấn động cho toàn thế giới, khắp nơi trên thế giới nổ ra phong trào tẩy chay sản phẩm của công ty A. Công ty A ngay lập tức điều tra thực trạng và tuyên bố sẽ khắc phục.

🔊 **401**

虐待は子どもの権利を侵害し、健全な成長を阻む行為だが、親による虐待は後を絶たない。多くの自治体は、子どもが悲惨な目に遭うことを防ぐため、警察と協定を結んでおり、虐待が疑われる事例があれば、警察に協力を要請することができる。

Topic 22 ● 社会

2073	虐待[する]　ぎゃくたい	名 動3他 abuse, abuse/虐待[虐待]/sự ngược đãi, lạm dụng
2074	侵害[する]　しんがい	名 動3他 violation, violate/侵害[侵害]/sự xâm phạm, xâm phạm
2075	阻む　はば	動1他 hinder/妨碍/cản trở, ngăn chặn
2076	後を絶たない　あと　た	句 never-ending, no end to/不断出现/không dứt, không ngừng
2077	悲惨な　ひさん	ナ cruel, grievous/悲惨的/bi thảm, đau lòng
2078	協定　きょうてい	名 agreement/协议/thỏa thuận, hiệp định
2079	要請[する]　ようせい	名 動3他 request, request/要求[要求]/sự yêu cầu, yêu cầu

Abuse is a violation of children's rights and it hinders their healthy development, but there seems to be no end to abuse by parents. Many local authorities have agreements with the police to prevent children from suffering grievous harm, and they can request cooperation from police in any suspected cases of abuse./虐待行为会侵害孩子的权利，妨碍孩子健全成长。但还是不断出现虐待孩子的家长。很多地方公共机构为了预防孩子们的悲惨遭遇，都和警察达成协议。一有疑似虐待的案例，可以马上要求警方的协力。/Ngược đãi là hành vi xâm phạm quyền và cản trở sự trưởng thành kiện toàn của trẻ nhưng việc trẻ bị cha mẹ ngược đãi chưa bao giờ ngừng. Nhiều đoàn thể công đã ký thỏa thuận với cảnh sát để ngăn chặn trẻ gặp phải những sự việc đau lòng, nếu có trường hợp nghi ngờ là ngược đãi thì có họ có thể yêu cầu cảnh sát hợp tác.

最近、公務員の<u>公募</u>に、民間企業経験者の<u>枠</u>が設けられている
のをよく見るようになった。これには、デジタル化などで変化
の<u>途上</u>にある行政の仕事に、民間企業の知恵を取り入れられる
<u>メリット</u>がある。<u>ひいては</u>、<u>前例</u>主義に陥りやすい行政におい
て、<u>未知</u>の状況への対処を<u>託したい</u>という思いもあるのかもし
れない。

2080 □	**公募**[する] こう ぼ	名 動 3 他 recruitment, advertise (a job)/公开招募[公开招募]/sự công bố, công bố tuyển
2081 □	**枠** わく	名 frame, quota/名额/khung
2082 □	**途上** と じょう	名 in the process/途中/đang phát triển
2083 □	**メリット**	名 merit/优点/lợi thế, ưu điểm
2084 □	**ひいては**	副 in turn, by the same token/乃至于/hơn thế nữa
2085 □	**前例** ぜんれい	名 precedent/先例/tiền lệ
2086 □	**未知** み ち	名 unknown/未知/chưa biết
2087 □	**託す** たく	動 1 他 entrust, leave to/寄托/ủy thác, giao phó

Recently, it's more common to see quotas for people with private-sector experience in recruitment of public servants. This has the merit of incorporating the wisdom of private companies into the work of public administration, which is in the process of changing due to digitization and other factors. In turn, there may be a desire to entrust the government, which tends to fall into the trap of being precedent-driven, with handling unknown situations./最近，常见到公务员的公开招募中，有关于民营企业经验人士的名额设定。这是因为行政工作正定位于转变为电子化的途中，能够吸取民营企业的知识是个很大的优点。乃至于关于应对未知情况这方面，就算是容易陷于先例原则的行政方，也寄托于此吧。/Gần đây, chúng ta thường bắt gặp trong tuyển dụng viên chức Nhà nước có khung dành cho người có kinh nghiệm làm việc ở doanh nghiệp tư nhân. Việc này có ưu điểm là có thể đưa tri thức của doanh nghiệp tư nhân vào công việc hành chính đang trên đà thay đổi số hóa v.v. Hơn thế nữa, có thể ủy thác xử lý tình trạng chưa được biết đến trong công việc hành chính vốn dễ rơi vào chủ nghĩa tiền lệ.

あるアイデンティティ発達理論によると、「自分は差別なんてしない」と思っている人も、自分が持つ<u>マジョリティ</u>としての<u>特権</u>について学ぶことで、次第に<u>罪悪感</u>や怒りを覚えるようになるという。この段階では、心の<u>均衡</u>を保とうとして、<u>マイノリティ</u>の否定に走る場合もあるが、自分の特権を見つめられるようになると、マイノリティについて学んだり、自分の<u>手本</u>になる人物を求めたりして、自分の正しいあり方を<u>模索</u>するようになる。

2088	マジョリティ	名	majority/多数派/số đông, đa số
2089	特権 とっけん	名	privilege/特权/đặc quyền
2090	罪悪感 ざいあくかん	名	sense of guilt/罪恶感/cảm giác tội lỗi
2091	均衡[する] きんこう	名 動3自	equilibrium, maintain equilibrium/平衡[平衡]/sự cân đối, cân bằng
2092	マイノリティ	名	minority/少数派/số ít, thiểu số
2093	手本 てほん	名	example, role model/模仿/mẫu, hình mẫu
2094	模索[する] もさく	名 動3他	search, seek out/摸索[摸索]/sự mò mẫm, tìm kiếm

According to one theory of identity development, even those who believe that they "do not discriminate" gradually begin to feel a sense of guilt or anger as they learn about the privileges they enjoy as a member of the majority. At this stage, they may become critical of minorities in an attempt to maintain equilibrium, but once able to unpack their own privilege, they often try to learn more about minorities and find others who can serve as role models for them, in an attempt to seek out the right way to live./某自我发展理论中提到，拥有"不会歧视自身"想法的人，如果学习到自身拥有的多数派特权，渐渐的就会感觉到愤怒和罪恶感。在此阶段，为了保持内心平衡，有时候会去否定少数派，但能够正视自身特权，对少数派进行学习后，就会寻找能够成为自己的模范之人，开始摸索自我认同的正确方式。/Theo lý thuyết phát triển bản sắc nọ thì cả người cho rằng "bản thân tôi không hề phân biệt đối xử" cũng dần cảm thấy tội lỗi và tức giận qua việc học về đặc quyền của số đông mà mình có. Ở giai đoạn này, cũng có trường hợp cố gắng phủ định thiểu số để duy trì sự cân bằng trong tâm hồn nhưng khi có thể nhìn vào đặc quyền của mình thì họ muốn học về thiểu số, tìm kiếm nhân vật sẽ trở thành hình mẫu cho mình hoặc tìm kiếm tự tồn tại đúng đắn của bản thân.

🔊 404

里親制度とは、家庭に恵まれない子どもや孤児を自分の家庭に
引き取り、育てる制度である。里親は、現行の制度では養育里
親、養子縁組など、4つの形態に分けられる。里親になる人は、
関連する協会の支援を受けることができ、子どもの事故やけが
などを補償する里親保険を利用することができる。

2095	里親 さとおや	名	foster parent/养父母/cha mẹ nuôi
2096	恵まれる めぐ	動2自	be blessed with/优越/được ban cho, may mắn
2097	ⓘ 恵む めぐ	動1他	bless/恩惠/ban cho
2098	孤児 こじ	名	orphan/孤儿/cô nhi, trẻ mồ côi
2099	現行 げんこう	名	present/当前/hiện hành
2100	養子 ようし	名	adopted child/养子, 养女/con nuôi
2101	形態 けいたい	名	form/形态/hình thái
2102	協会 きょうかい	名	association/协会/hiệp hội
2103	支援[する] しえん	名 動3他	support, support/支援[支援]/sự hỗ trợ, hỗ trợ
2104	補償[する] ほしょう	名 動3他	indemnification, indemnify/补偿[补偿]/sự đền bù, bồi thường

The foster parent system is a system in which children and orphans not blessed with families
are taken in and raised in the foster parents' own homes. Under the present system, foster
care is divided into four forms, including foster parenting and adoption of children. Anyone
becoming a foster parent receives support from the relevant associations and has access to
foster care insurance that indemnifies against accidents or injuries suffered by children./所
谓养父母制度，就是收养家庭条件不优越的孩子或孤儿来到自己家庭养育的制度。在当前制
度，养父母有分收养（过继）制度和养育制度等等4种形态。成为养父母的人，可以从关系协
会那里获得支援，如果孩子遭到意外，受伤等等，还可以使用养父母保险得到补偿。/Chế độ
cha mẹ nuôi là chế độ nhận trẻ không may mắn trong gia đình hoặc trẻ mồ côi về nhà mình
để nuôi dạy. Theo chế độ hiện hành, cha mẹ nuôi được chia thành 4 hình thái là cha mẹ nuôi
dưỡng, nhận con nuôi v.v. Người trở thành cha mẹ nuôi có thể nhận hỗ trợ từ các hiệp hội có
liên quan, có thể sử dụng bảo hiểm cha mẹ nuôi để nhận bồi thường khi trẻ gặp sự cố hay bị
thương v.v.

A：前の会社って、<u>ブラック企業</u>だったんですか。
　　まえ　かいしゃ　　　　　　　　　きぎょう

B：詐欺みたいな<u>あくどい</u>勧誘が<u>奨励されて</u>ましたし、労働環
　　さぎ　　　　　　　　　　かんゆう　しょうれい　　　　　　　　　　ろうどうかん
　境も<u>むちゃくちゃでした</u>からね。
　きょう

A：じゃあ、やっぱり残業も多かったんですか。
　　　　　　　　　　　ざんぎょう　おお

B：残業するのが普通だったんで、残業っていう<u>概念</u>自体がな
　　ざんぎょう　　　　　ふつう　　　　　　ざんぎょう　　　　　がいねんじたい
　かったですよ。あと、毎朝上司から指導と<u>称して</u><u>暗示</u>み
　　　　　　　　　　　まいあさじょうし　しどう　しょう　　あんじ
　たいな話を聞かされるし、だんだん<u>理性</u>がまひしてくるのを
　　　　はなし　き　　　　　　　　　　りせい
　感じました。
　かん

2105 ☐	ブラック企業 きぎょう	名 exploitative company/黑心企业/doanh nghiệp đen
2106 ☐	あくどい	イ abusive, unscrupulous/无良/phô trương
2107 ☐	奨励[する] しょうれい	名 動3他 encouragement, encourage/鼓励[鼓励]/sự động viên, khích lệ
2108 ☐	むちゃくちゃな	ナ awful/不合理/rối tung, lộn xộn
2109 ☐	概念 がいねん	名 concept/概念/khái niệm
2110 ☐	称する しょう	動3他 pretend, purport/称之为/xưng là, gọi tên là
2111 ☐	暗示[する] あんじ	名 動3他 suggestion, suggest/暗示[暗示]/sự ám chỉ, bóng gió
2112 ☐	理性 りせい	名 rationality, reason/理性/lí trí

Topic 22 ● 社会

A: Was your former company an exploitative company ? B: They encouraged fraudulent, unscrupulous solicitation, and the working environment was awful. A: Did you have to work a lot of overtime? B: Working overtime was the norm, so there was no concept of overtime. Also, every morning my boss would offer me some kind of suggestion, pretending to offer guidance, and I could feel my rationality gradually becoming paralyzed./A: 听说你之前的公司是黑心企业？ B: 劳动环境也很不合理，还有像诈骗一样的无良推销。 A: 那也要常常加班吗？ B: 一般来说都要加班。而且根本没有加班这个概念。每天早上还有来自上司称之为指导的暗示话语，我当时感觉理性都渐渐地麻痹了。/A: Công ty cũ của chị là doanh nghiệp đen à? B: Mấy cái trò mời mọc phô trương như lừa đảo thì được khuyến khích, môi trường lao động cũng lộn xộn nữa. A: Vậy chắc là tăng ca nhiều hả? B: Tăng ca là chuyện bình thường, nên không có khái niệm gọi là tăng ca. Chưa kể, mỗi sáng đều bị cấp trên bắt nghe bóng gió này kia mà ổng gọi là chỉ đạo, cảm giác như dần dần lí trí bị tê liệt vậy.

🔊 406

引きこもりは、本人の努力や能力の問題であるという前提で論
じられがちである。だが根本的な原因は、社会に適応できない
人を排除するその仕組みにあるのではないだろうか。引きこも
りの原因は社会の側にないか、問うてみる必要がある。

2113	引きこもり ひ	名 (social) withdrawal/家里蹲/sự tự nhốt mình trong phòng
2114	＋引きこもる ひ	動1自 withdraw/躲家里/tự nhốt mình trong phòng
2115	前提 ぜんてい	名 premise/前提/tiền đề
2116	根本的な こんぽんてき	ナ fundamental/根本的/mang tính căn bản
2117	排除[する] はいじょ	名 動3他 exclusion, exclude/排斥[排斥]/sự loại trừ, loại bỏ
2118	仕組み しく	名 mechanism, system/构造/cơ chế
2119	問う と	動1他 ask/询问/hỏi, đặt vấn đề

Social withdrawal is often discussed on the premise that the problem is the individual's own efforts or abilities. However, the fundamental cause may lie in the system that excludes those unable to adapt to society. We need to ask whether the causes of social withdrawal lie with wider society./家里蹲很多时候会以本人的努力，能力问题为前提被议论。但我认为根本的原因是在于社会构造会排斥不能适应社会的人。我觉得有必要询问，导致家里蹲的原因是不是在于社会这一方。/Sự tự nhốt mình trong phòng có khuynh hướng bị bàn luận với tiền đề đó là vấn đề của sự nỗ lực và năng lực của chính người đó. Thế nhưng, nguyên nhân căn bản chẳng phải nằm ở cơ chế loại trừ những người không thể thích ứng với xã hội sao? Cần phải đặt vấn đề xem nguyên nhân của việc tự nhốt mình trong phòng có phải ở phía xã hội không.

🔊 407

イベント会社であるA社はB社と合併してから目覚ましい発展
を遂げ、2010年代は繁栄を極めていた。だが、新型コロナウ
イルス感染症の流行によってイベントの開催が制限されると、
一気に赤字に転落した。コロナによって経済は後退したが、特
にイベント産業はもろかった。

2120 ☐	合併[する] がっぺい	名 動3他 merger, merge/合并[合併]/sự sáp nhập, sáp nhập
2121 ☐	目覚ましい め ざ	イ remarkable/亮眼/nổi bật, bừng tỉnh
2122 ☐	繁栄[する] はんえい	名 動3自 prosperity, prosper/繁荣[繁榮]/sự hưng thịnh, thịnh vượng
2123 ☐	極める きわ	動2他 attain/极其/đạt đến đỉnh cao
2124 ☐	転落[する] てんらく	名 動3自 fall, fall/沦落[淪落]/sự rơi, rơi xuống
2125 ☐	後退[する] こうたい	名 動3自 recession, hold back/衰退[衰退]/sự thụt lùi, thụt lùi
2126 ☐	もろい	イ fragile/脆弱/mỏng manh, dễ vỡ

Company A, an events company, had achieved remarkable growth since merging with Company B and had attained great prosperity in the 2010s. However, when the outbreak of COVID-19 limited the company's ability to hold events, it quickly fell into the red. COVID-19 caused an economic recession, but the events industry was particularly fragile./
活动策划公司的A公司和B公司合并以来，实现了亮眼的发展。2010年极其繁荣。但自从新冠流行，限制举办活动后，一下子就沦落为亏损。新冠导致经济衰退，活动产业尤为脆弱。/Sau khi sáp nhập với công ty B, công ty tổ chức sự kiện A đã có bước phát triển nổi bật, năm 2010 cực kỳ hưng thịnh. Nhưng vì COVID-19 lan rộng mà việc tổ chức sự kiện bị giới hạn, công ty rơi vào thua lỗ một mạch. Kinh tế thụt lùi vì COVID-19 và đặc biệt là ngành công nghiệp sự kiện rất mỏng manh.

🔊 408

殺人や襲撃などの凶悪犯罪を起こした未成年者であっても、擁
さつじん　しゅうげき　　　　　きょうあくはんざい　お　　　　　みせいねんしゃ　　　　　　よう
護し、正しく導くことで更生させることを重視するべきだとい
ご　　　ただ　　　みちび　　　　　　こうせい　　　　　　　　　じゅうし
う声がある。
こえ

2127 ☐	襲撃[する] しゅうげき	名 動3他 assault, assault/袭击[襲擊]/sự tấn công, tấn công
2128 ☐	擁護[する] ようご	名 動3他 defense, protect/维护[維護]/sự bảo vệ, bảo vệ
2129 ☐	導く みちび	動1他 guide/引导/dẫn dắt
2130 ☐	更生[する] こうせい	名 動3他 rehabilitation, rehabilitate/重新做人[重新做人]/sự tái cơ cấu, phục hồi

297

Some people say that even minors who commit heinous crimes such as murder and assault should be led toward rehabilitation by protecting them and guiding them correctly./ 有人说，就算是犯了杀人，袭击等凶恶犯罪的未成年人，都应该维护他，要重视怎么能够正确的引导他重新做人。/ Có ý kiến cho rằng dù là trẻ vị thành niên gây ra tội ác như giết người hay tấn công v.v. thì vẫn phải chú trọng việc bảo vệ, và giúp chúng phục hồi bằng cách dẫn dắt đúng đắn.

◀) 409

私は、未成年者であっても大人と同じように責任を負わせるべきだと考えるが、無論、罰を与えること自体が目的になってはならない。

2131	負う お	動1他 bear/背负/gánh vác, chịu trách nhiệm
2132	無論 むろん	副 of course/当然/đương nhiên
2133	自体 じたい	名 itself/自身/tự thân, bản thân

Personally, I believe that minors should bear responsibility in the same way as adults, but of course, punishment itself should not be the objective./但我觉得就算是未成年人，也应该和成年人一样背负责任。当然，让他受罚并不是目的本身。/ Tôi cho rằng dù là trẻ vị thành niên cũng phải chịu trách nhiệm như người lớn nhưng đương nhiên, bản thân việc trừng phạt không được trở thành mục đích.

◀) 410

近年、ヨーロッパには大量の難民が押し寄せ、多くの難民キャンプが過密状態となっている。この問題には、複数の国が連帯して対処する必要があるが、難民を救済するべきだという層と、難民の受け入れに反対する層に分裂しており、異なるイデオロギーをもつ者の間で論争が起こっている。

2134	難民 なんみん	名 refugee/难民/người tị nạn
2135	過密 かみつ	名 overcrowding/过于集中/sự đông đúc
2136	連帯[する] れんたい	名 動3自 solidarity, work together/联合[团结]/sự liên đới, liên đới

2137 □	**救済**[する] きゅうさい	名 動3他 relief, rescue/救济[救济]/sự cứu trợ, cứu trợ
2138 □	**層** そう	名 class, group/群体/tầng
2139 □	**分裂**[する] ぶんれつ	名 動3自 division, split/分裂[分裂]/sự chia rẽ, phân chia
2140 □	**イデオロギー**	名 ideology/观念思想/ý thức hệ, hệ tư tưởng
2141 □	**論争** ろんそう	名 controversy, dispute/争议/sự tranh luận, cuộc bút chiến

In recent years, Europe has seen a massive influx of refugees and many refugee camps have become overcrowded. This problem needs to be addressed by multiple countries in solidarity, but divisions exist between the group that believes that refugees should be rescued and the group that opposes the intake of refugees, causing dispute among those with differing ideologies./近年，有大量的难民涌往欧洲。大部分的难民营已经形成过于集中的状态。这个问题应该需要各国联合起来应对，但因为救济难民的群体和反对接收难民群体的观念思想分裂，导致争议不断。/Những năm gần đây, ở châu Âu có đông đảo người tị nạn kéo đến, nhiều trại tị nạn đang trong tình trạng đông đúc. Đối với vấn đề này, các nước cần liên kết xử lý, nhưng có sự chia rẽ giữa tầng lớp cho rằng phải cứu người tị nạn và tầng lớp phản đối tiếp nhận người tị nạn khiến xảy ra cuộc tranh luận giữa những người có ý thức hệ khác nhau.

🔊411

日本では戦後に行われていた「つめこみ型教育」への批判を契
機に、2002 年に「ゆとり教育」が導入された。これは、知識
重視の教育から、個性重視の教育に転換したことを意味する。
だが、当初から懸念されていた学力低下がマスコミで報じられ
るようになり、2012 年に廃止された。

2142	戦後 せんご	名 postwar (period)/战后/hậu chiến, sau chiến tranh
2143	契機 けいき	名 opportunity, turning point/契机/thời cơ, thời điểm
2144	ゆとり	名 tolerance, pressure-free/宽松/sự thong thả
2145	導入 [する] どうにゅう	名 動3他 introduction, introduce/导入[导入]/sự áp dụng, đưa vào sử dụng
2146	懸念 [する] けねん	名 動3他 concern, be concerned/担忧[担忧]/sự quan ngại, quan ngại
2147	報じる ほう	動2他 report/报导/sự thông báo, đưa tin
2148	廃止 [する] はいし	名 動3他 abolition, abolish/废除[废除]/sự bãi bỏ, bãi bỏ

In Japan, criticism of the postwar "cramming" education system was a turning point for the introduction of "pressure-free education" in 2002. This meant a shift from an emphasis on knowledge-based education to an emphasis on individual aspect of education. However, it was abolished in 2012 after the media began to report declining academic performance, which had been a concern from the beginning./在日本，战后实施的"填鸭式教育"受到广大批评，以此为契机，2002年导入了"宽松式教育"。这意味着教育从重视知识层面转变成重视个性层面。但一开始就被担忧的学力低下问题被媒体报导后，2012年被废除了。/Nhân cơ hội phê phán "giáo dục nhồi nhét" mà nước Nhật thực hiện sau chiến tranh, năm 2001 "giáo dục thong thả" được đưa vào áp dụng. Điều này có nghĩa là chuyển từ giáo dục lấy kiến thức làm trọng sang giáo dục xem trọng cá tính. Tuy nhiên, như từ đầu người ta đã quan ngại về việc học lực giảm sút nay đã được truyền thông đưa tin và năm 2012 đã được bãi bỏ.

Topic 23

産業
(さん)(ぎょう)

Industry / 行业 /
Ngành công nghiệp

No. 2149-2239

🔊 412

> (てっ)(こう)(ぎょう)(かい)は、(に)(ほん)が(せ)(かい)に(ほこ)れる(さん)(ぎょう)の(ひと)つであるが、(きん)(ねん)は
> (かい)(がい)メーカーの(たい)(とう)で、(し)(じょう)(きょう)(そう)が(はげ)しくなっている。そこで、
> (たか)い(ぎ)(じゅつ)(りょく)を(ぶ)(き)に(かい)(がい)(じ)(ぎょう)を(せっ)(きょく)(てき)に(てん)(かい)することで、これ
> までの(うり)あげ(だか)を(かく)(ほ)しようというのが(に)(ほん)メーカーの(せん)(りゃく)だ。

2149	鉄鋼 てっこう	名 steel/钢铁/gang thép
2150	台頭[する] たいとう	名 動3自 ascent, rise to prominence/崛起[崛起]/sự xuất hiện, xuất hiện
2151	市場 しじょう	名 market/市场/thị trường
2152	～高 だか	接尾 ~ quantity, ~ volume/~ 额/~ ròng, tổng ~

The steel industry is one of Japan's world-class industries, but in recent years the rise to prominence of foreign manufacturers has intensified market competition. Therefore, the strategy of Japanese manufacturers is to secure their existing sales volume by aggressively developing overseas business using their strong technological capabilities./钢铁业界，是日本可以向世界夸耀的行业之一，但近年来因为海外企业的崛起，市场竞争愈发激烈。所以，日本企业的战略是以高技术能力为武器，积极的进军海外事业，确保一直以来的销售额。/Ngành công nghiệp gang thép là một trong những ngành công nghiệp mà Nhật Bản có thể tự hào với thế giới nhưng những năm gần đây, cạnh tranh thị trường trở nên khốc liệt vì sự xuất hiện của các hãng sản xuất nước ngoài. Do vậy, việc đảm bảo doanh thu ròng từ trước đến nay bằng cách tích cực triển khai các dự án nước ngoài mà vũ khí là sức mạnh kỹ thuật cao là chiến lược của các hãng sản xuất Nhật Bản.

🔊 413

<u>かつて</u>は、就業規則で従業員の<u>兼業</u>や<u>副業</u>を禁止する企業も多かったが、近年は禁止しない企業が多数派となった。しかし、実際に兼業や副業をしている人の数は１割程度に<u>留まっている</u>という調査結果もある。

2153 ☐	かつて	副 in the past/曾经/lâu nay
2154 ☐	兼業[する] けんぎょう	名 動3他 concurrent position, work concurrently/兼职[兼职]/sự làm hai việc, làm hai việc song song
2155 ☐	副業 ふくぎょう	名 side job/副业[副业]/nghề tay trái, nghề phụ
2156 ☐	＋ 本業 ほんぎょう	名 main job/本业/nghề chính, công việc chính
2157 ☐	留まる とど	動1自 be limited to, be no more than/止于/dừng lại, lưu lại

In the past, many companies had employment regulations prohibiting employees from holding concurrent positions or side jobs, but in recent years, the majority of companies do not prohibit such activities. However, surveys have shown that no more than about 10% of employees actually have concurrent or side jobs./多企业曾经在就业规则中禁止员工去兼职、做副业。但近年反而不禁止的公司占多数。不过调查结果显示，真的有做兼职副业的人，只止于1成左右。/Từ trước đến nay, trong quy tắc làm việc, nhiều doanh nghiệp cấm nhân viên làm hai việc hoặc làm nghề tay trái nhưng những năm gần đây doanh nghiệp không cấm chuyện này trở nên đa số. Tuy nhiên, có kết quả điều tra cho thấy thực tế thì số người làm hai việc hoặc làm nghề tay trái chỉ dừng lại ở mức 10%.

🔊 414

シルクロードは中国の長安からローマを結ぶ古代の<u>交易</u>路である。シルクロードを使って<u>運搬</u>された主な交易品は絹であるが、同時に宗教や芸術、文化なども伝えられた。シルクロードは国境を越えた<u>運輸</u>インフラの基盤を作ったと言える。

2158 ☐	交易[する] こうえき	名 動3他 trade, trade/贸易[贸易]/thương mại, giao dịch
2159 ☐	運搬[する] うんぱん	名 動3他 transportation, transport/搬运[搬运]/sự vận chuyển, vận chuyển
2160 ☐	運輸 うんゆ	名 traffic, traansportation/运输/sự vận tải

The Silk Road was an ancient trade route connecting the city of Chang'an in China to Rome. The main trade item transported along the Silk Road was silk, but religion, art, and culture were also introduced along the way. The Silk Road can be described as having laid the foundation for cross-border transportation infrastructure./古代，丝绸之路是从中国长安到罗马的贸易之路。虽然利用丝绸之路搬运的主要交易品是丝绸，但同时也传递了宗教，艺术，文化等等。打造出超越国境的运输基础，这应该就是丝绸之路吧。/Con đường tơ lụa là con đường thương mại cổ đại kết nối từ Trường An của Trung Quốc đến Roma. Sản phẩm mua bán chủ yếu dùng con đường tơ lụa và được vận chuyển là tơ lụa nhưng đồng thời tôn giáo, nghệ thuật và văn hóa v.v. cũng được truyền bá. Có thể nói con đường tơ lụa đã tạo ra nền tảng cơ sở hạ tầng vận tải vượt biên giới.

🔊 **415**

A市には、地域の<u>特産</u>を活用した<u>新規</u>ビジネスに対して、補助金や<u>助成金</u>を支給する<u>独自</u>の制度がある。<u>資金</u>面での<u>制約</u>を受けやすい中小企業や<u>スタートアップ</u>企業が対象となる。

2161 ☐	特産 とくさん	名	specialty product/特产/đặc sản
2162 ☐	新規 しんき	名	new/新/mới
2163 ☐	＋新規作成[する] しんきさくせい	名 動3他	new creation, create anew/新建[建]/sự tạo mới, tạo mới
2164 ☐	助成[する] じょせい	名 動3他	assistance, grant/补助[补助]/sự hỗ trợ, hỗ trợ
2165 ☐	独自 どくじ	名	unique/独有/độc đáo, nguyên bản
2166 ☐	資金 しきん	名	finance, funds/资金/tiền vốn
2167 ☐	制約[する] せいやく	名 動3他	constraint, restrict/限制[限制]/sự hạn chế, hạn chế
2168 ☐	スタートアップ	名	start-up/启动/sự khởi nghiệp

City A has a unique system that provides subsidies and grants to new businesses that take advantage of local specialty products. Small and medium-sized enterprises and start-ups that are vulnerable to financial constraints are eligible for this program./A市有自己的独free政策，对运用当地特产新事业会支付辅助金和补助金。对象则是较会受到资金问题限制的中小企业和新启动的公司。/Thành phố A có chế độ độc đáo của riêng mình là chi cấp tiền hỗ trợ và tiền trợ cấp cho mảng kinh doanh mới sử dụng đặc sản của khu vực. Các doanh nghiệp vừa và nhỏ và các doanh nghiệp khởi nghiệp dễ bị hạn chế về mặt tiền vốn sẽ thuộc đối tượng của chế độ này.

Topic 23
● 産業

303

🔊 416

私の家は音楽一家で、小さい頃からピアノを習わされていた。中学生でギターを始めたが、下地があるのですぐ上達した。両親は私がピアニストになることを望んだが、私は友人とバンドを組んでデビューした。両親の希望通りではないが、同じ音楽業界だから許容範囲だろう。

2169	下地 したじ	名 grounding/底子/nền tảng
2170	業界 ぎょうかい	名 business, industry/业界/ngành nghề, giới
2171	許容[する] きょよう	名 動3他 tolerance, accept/容许[容许]/sự chấp nhận, tha thứ

My family is a musical family, and I was taught to play the piano from a young age. I started playing the guitar in junior high school, but I quickly improved because I had such a good grounding. My parents wanted me to become a pianist, but I made my debut in a band with my friends. It wasn't what my parents wanted, but I guess they accepted it since at least it was still in the music business./我们家是音乐家庭，从小我就被迫学钢琴。到了初中，我开始学吉他。因为底子好我马上就进步了。父母希望我当钢琴家，我却和朋友组乐队出道。虽说没有按照父母的希望，但这也算是音乐业界，可以说是容许范围内吧。/Gia đình tôi là một gia đình âm nhạc, từ nhỏ tôi đã được cho học piano. Tôi bắt đầu học ghi-ta từ thời THCS nhưng nhờ có nền tảng nên tiến bộ nhanh chóng. Bố mẹ kỳ vọng tôi trở thành nghệ sĩ piano nhưng tôi đã cùng bạn bè lập ban nhạc và ra mắt. Tuy không như kỳ vọng của bố mẹ nhưng hẳn là trong phạm vi chấp nhận được vì cũng là cùng ngành âm nhạc.

🔊 417

日本の鉱物資源は、種類は多いが量は少ない。1900年代初めの日本では金の採掘が盛んに行われていたが、採掘を続けていると、まとまった量の金が取れなくなってしまう。その結果、採算が合わなくなり、多くの鉱山が閉山した。

2172	鉱物 こうぶつ	名 mineral/矿物/khoáng sản, khoáng chất
2173	採掘[する] さいくつ	名 動3他 mining, mine/采挖[采挖]/sự khai thác, đào quặng
2174	採算 さいさん	名 profit/合算/lợi nhuận

2175	鉱山 こうざん	名 mine/矿山/mỏ

Japan's mineral resources are diverse but scarce in quantity. Gold mining was actively undertaken in Japan in the early 1900s, but if mining was to continue, it would no longer have been possible to mine large quantities of gold. As a result, it became unprofitable and many mines were closed./日本的矿物资源种类很丰富但数量很少。1900年代初期，在日本很兴盛采挖金子。但一直采挖后，已经挖不出可观的金子。结果因为不合算，很多矿山就封山了。/Nguồn khoáng sản của Nhật Bản tuy có nhiều loại nhưng số lượng ít. Đầu những năm 1900, ngành khai thác vàng rất thịnh ở Nhật nhưng khi cứ tiếp tục khai thác thì không còn lấy được số lượng vàng tập trung nữa. Kết quả đó là lợi nhuận không còn, nhiều mỏ đã bị đóng.

🔊 **418**

A：今度の商談、しくじったらややこしいことになりそうだなあ。
こんど　しょうだん

B：はい。これまで地道に集めてきた情報が無駄になってしまうだけじゃなく、パートナー企業にも影響を及ぼしかねないですもんね。策を練って必ずや成功させましょう。
じみち　あつ　じょうほう　むだ　きぎょう　えいきょう　およ　さく　ね　かなら　せいこう

2176	商談 しょうだん	名 business talks/商谈/thương vụ, cuộc đàm phán thương mại
2177	しくじる	動1他 blunder, mess up/失败/thất bại
2178	ややこしい	イ tricky, troublesome/麻烦/lộn xộn, phiền toái
2179	地道な じみち	ナ steady/踏实的/đều đặn, chắc chắn
2180	パートナー	名 partner/合作/cộng sự, sự hợp tác
2181	策 さく	名 measure, plan/策略/biện pháp, kế sách
2182	必ずや かなら	副 definitely/务必/nhất định, chắc chắn là

A: If I mess up these business talks, it's going to be troublesome. B: Yes. Not only will all the information we've been steadily gathering be wasted, but it could also affect our partner companies. Let's work out a plan and ensure it definitely succeeds./A: 这次的商谈，如果失败了就会很麻烦啊。 B: 是的，不仅一直以来踏实收集的资料会全白费，还有可能影响到合作公司。我们要想好策略务必成功。/A: Cuộc đàm phán thương mại lần này mà thất bại thì coi bộ phiền toái lắm đây. B: Ừ, không chỉ thông tin mình chăm chỉ góp nhặt lâu nay trở nên phí hoài mà còn gây ảnh hưởng đến cả doanh nghiệp hợp tác. Mình phải trau chuốt lại các biện pháp để nhất định làm cho nó thành công.

◀)419

都市に住む子育て世帯に、農業体験や酪農体験が人気だ。農場
を一般に開放し、畑を耕したり家畜の世話をしたりする。春は
茶摘み体験も人気だ。これらの体験を通じて、農産物が出荷さ
れる流れを学ぶことができる。

2183	酪農 らくのう	名 dairy farming/酪农/việc nuôi bò lấy sữa
2184	農場 のうじょう	名 farm/农场/nông trại
2185	耕す たがや	動1他 cultivate, plow/耕/cày bừa, làm ruộng
2186	家畜 かちく	名 livestock/家畜/gia súc
2187	茶摘み ちゃつ	名 tea leaf picking/采茶叶/hái chè
2188	+ 摘む つ	動1他 pick/采/hái, ngắt
2189	出荷[する] しゅっか	名 動3他 shipment, ship/出货[出货]/sự xuất hàng, đưa hàng ra thị trường

Farming and dairy farming experiences are popular among families with children living in cities. Farms are opened to the public, and visitors can cultivate the fields and care for livestock. In the spring, tea leaf picking is also popular. Through these experiences, visitors can learn how agricultural products are shipped./对住在都市地区的育儿家庭来说，体验农业和体验酪农很受欢迎。农场也会对一般人开放，可以耕田，照顾家畜。春天的采茶叶也很有人气。通过体验可以学习农产品到出货的流程。/Trải nghiệm làm nông và trải nghiệm vắt sữa bò rất được các hộ gia đình có con nhỏ sống ở thành phố yêu thích. Người ta mở cửa nông trại cho người dân thường để họ làm ruộng, chăm sóc gia súc. Vào mùa xuân, trải nghiệm hái chè cũng được ưa chuộng. Thông qua những trải nghiệm này, trẻ có thể học quy trình nông sản được đưa ra thị trường.

◀)420

1845 年、アイルランドで栽培されていたジャガイモに疫病が
発生し、大飢饉が起こった。これにより約 150 万人が命を落と
し、100 万人以上が航海してアメリカ大陸に渡り、移民となった。

| 2190 | 栽培[する]
 さいばい | 名 動3他 cultivation, grow/栽培[栽培]/sự trồng trọt, trồng trọt |
| 2191 | 疫病
 えきびょう | 名 blight, plague/疫病/dịch bệnh |

2192	飢饉 き きん	名 famine/饥荒/nạn đói
2193	命を落とす いのち お	句 loss of life/丧命/mất mạng, chết
2194	航海[する] こうかい	名 動3自 voyage, sail/航行[航行]/sự đi biển, đi tàu vượt đại dương
2195	移民 い みん	名 immigrant/移民/di dân

In 1845, a blight on potatoes grown in Ireland caused a great famine. This resulted in the loss of life of approximately 1.5 million people, and more than 1 million people sailed to the Americas to become immigrants there./1845年、爱尔兰栽培的马铃薯发生疫病，引起了大饥荒。有150万人因此丧命，而100万人以上航行至美洲成为移民。/Năm 1845, ở Ireland phát sinh dịch bệnh trên khoai tây đã được trồng, gây nên nạn đói lớn. Vì vậy mà khoảng 1,5 triệu người đã mất mạng, hơn 1 triệu người đi tàu vượt đại dương để đến châu Mỹ, trở thành di dân.

産業別の就業者数で最も多いのは、卸売・小売業で、製造業、サービス業とつづく。第一次産業の農業、林業、漁業の就業者数は減少が続いており、就業者の高齢化や後継者不足が深刻な問題となっている。

2196	就業[する] しゅうぎょう	名 動3自 employment, employ/就业[就业]/sự làm việc, làm việc
2197	卸売 おろしうり	名 wholesale/批发/sự bán buôn
2198	小売[する] こうり	名 動3他 retail, sell retail/零售[零卖]/sự bán lẻ, bán lẻ
2199	林業 りんぎょう	名 forestry/林业/lâm nghiệp
2200	後継者 こうけいしゃ	名 successor/接班人/người kế thừa

By industry, the wholesale and retail industries have the largest number of employees, followed by the manufacturing and service industries. The number of workers in the primary industries of agriculture, forestry, and fisheries continues to decline, and the aging workforce and lack of successors are serious problems./行业分别来看就业人数最多的是批发，零售业。紧接着制造业，服务业。第一产业的农业，林业，渔业的就业人数一直持续减少。而就业者的老龄化和接班人不足是个很深刻的问题。/Số người làm việc theo ngành công nghiệp nhiều nhất là ở ngành buôn bán sỉ và lẻ, tiếp theo là ngành sản xuất và ngành dịch vụ. Số người làm việc trong các ngành công nghiệp thứ 1 là nông nghiệp, lâm nghiệp, ngư nghiệp đang tiếp tục giảm, và sự già hóa trong số người làm việc cũng như thiếu người kế thừa đang trở thành vấn đề trầm trọng.

◀) **422**

先人たちは微生物の働きを利用して、パンやチーズ、酒などさまざまな食品を生み出してきた。これらのバイオテクノロジーは、食品のみならず、医療、エネルギーなど、さまざまな人間の営みの中に根付いている。しかし、行きすぎた開発は人間や自然の脅威になると考える人もいる。

2201	先人 せんじん	名 ancestors/先人/người xưa, tổ tiên
2202	微生物 び せいぶつ	名 microorganism/微生物/vi sinh vật
2203	生み出す う だ	動1他 produce/创造出/tạo ra
2204	バイオ(テクノロジー)	名 biotechnology/生物工学/(công nghệ) sinh học
2205	営み いとな	名 enterprise, lifestyle, behavior/营生/đời sống, sự làm việc
2206	根付く ね づ	動1自 take root/扎根/bén rễ
2207	行きすぎる い	動2自 go too far/过度/đi quá, thái quá
2208	脅威 きょうい	名 threat/威胁/sự đe dọa, mối đe dọa

Our ancestors used the workings of microorganisms to produce a variety of foods such as bread, cheese, and alcohol. These biotechnologies have taken root not only in food, but also in medicine, energy, and many other human enterprises. However, some people believe that if it goes too far, development poses a threat to both humans and the natural world./先人们利用微生物的作用，创造出了面包，奶酪，酒等等的各种食品。这些生物工学，不仅是食品，也扎根在人类营生中，例如医疗，能源等等。但有些人认为过度的研发，会威胁到人类与大自然。/Tổ tiên chúng ta đã lợi dụng hoạt động của vi sinh vật để tạo ra nhiều thực phẩm đa dạng như bánh mì, phô mai, rượu v.v. Không chỉ ở thực phẩm, những công nghệ sinh học này bén rễ vào đời sống của con người ở nhiều lĩnh vực như y tế, năng lượng v.v. Nhưng cũng có người cho rằng sự phát triển thái quá sẽ trở thành mối đe doạ con người và thiên nhiên.

経営危機にあるＡ社は、自社の株式を<u>売却し</u>経営の<u>スリム化</u>を
図った。そして、<u>倒産</u>という最悪な状況を回避するため、業界
最大手のＢ社と経営<u>統合し</u>、新会社を<u>設立した</u>。しかし、Ａ社
を<u>取り巻く</u>状況は<u>好転した</u>とは言い難く、Ｂ社がＡ社を<u>買収し
た</u>という<u>見方</u>もある。

2209	売却[する] ばいきゃく	名 動3他 sale, sell off/卖掉[出售]/sự bán, bán
2210	スリム化 か	名 slim down, streamline/消减/sự gọn nhẹ hóa, sự tinh giản hóa
2211	＋スリムな	ナ slim/苗条/gọn nhẹ, tinh giản
2212	倒産[する] とうさん	名 動3自 bankruptcy, go bankrupt/破产[破产]/sự phá sản, phá sản
2213	統合[する] とうごう	名 動3他 merger, merge/合并[合并]/sự sáp nhập, sáp nhập
2214	設立[する] せつりつ	名 動3他 establishment, establish/设立[设立]/sự thành lập, thành lập
2215	取り巻く と ま	動1他 enclose, surround/面临/vây quanh, bao quanh
2216	好転[する] こうてん	名 動3自 recovery, turn for the better/好转[好转]/sự cải thiện, chuyển biến tốt
2217	買収[する] ばいしゅう	名 動3他 purchase, buy/收购[收购]/sự mua, thu mua

Company A, which was in financial crisis, sold off its shares to streamline its management. In order to avoid the worst-case scenario of bankruptcy, it then merged with Company B, the largest company in its industry, and established a new company. However, the situation surrounding Company A can't really be described as a turn for the better, and some see it as Company B having bought Company A./A公司陷入经营危机，所以卖掉公司股份意图消减。然后为了回避最坏状况的破产，和业界最大公司的B公司经营合并，设立了新公司。但A公司面临的状况还是不能说有好转。因为有人觉得是B公司收购了A公司。/Khủng hoảng kinh doanh, công ty A bán cổ phần của công ty mình và hướng đến gọn nhẹ hóa kinh doanh. Và để tránh tình trạng xấu nhất là phá sản, họ đã sáp nhập kinh doanh với công ty B là công ty lớn nhất trong ngành để lập công ty mới. Nhưng khó lòng nói rằng tình trạng vây quanh công ty A đã chuyển biến tốt, có người cho rằng công ty B đã mua công ty A.

🔊 **424**

Ａ氏は 80 歳を超えてもなお現役の家具職人だ。 自ら材木屋に
足を運び、 目で見てから木材を仕入れる。 Ａ氏は樹木の特性を
活かした家具作りにこだわり、 納得のいくまで試行錯誤をくり
返す。 そんなＡ氏の仕事ぶりを見習うため、 全国各地から若い
職人が集まってくる。

2218 ☐	現役 げんえき	名 active role/现役/tại ngũ, đương chức
2219 ☐	材木 ざいもく	名 lumber, timber/木材/gỗ, vật liệu
2220 ☐	仕入れる しい	動2他 procure/进货/mua vào, nhập hàng
2221 ☐	樹木 じゅもく	名 tree/树木/cây
2222 ☐	特性 とくせい	名 characteristic/特性/đặc điểm, đặc tính
2223	試行錯誤[する] し こう さく ご	名 動3他 trial and error, do (something) by trial and error/反复尝试[反复尝试]/sự thử nghiệm để sửa lỗi, thử nghiệm sửa lỗi
2224	見習う み なら	動1他 learn/见习/học tập, học hỏi

Mr. A is a furniture maker who still plays an active role at over 80 years old. He goes to the lumber yard himself to procure lumber after seeing it with his own eyes. Mr. A is particular about making furniture that takes advantage of the unique characteristics of trees, repeating the process of trial and error until he is satisfied. Young artisans gather from all over the nation to learn from his work./A氏虽然已超过80岁，但现在还是一位现役的家具职人。他会亲自去木材店亲眼看过才进货。A氏讲究的就是利用树木特性来制作家具，反复尝试到己自满意为止。全国各地有很多多年轻职人聚集此地，都是为了见习A氏的工作态度。/Ông A tuy đã hơn 80 tuổi nhưng hiện vẫn là thợ làm đồ dùng gia đình. Ông tự mình đến tiệm vật liệu bằng gỗ, sau khi xem tận mắt rồi mới nhập vật liệu gỗ. Ông A rất cầu kỳ trong việc tạo các sản phẩm gia dụng phát huy đặc tính của cây, làm đi làm lại nhiều lần để sửa lỗi cho đến khi vừa ý mới thôi. Nhiều nghệ nhân trẻ khắp cả nước tập hợp đến để học tập tinh thần làm việc đó của ông A.

水産業の発展は養殖技術の発展に支えられてきたと言っても過
言ではない。2030年には食用水産物の生産量の6割以上が養
殖水産物になるという予測もある。漁船漁業と比べ計画的に生
産できることが養殖の強みだ。

2225	**水産業** すいさんぎょう	名 fisheries industry/水产业/ngành thủy sản
2226	**養殖**[する] ようしょく	名 動3他 aquaculture, cultivate/养殖[养殖]/sự nuôi trồng, nuôi trồng thủy sản
2227	**過言ではない** かごん	句 no exaggeration/并不过分/không quá lời
2228	**食用** しょくよう	名 for food use/食用/dùng để ăn
2229	**漁船** ぎょせん	名 fishing boat/渔船/thuyền đánh bắt cá
2230	**強み** つよ	名 strength/强项/điểm mạnh
2231	↔ **弱み** よわ	名 weakness/弱点/điểm yếu

It is no exaggeration to say that the development of the fisheries industry has been supported
by the development of aquaculture technology, and it is predicted that by 2030 more
than 60% of the production of marine products for food use will come from aquaculture.
Compared to using fishing boats, the strength of aquaculture is its ability to produce fish
systematically./水产业的发展是仰仗养殖技术的发展，这么说并不过分。有预测显示，2030
年食用水产物的生产量的6成以上是殖水产物。和渔船渔业相比，养殖的强项就是能够计
划生产。/Không quá lời khi nói sự phát triển của ngành thủy sản là nhờ được trợ giúp bởi
sự phát triển kỹ thuật nuôi trồng thủy sản. Có dự đoán cho rằng năm 2030, 60% trở lên sản
lượng thủy sản dùng để ăn sẽ là sản phẩm từ nuôi trồng thủy sản. Điểm mạnh so với ngành
ngư nghiệp dùng thuyền đánh bắt cá là có thể sản xuất theo kế hoạch.

◀》426

A社では、3年ほど前からソーシャルメディアを活用した<u>広報</u>活動に<u>転換</u>した。<u>インフルエンサー</u>と<u>コラボ</u>した<u>PR</u>、<u>マーケティング</u>など、<u>IT</u>を<u>駆使</u>した<u>広報活動</u>で<u>収益</u>を<u>倍増</u>させ、業績は<u>好調</u>のようだ。

2232 ☐	広報 こうほう	名 PR (public relations)/宣传/quảng cáo
2233 ☐	転換[する] てんかん	名 動3他 turnaround, switch/转换[转换]/sự chuyển đổi, chuyển đổi
2234 ☐	インフル エンサー	名 influencer/网红/người có tầm ảnh hưởng
2235 ☐	コラボ(レーション) [する]	名 動3他 collaboration, collaborate/联动[联动]/sự kết hợp, hợp tác
2236 ☐	マーケティング	名 marketing/营销/sự tiếp thị
2237 ☐	駆使[する] く し	名 動3他 utilization, drive/驱使[驱使]/sự sử dụng thành thạo, sử dụng thành thạo
2238 ☐	収益 しゅうえき	名 revenue/收益/thu nhập
2239 ☐	好調な こうちょう	ナ strong/顺利的/tốt, có triển vọng

Company A switched to social media-based PR activities about three years ago. The company has doubled its revenue through IT-driven PR activities, including PR and marketing in collaboration with influencers, and is apparently performing strongly./A公司从3年前左右开始转换以运用社交平台来做宣传活动。联动网红的PR活动，营销等等，驱动IT的宣传活动使之收益倍增。听说也顺利取得了好业绩。/Khoảng 3 năm trước, công ty A đã chuyển sang hoạt động quảng cáo sử dụng truyền thông xã hội. Họ gia tăng gấp đôi thu nhập nhờ hoạt động quảng báo sử dụng thành thạo CNTT như PR kết hợp với người có tầm ảnh hưởng, tiếp thị v.v và có vẻ thành tích rất có triển vọng.

Topic 24

政治・軍事
せい　じ　　ぐん　じ

politics / 政治 /
Chính trị - Quân sự

No. 2240-2365

🔊 427

野党は、軍事改革を推進し、国家防衛を強化するために、国防
や とう　　 ぐん じ かい かく　 　すい しん　　　 こっ か ぼう えい　　 きょう か　　　　　　　　こく ぼう
に関する革新的な政策を提案した。
　かん　　 かく しん てき　 せい さく　 てい あん

2240	野党 や とう	名 opposition party/在野党/đảng đối lập
2241	↔ 与党 よ とう	名 ruling party/执政党/đảng cầm quyền
2242	改革[する] かい かく	名 動3他 reform, reform/改革[改革]/sự cải cách, cải cách
2243	防衛[する] ぼう えい	名 動3他 defense, defend/防卫[防卫]/sự phòng vệ, phòng vệ
2244	国防 こく ぼう	名 national defense/国防/quốc phòng
2245	革新的な かく しん てき	ナ innovative/革新的/mang tính đổi mới
2246	+ 革新 かく しん	名 innovation, reform/革新/cách tân, sự đổi mới
2247	政策 せい さく	名 policy/政策/chính sách

The opposition party proposed an innovative national defense policy to promote military reform and strengthen national defense./在野党推进军事改革，为了强化国家防卫，提出了关于国防的革新政策。/Đảng đối lập đã đề xuất chính sách đổi mới liên quan đến quốc phòng nhằm thúc đẩy cải cách quân sự, tăng cường phòng vệ quốc gia.

313

🔊 **428**

<u>滑稽</u>な ことに、<u>脱税</u>の<u>疑惑</u>のある<u>人</u>が<u>国税庁</u>の<u>長官</u>に<u>指名</u>された。

2248	滑稽な こっけい	**ナ** hilarious, ludicrous/滑稽的/buồn cười, khôi hài
2249	疑惑 ぎわく	**名** suspicion/嫌疑/nghi vấn, sự nghi ngờ
2250	指名[する] しめい	**名** **動3他** nomination, nominate/指名[指名]/sự chỉ định, chỉ định

Ludicrously, a person suspected of tax evasion has been nominated to head the National Tax Agency./最滑稽的是，竟然有逃税嫌疑的人会被指名任命为国税局长官。/Buồn cười là người bị nghi ngờ trốn thuế đã được chỉ định làm người đứng đầu cơ quan thuế quốc gia.

🔊 **429**

<u>相手国</u>の<u>外相</u>は<u>日本</u>の<u>記者</u>に<u>対</u>し、<u>国交</u>正常化 50 周年の<u>節目</u>を<u>迎</u>え<u>両国</u>の<u>関係改善</u>を<u>掲げた</u> <u>首脳</u> <u>会談</u>の<u>実現</u>に<u>向</u>け、<u>具体的</u>に<u>検討</u>することを<u>表明</u>した。

2251	外相 がいしょう	**名** foreign (affairs) minister/外务大臣/Bộ trưởng bộ Ngoại giao
2252	= 外務大臣 がいむだいじん	**名** foreign (affairs) minister/外务大臣/Bộ trưởng bộ Ngoại giao
2253	国交 こっこう	**名** diplomacy/邦交/quan hệ ngoại giao
2254	掲げる かかげる	**動2他** herald, state/发表/treo, giương, đề xướng
2255	首脳 しゅのう	**名** top-level (leader)/首脑/đầu não, cấp cao
2256	会談[する] かいだん	**名** **動3自** summit, meet/会谈/hội đàm
2257	表明[する] ひょうめい	**名** **動3他** declaration, declare/表明[表明]/sự thể hiện, thể hiện, tuyên bố

The counterpart Foreign Minister declared to Japanese reporters that she would specifically consider holding a top-level summit with the stated aim of improving relations between the two countries on the 50th anniversary of the normalization of diplomatic relations./对象国家的外务大臣对日本的记者发表，在迎来邦交正常化50周年的这个转折点，表明要具体商讨怎么样可以实现改善两国关系的首脑会谈。/Bộ trưởng bộ Ngoại giao của quốc gia bạn đã tuyên bố với phóng viên của Nhật Bản là sẽ cân nhắc cụ thể, hướng đến tổ chức hội đàm cấp cao để xướng cải thiện quan hệ giữa hai quốc gia để đón cột mốc kỷ niệm 50 năm bình thường hóa quan hệ ngoại giao.

政治家の器は、「答え方」ないし「表情」で判断を下すことができるという。
せい じ か　うつわ　　こた　かた　　　　ひょうじょう　　はんだん　くだ

2258	器 うつわ	名 caliber, capacity/气度/khí chất
2259	ないし	接 or/还有/hoặc, từ ~ đến ~
2260	下す くだ	動1他 form (a conclusion), make (a decision)/下/đưa ra

You can form a conclusion on the caliber of a politician by the way he answers questions or by his facial expressions./据说政治家的气度，除了"答辩"，还有看"表情"可以下判断。/ Khí chất của chính trị gia là có thể đưa ra quyết định bằng "cách trả lời" hoặc "thái độ".

ある自治体では、赤字の続く財政を再建してほしいと市民から申し入れがあったことをきっかけに、市に住む実業家と協議して、解決を図った。
じ ち たい　　あか じ　つづ　ざいせい　さいけん　　　　し みん　もう　い　　　　　　　　　　　　　し　す　じつぎょうか　きょうぎ　　かいけつ　はか

2261	自治体 じ ち たい	名 local government, municipality/地方政府/tổ chức tự trị, chính quyền địa phương
2262	＋ 自治 じ ち	名 self-government/自治权/sự tự trị
2263	再建[する] さいけん	名 動3他 rebuilding, rehabilitate/重建[重建]/sự tái thiết, xây dựng lại
2264	申し入れ もう い	名 proposal, offer/建议/lời đề nghị
2265	＋ 申し入れる もう い	動2他 suggest/提出/đề nghị, đệ trình
2266	事業家 じ ぎょう か	名 businessperson, industrialist/实业家/doanh nhân
2267	協議[する] きょう ぎ	名 動3他 discussion, discuss/协议[讨论]/sự đàm phán, hiệp thương

When the local government received an offer from a citizen to rehabilitate its finances, which were still in the red, it discussed the matter with a local businessperson and worked out a solution./某地方政府收到市民提议希望能够重建一直亏损的财政。以此为契机，地方政府和居住在市内的实业家讨论，意图解决。/Ở một chính quyền địa phương nọ, nhân dịp có đề nghị của người dân là muốn tái thiết tài chính đang tiếp tục lỗ lã nên đã hiệp thương với các doanh nhân sống trong thành phố để hướng đến giải quyết.

Topic 24 ● 政治・軍事

🔊 432

ある国で副大統領の暗殺を企てた事件があり、広場にはそれに
抗議する人々が集まった。

2268	暗殺[する] あんさつ	名 動3他 assassination, assassinate/暗杀[暗殺]/sự ám sát, ám sát
2269	企てる くわだ	動2他 attempt, plan/计谋/lên kế hoạch, dự tính
2270	抗議[する] こうぎ	名 動3他 objection, protest/抗议[抗議]/sự phản đối, phản đối

After the assassination attempt on the vice president of a certain country, people gathered in the square to protest against it./发生了计谋某国副总统的暗杀事件。广场聚集了抗议的人们。/Ở quốc gia nọ có vụ án lên kế hoạch ám sát phó tổng thống, nhiều người phản đối điều này đã tập trung tại quảng trường.

🔊 433

日頃から物資を備蓄しているものの、災害時には行政の力では
到底すべてをカバーすることができないため、基金を作って賄
う必要がある。

2271	日頃 ひごろ	名 daily basis/平时/thường ngày
2272	物資 ぶっし	名 supplies/物资/vật tư
2273	備蓄[する] びちく	名 動3他 stockpile, stockpile/储备[儲備]/sự tích trữ, tích trữ
2274	到底～ない とうてい	句 (cannot) possibly (used as negative)/到底还是～无法/dù gì cũng không thể nào ~
2275	基金 ききん	名 foundation, fund/基金/tiền quỹ
2276	賄う まかな	動1他 cover (costs)/供应/trang trải

Although supplies are stockpiled on a daily basis, the government cannot possibly cover everything in the event of a disaster, so a fund needs to be created to cover costs./平时虽然有储备物资，但天灾时到底还是无法靠行政的一己之力来覆盖。还是需要筹备基金来供应。/Tuy thường ngày có tích trữ vật tư nhưng khi có thảm họa thì với năng lực của chính quyền dù gì cũng không thể đảm bảo cho tất cả nên cần phải lập quỹ để trang trải.

日本の法律は、国会議員や内閣から提出された法案を、国会で
に ほん ほうりつ   こっかい ぎ いん ない かく   ていしゅつ   ほうあん   こっかい
審議し、制定される。
しん ぎ   せいてい

2277	法案 ほうあん	名 bill, draft/法案/dự luật
2278	審議[する] しん ぎ	名 動3他 deliberation, deliberate/审议[议]/sự xem xét, thẩm định
2279	制定[する] せいてい	名 動3他 enactment, enact/制定[制定]/sự ban hành, ban hành

Laws in Japan are enacted after the Diet deliberates on bills submitted by Diet members or
the Cabinet./在日本的法律，国会议员或内阁提出的法案，会在国会中进行审后制定。/Luật
pháp Nhật Bản được ban hành bằng cách xem xét tại Quốc hội các dự luật do nghị viên quốc
hội và nội các đề xuất.

連合軍は、第二次世界大戦中に独裁者を倒すことで、敵国によ
れん ごう ぐん   だい に じ せ かいたいせんちゅう   どくさいしゃ たお   てきこく
る略奪を阻止し、捕虜を解放した。
りゃくだつ そ し   ほ りょ かいほう

2280	連合 れんごう	名 alliance/联合/liên hiệp
2281	+ 連盟 れんめい	名 federation, league/联盟/liên minh
2282	軍 ぐん	名 military/军/quân, quân đội
2283	+ 軍事 ぐん じ	名 military affairs/军事/quân sự
2284	独裁[する] どくさい	名 動3自 dictatorship, rule absolutely/独裁[独裁]/sự độc tài, độc tài
2285	略奪[する] りゃくだつ	名 動3他 looting, loot/掠夺[掠夺]/sự cướp bóc, tước đoạt
2286	捕虜 ほ りょ	名 prisoner (of war)/俘虏/tù binh

By overthrowing the dictator during World War II, the Allied military prevented looting by
enemies and liberated prisoners of war./联合军在二次世界大战中打倒独裁者，解放了俘虏阻
止了敌国掠夺。/Bằng cách đánh bại kẻ độc tài trong chiến tranh thế giới thứ 2, đội quân liên
hiệp đã ngăn chặn sự cướp bóc của kẻ địch, giải phóng tù binh.

🔊 **436**

市議会では、各種事業について、議会関係者からの行政視察の
し ぎ かい　　　かくしゅ じ ぎょう　　　　　　　　ぎ かいかんけいしゃ　　　　　ぎょうせい し さつ
受け入れを行っている。
う い　　　おこな

2287	事業 じ ぎょう	名 business service, project/事业/dự án, chương trình
2288	行政 ぎょうせい	名 administration/行政/hành chính
2289	視察[する] し さつ	名 動3他 inspection, inspect/视察[视察]/sự thị sát, thị sát

The city council accepts administrative inspections from council members regarding various projects./市议会接受议会相关人士去各种行业进行行政视察。/Trong cuộc họp nghị viên thành phố, mọi người đã tiến hành tiếp nhận thị sát hành chính từ các bên liên quan đến nghị hội về các dự án.

🔊 **437**

不正を犯したことが暴露された官僚は弁解したものの、国民か
ふ せい　おか　　　　　　　ばく ろ　　　　　かんりょう　べんかい　　　　　　　　　こくみん
らの反発を受けやむを得ず辞職を選択した。
はんぱつ　う　　　え　じ しょく　せんたく

2290	犯す おか	動1他 commit (a crime, etc.)/犯下/vi phạm, xâm phạm
2291	暴露[する] ばく ろ	名 動3他 exposure, expose/暴露[暴露]/sự vạch trần, bộc lộ
2292	官僚 かんりょう	名 bureaucrat/官员/quan chức
2293	弁解[する] べんかい	名 動3他 excuse, make excuses/辩解[辩解]/sự bào chữa, phản trần
2294	やむを得ない え	句 forced to, had no choice but to/不得已/miễn cưỡng, bất đắc dĩ
2295	辞職[する] じ しょく	名 動3自 resignation, resign/辞职[辞去]/sự từ chức, từ chức

The bureaucrat exposed for the injustices he had committed made excuses for his actions, but was forced to resign in the face of public outcry./被暴露出犯下不正当行为的官员虽然出来辩解，但还是遭受国民反抗，不得已只能选择辞职。/Quan chức bị vạch trần việc làm bất chính đã phản trần nhưng bị người dân phản đối, đành miễn cưỡng chọn cách từ chức.

<u>反乱</u>軍が施設に<u>爆弾</u>を投げ込んだため、<u>武装した</u> <u>兵隊</u>が駆けつ
けた。

2296	反乱[する] はんらん	名 動3自 rebellion, rebel/叛乱[叛乱]/sự phản loạn, làm phản
2297	爆弾 ばくだん	名 bomb/炸弹/bom
2298	武装[する] ぶそう	名 動3自 armaments, be armed/武装[武装]/vũ trang, trang bị vũ trang
2299	兵隊 へいたい	名 soldiers/兵队、部队/binh lính

The rebel forces threw a bomb into the compound, so armed soldiers rushed to the scene./叛
乱军朝设施投入炸弹，为此武装部队急忙赶来。/Quân làm phản đã quăng bom vào cơ sở nên
binh lính có vũ trang đã đuổi theo.

<u>植民地</u>支配は、支配国の利益を優先し、被支配国の<u>富</u>を奪うこ
とであり、<u>武力</u>行使による<u>明白な</u> <u>侵略</u>行為である。

2300	植民地 しょくみんち	名 colony/殖民地/thuộc địa
2301	富 とみ	名 wealth/财富/sự giàu có, tài sản, của cải
2302	＋富む と	動1自 to be wealthy/富裕/trù phú
2303	武力 ぶりょく	名 (military) force/武力/vũ lực
2304	明白な めいはく	ナ clear, obvious/明显的/minh bạch, rõ ràng
2305	侵略[する] しんりゃく	名 動3他 invasion, act aggressively/侵略[侵略]/sự xâm lược, xâm lược

Colonial rule means prioritizing the interests of the dominant country and depriving the
dominated country of its wealth, and is a clear act of invasion through the exercise of force./
统治殖民地就是以统治国家的利益为优先，抢夺被统治国家的财富，行使武力来进行明显的侵
略行为。/Đô hộ thuộc địa là ưu tiên lợi ích của nước đô hộ, chiếm đoạt của cải của nước bị
đô hộ và là hành vi xâm lược rõ ràng bằng cách sử dụng vũ lực.

Topic 24 ● 政治・軍事

◀》440

国連は紛争を解決するため莫大な時間と労力を使っている。し
こくれん　ふんそう　かいけつ　　　　　　ばくだい　じかん　ろうりょく　つか
かしながら、それでも世界では紛争が絶えない。
せかい　　ふんそう　た

2306 ☐	国連／国際連盟 こくれん　こくさいれんめい	名 United Nations (UN)/联合国/Liên hiệp quốc
2307 ☐	紛争[する] ふんそう	名 動3自 conflict, be in conflict/纷争[纷争]/sự xung đột, xung đột
2308 ☐	莫大な ばくだい	ナ enormous/大量的/lớn, khủng, khổng lồ
2309 ☐	しかしながら	接 however/然而/tuy nhiên

The United Nations spends an enormous amount of time and effort to resolve conflicts.
However, conflicts still persist around the world./联合国用大量的时间，劳力来解决纷争。然
而这个世界的纷争还是源源不绝。/Liên hiệp quốc sử dụng thời gian và công sức khổng lồ để
giải quyết xung đột. Tuy nhiên, dù vậy thế giới vẫn không ngừng xung đột.

◀》441

そのワーキンググループでは、活動方針を改定するため、まず
かつどうほうしん　かいてい
会議でメンバーが今後の活動プランの大筋を決定した。座長が
かいぎ　　　　　　こんご　かつどう　　　　おおすじ　けってい　　　ざちょう
不在のため、決定権は座長代理に委任されていた。
ふざい　　　けっていけん　ざちょうだいり　いにん

2310 ☐	改定[する] かいてい	名 動3他 revision, revise/修订[修订]/sự sửa đổi, sửa đổi
2311 ☐	大筋 おおすじ	名 outline/大纲/đề cương
2312 ☐	座長 ざちょう	名 chairperson/议长/chủ tọa
2313 ☐	委任[する] いにん	名 動3他 delegation, delegate/委任[委任]/sự ủy nhiệm, ủy nhiệm

In that working group, in order to revise its activity policy, the members first met to decide
on an outline for plans for future activities. Since the chairperson was not present, decision-
making authority was delegated to the acting chairperson./那个工作团队为了修订活动方针，
先由成员开会决定今后活动方案的大纲。因为议长不在，决定权就委任给议长代理。/Nhóm
làm việc đó, trước tiên các thành viên đã quyết định để cương của kế hoạch hoạt động trong
tương lai tại cuộc họp để sửa đổi phương châm hoạt động. Do vắng mặt chủ tọa nên quyền
quyết định được ủy nhiệm cho đại diện chủ tọa.

民主主義の根幹は、自由で公正な選挙を通じて発足した 政権の
みんしゅしゅぎ こんかん じゆう こうせい せんきょ つう ほっそく せいけん
統治を受け入れることにある。
とうち う い

2314	根幹 こんかん	名 basis/根本/cốt lõi
2315	発足[する] ほっそく	名 動3自 inauguration, inaugurate/成立[成立]/sự thành lập
2316	政権 せいけん	名 government/政权/chính quyền
2317	統治[する] とうち	名 動3他 rule, rule/统治[统治]/sự thống trị, thống trị

The basis of democracy is the acceptance of the rule of a government inaugurated through free and fair elections./民主主义的根本，是通过自由公正的选举，来接受成立政权的统治。/ Cốt lõi của chủ nghĩa dân chủ nằm ở việc tiếp nhận sự thống trị của chính quyền được thành lập thông qua bầu cử tự do và công bằng.

中国人民元の為替政策に関する研究によると、そもそも 人民銀
ちゅうごくじんみんげん かわせ せいさく かん けんきゅう じんみんぎん
行が早い段階で元の切り上げを阻止し、市場介入 に踏み切った
こう はや だんかい げん き あ そし しじょうかいにゅう ふ き
のは外貨不足を解消しようとしたためであったとされている。
がいか ぶそく かいしょう

2318	そもそも	名 副 (in) the first place, to begin with/原本/ngay từ đầu, vốn dĩ
2319	介入[する] かいにゅう	名 動3自 intervention, intervene/介入[介入]/sự can thiệp, can thiệp
2320	踏み切る ふ き	動1自 act decisively, take the plunge/下定决心/quyết định, bắt tay vào
2321	外貨 がいか	名 foreign currency/外币/ngoại tệ

According to research into China's renminbi exchange rate policy, the reason the People's Bank of China stopped revaluing the yuan at an early stage in the first place and took the plunge to intervene in the market was to try to solve the foreign currency shortage./关于中国人民币的外汇政策研究显示，人民银行原本想要在早期阶段消除外汇不足的问题，才会下定决心介入市场。/Theo nghiên cứu về chính sách hối đoái đồng Nhân dân tệ thì ngay từ đầu việc Ngân hàng Nhân dân đã ngăn chặn việc tăng giá đồng tiền từ giai đoạn sớm, quyết định can thiệp vào thị trường là do muốn giải quyết việc thiếu ngoại tệ.

🔊 444

会議で国民の要請を受けて作られた<u>議案</u>が、議会の<u>承認</u>を得て
かい ぎ　こくみん　ようせい　う　　　つく　　　　　ぎ あん　　　ぎ かい　しょうにん　え
<u>可決</u>された。
か けつ

2322 ☐	議案 ぎ あん	名 proposal/议案/đề án, luật dự thảo
2323 ☐	承認[する] しょうにん	名 動3他 approval, approve/承认[承认]/sự chấp nhận, thừa nhận
2324 ☐	可決[する] か けつ	名 動3他 passage, pass/通过[通过]/sự phê chuẩn, tán thành
2325 ☐	↔ 否決[する] ひ けつ	名 動3他 rejection, fail to pass/否决[否决]/sự bác bỏ, phủ quyết

The proposal drafted at the meeting at the request of the people passed with the approval of the Assembly./在会议上受国民之托而拟定的议案得到议会承认顺利通过了。/Luật dự thảo được lập sau khi tiếp nhận yêu cầu của người dân ở cuộc họp đã được chấp nhận ở cuộc họp quốc hội và được phê chuẩn.

🔊 445

<u>崇拝</u>する神様の違いで<u>迫害</u>されていた人々が<u>暴動</u>を起こし、国
すうはい　かみさま　ちが　　　はくがい　　　　　　ひとびと　ぼうどう　お　　　くに
が分断されることがある。そのため、国が特定の宗教を支持せ
ぶんだん　　　　　　　　　　　　　　くに　とくてい　しゅうきょう　し じ
ず、政治と宗教を<u>分離</u>する原則が必要である。
せい じ　しゅうきょう　ぶん り　　　げんそく　ひつよう

2326 ☐	崇拝[する] すうはい	名 動3他 worship, worship/崇拜[崇拜]/sự sùng bái, thờ cúng
2327 ☐	迫害[する] はくがい	名 動3他 persecution, persecute/迫害[迫害]/sự bức hại, bức hại
2328 ☐	暴動 ぼうどう	名 riot/暴动/cuộc bạo động
2329 ☐	分離[する] ぶん り	名 動3他 separation, separate/分开[分开]/sự phân biệt, tách bạch

When people persecuted for worshipping different gods riot, it can divide the country. This is why we need the principle that insists the state does not support any particular religion, separating politics from religion./有时会因崇拜的神明不同，被迫害的人们会引起暴动，导致国家分裂。因此原则上我认为国家不能支持特定宗教，政治和宗教必须分开。/Quốc gia có thể bị chia rẽ do những người bị bức hại vì sự khác nhau về vị thần mà mình thờ cúng gây nên cuộc bạo động. Do đó, quốc gia cần có nguyên tắc là không ủng hộ một tôn giáo cụ thể nào, và phân biệt rạch ròi giữa chính trị và tôn giáo.

トランスペアレンシー・インターナショナルでは、世界各国の
政治家や公務員が、どれだけ腐敗や汚職にまみれているかにつ
いて調査をしている。

2330	公務員 こうむいん	名 civil servant, public official/公务员/công chức
2331	＋ 公務 こうむ	名 public service/公务/công vụ
2332	腐敗[する] ふはい	名 動3自 corruption, go rotten/腐败[腐败]/sự sa đọa, sa đọa
2333	汚職 おしょく	名 corruption/贪污/tham nhũng

Transparency International conducts research on the extent to which politicians and public officials around the world go rotten and fall into corruption./透明国际，是调查关于世界各国的政治家，公务员贪污腐败的组织。/Tổ chức minh bạch quốc tế điều tra xem các chính trị gia, công chức của các nước trên thế giới bị dính chàm sa đọa, tham nhũng ở mức độ nào.

かねてから保守的な政治を貫いてきた国でも、時には変革を求
める声が上がることがある。

2334	かねてから	副 for some time, long/一直以来/từ trước, một lúc nào đó
2335	＝ かねてより	副 previously, for some time/一向/từ trước đến nay
2336	保守的な ほしゅてき	ナ conservative/保守/mang tính bảo thủ
2337	変革[する] へんかく	名 動3他 change, change/变革[改革]/sự cải cách, cải cách

Even within countries that have long been conservative in their politics, there are sometimes calls for change./就算一直以来贯彻保守政治的国家，有时候也会有声音提出需要变革。/Từ trước đến nay, ngay cả một quốc gia xuyên suốt nền chính trị bảo thủ cũng có khi có ý kiến yêu cầu cải cách.

🔊 **448**

戦争をめぐって、激化した緊張の<u>緩和</u>を図る際に<u>肝心</u>なのは、
_{せんそう}　　　　_{げきか}　　_{きんちょう}　_{かんわ}　_{はか}　_{さい}　_{かんじん}
<u>中立</u>の立場で<u>情勢</u>を判断することだ。
_{ちゅうりつ}　_{たちば}　_{じょうせい}　_{はんだん}

2338	緩和[する] _{かんわ}	名 動3他 easing, ease/缓解[缓解]/sự giảm nhẹ, làm giảm nhẹ
2339	肝心な _{かんじん}	ナ critical, vital/重要的/cốt lõi, quan trọng
2340	中立 _{ちゅうりつ}	名 neutrality/中立/sự trung lập
2341	情勢 _{じょうせい}	名 situation/局势/tình thế, tình hình

The critical thing in easing the escalating tensions over the war is to judge the situation from a standpoint of neutrality./于战争中，缓解紧张最重要的，就是要站在中立的立场来判断局势。/Xoay quanh chiến tranh, vấn đề cốt lõi khi hướng đến giảm nhẹ căng thẳng đã trở nên dữ dội là đánh giá tình thế trên lập trường trung lập.

🔊 **449**

国会議員の<u>合意</u>により大統領が<u>失脚</u>し、新たに選挙が行われた。
_{こっかいぎいん}　_{ごうい}　　　_{だいとうりょう}　_{しっきゃく}　_{あら}　_{せんきょ}　_{おこな}
選挙の結果、庶民のための政策を<u>公約</u>とした候補者が<u>当選</u>した。
_{せんきょ}　_{けっか}　_{しょみん}　　　_{せいさく}　_{こうやく}　　_{こうほしゃ}　_{とうせん}

2342	合意[する] _{ごうい}	名 動3自 agreement, consent/达成协议[达成协议]/sự nhất trí, đồng ý
2343	失脚[する] _{しっきゃく}	名 動3自 loss of (one's) position, be ousted/倒台[倒台]/sự thất bại, bị mất chức
2344	公約[する] _{こうやく}	名 動3他 public promise, promise publicly/诺言[承诺]/sự giao ước, giao ước công khai
2345	当選[する] _{とうせん}	名 動3自 election, be elected/当选[当选]/sự trúng cử, trúng

By agreement of the members of the National Assembly, the President was ousted and new elections were held. As a result of the election, the candidate who had made a public promise to enact policies for the good of the common people was elected./国会议员达成协议，使总统倒台举行新的选举。选举的结果，承诺会为老百姓制定政策的候选人当选了。/Tổng thống bị mất chức vì sự đồng ý của nghị viên quốc hội, cuộc bầu cử mới được tổ chức. Kết quả của cuộc bầu cử là ứng viên giao ước chính sách vì dân thường đã trúng cử.

自主財源とは、財政用語で自主的に調達できる財源のことである。例えば分担金および負担金、使用料、手数料などがそれに当たる。

2346	財源 ざいげん	名 revenue source/财源/tài chính, nguồn tài nguyên

2347	財政 ざいせい	名 finance/财政/tài chính

2348	および	接 and/以及/và, cũng như

"Internal revenue source" is a finance term referring to sources of procurement that can be obtained on an independent basis. For example, this includes shared costs and contributions, usage fees, handling fees, and so on./自主财源是财政用语。是指可以自主性调动的财源。例如分担额，负担额，使用费，手续费等等。/Tài chính độc lập là một thuật ngữ tài chính, là nguồn tài chính có thể huy động mang tính độc lập. Ví dụ tiền thu được từ việc sử dụng cơ sở vật chất công cộng và tiền tự chi trả, tiền sử dụng, tiền phí v.v. thì tương ứng với điều này.

1923年1月、フランスのポアンカレ内閣は、ヴェルサイユ条約で義務とされた賠償金を支払うよう求め、ドイツ共和国に軍を送った。

Topic 24 ● 政治・軍事

2349	内閣 ないかく	名 cabinet/内阁/nội các

2350	条約 じょうやく	名 treaty/条约/hòa ước

2351	賠償[する] ばいしょう	名 動3他 reparation, compensate/赔偿[赔偿]/sự đền bù, bồi thường

In January 1923, the Poincaré cabinet of France sent troops to the German Republic to demand that it pay the reparations required by the Treaty of Versailles./1923年1月，法国的普恩加莱内阁发动军队前往德国，要求支付凡尔赛条约的义务赔偿金。/Tháng 1 năm 1923, nội các Poincaré của Pháp đã yêu cầu thanh toán số tiền đền bù được xem là nghĩa vụ qua Hòa ước Versailles và đã gửi quân đội đến nước Cộng hòa Đức.

🔊 452

政治家がメディアを使って偽の情報を<u>ばらまき</u>、国民をだまそ
うとしたそうだ。議会で追及しても<u>とぼける</u>その姿は<u>見苦し</u>
<u>かった</u>。

2352	ばらまく	動1他 broadcast, spread/散发/tung ra
2353	とぼける	動2自 play dumb, play innocent/装傻/giả nai, lẩn thẩn
2354	見苦しい みぐる	イ despicable/难看/khó coi, xấu xí

Apparently, a politician tried to deceive the public by spreading false information through the media. It was despicable to see him play innocent when questioned in the Diet./政治家利用媒体散发假消息想要欺骗国民。在议会被追究还装傻，真是难看。/Nghe nói chính trị gia đã lợi dụng truyền thông để tung tin giả lừa người dân. Cái dáng giả nai dù bị truy vấn ở Quốc hội thật khó coi.

🔊 453

制裁措置は国際法に基づく公的な行動であるが、その実行には
理事国の思惑が絡むことも少なくない。

2355	制裁[する] せいさい	名 動3他 sanction, sanction/制裁[制裁]/sự chế tài, trừng phạt
2356	措置[する] そち	名 動3他 measure, take action/措施[措施]/biện pháp, xử lý
2357	公的な こうてき	ナ public, official/官方/mang tính công, chung
2358	↔ 私的な してき	ナ private, non-official/民间/mang tính tư, riêng

Sanction measures are official actions based on international law, but their implementation often involves furthering the agendas of Council member countries./以国际法为准的制裁措施属于官方行动，但实行起来却不排除含有很多理事国的企图。/Biện pháp chế tài là hành động mang tính công cộng dựa theo Luật Quốc tế nhưng để thực hiện điều đó thì cũng có không ít trường hợp vướng phải quan điểm của các nước thành viên.

2019 年の日本銀行の見解によると、消費税率の引き上げなど
の影響で、日本の経済・物価動向は楽観できない状況が続いて
いるとされる。

2359	引き上げ ひ あ	名 hike, increase/提高/sự tăng, sự nâng lên
2360	↔ 引き下げ ひ さ	名 decrease, lowering/降低/sự giảm, sự hạ xuống
2361	楽観[する] らっかん	名 動3他 optimism, be optimistic/乐观[乐观]/sự lạc quan, lạc quan

According to the Bank of Japan's outlook in 2019, Japan's economic and price trends remain
less than optimistic due to the impact of the consumption tax rate hike and other factors./按
照2019年日本银行的见解来看，因为提高消费税率的影响，日本的经济，物价动向一直并不
乐观。/Theo đánh giá của Ngân hàng Nhật Bản năm 2019, do ảnh hưởng của việc tăng thuế
tiêu thụ v.v. mà tình hình kinh tế, xu hướng vật giá ở Nhật được cho là tiếp tục tình trạng
không mấy lạc quan.

近代以降、イギリスは国土を守るために他国と同盟関係を持た
ず、勢力均衡の原則を基本とする方策を実施してきた。

2362	国土 こくど	名 national territory/国土/lãnh thổ quốc gia
2363	同盟 どうめい	名 alliance/结盟/đồng minh
2364	勢力 せいりょく	名 force, power/势力/thế lực
2365	方策 ほうさく	名 measure/策略/đối sách, biện pháp

In the modern era, the United Kingdom has implemented measures based on the principle
of a balance of power, without entering alliances with other countries, in order to protect its
national territory./近代以后，英国为了保卫国土，不和其他国家结盟，原则上都是实施以势
力均衡为基本策略。/Kể từ thời cận đại trở đi, nước Anh không có mối quan hệ đồng minh
với các nước khác mà thực hiện đối sách lấy nguyên tắc cân bằng thế lực làm cơ sở để bảo vệ
lãnh thổ quốc gia.

Topic 25

法律・事件
ほう りつ・じ けん

Legal Affairs & Cases /
法律・事(案)件 /
Pháp luật – Vụ án

No. 2366-2443

🔊 456

> A：そういえば、高校通ってたときに学校を爆破するって脅迫
> こうこうかよ　　　　　　　　　　ばくは　　　　　きょうはく
> 騒ぎがあった話ってしたっけ。
> さわ　　　　　　はなし
> B：いや、初耳だけど。
> はつみみ
> A：それが、犯人が実はクラスメートでさ。発覚したときはびっ
> はんにん　じつ　　　　　　　　　　　　はっかく
> くりしたなあ。

2366	爆破[する] ばくは	名 動3他 bombing, blow up/爆破[爆破]/sự cho nổ, cho nổ
2367	脅迫[する] きょうはく	名 動3他 threat, threaten/威胁[威胁]/sự đe dọa, đe dọa
2368	初耳 はつみみ	名 first time hearing (something)/第一次听说/việc mới nghe lần đầu tiên
2369	発覚[する] はっかく	名 動3自 finding, discover/暴露[被揭穿]/sự phát giác, phát hiện

A: Hey, did I ever tell you about when I was in high school and there was a big commotion about a threat to bomb the school? B: No, that's the first time I've heard of it. A: Well, the culprit was actually a classmate of mine. I was so surprised when the fact was discovered./A: 说起来，我对你说过上高中的时候闹出威胁要爆破学校的事吗？ B: 没有，第一次听说。 A: 结果那个犯人竟然是同班同学，他被揭穿时吓我一跳呢。 /A: Nói mới nhớ, nghe kể hồi học cấp 3, có vụ náo động đe dọa sẽ cho nổ trường hả? B: Làm gì, mới nghe lần đầu á. A: Vụ đó, thật ra thủ phạm là đứa bạn cùng lớp. Lúc phát giác tớ giật cả mình luôn.

本日未明、山の中で身元不明の３人の死体が見つかった。３人
は親子であると見られ、無理心中ではないかと言われているが、
証拠がなく真相は闇の中である。

2370	未明 みめい	名 dawn/凌晨/rạng sáng
2371	身元 みもと	名 identity/身份/nhân dạng, nhân thân
2372	心中 [する] しんじゅう	名 動3自 double suicide, group suicide/集体自杀[集体自杀]/sự tự sát tập thể, tự sát tập thể
2373	真相 しんそう	名 truth/真相/chân tướng, sự thật

At dawn today, three bodies, whose identities are unclear, were found in the mountains. All
three are believed to be related, and there is speculation that it was a forced group suicide,
but there is no evidence and the truth remains unknown./今天凌晨，在山中发现了3位身份不
明的尸体。3人看起来像是一家人（父母和孩子），被认为应该是强迫性集体自杀，但没有证
据所以真相还未明确。/Rạng sáng hôm nay, có 3 thi thể không rõ nhân thân được phát hiện
trong núi. Người ta cho rằng 3 người này là cha mẹ và con, và được cho rằng họ tự sát tập thể
miễn cưỡng nhưng do không có bằng chứng nên sự thật vẫn còn đang trong bóng tối.

先日、ある地域で幼い子どもが誘拐される事件が発生した。追
跡する過程でさらわれた子どもは無事に保護されたものの、依
然として犯人の捜索は続いている。

2374	誘拐 [する] ゆうかい	名 動3他 abduction, abduct/诱拐[诱拐]/sự bắt cóc, bắt cóc
2375	追跡 [する] ついせき	名 動3他 pursuit, pursue/追踪[跟踪]/sự truy vết, truy vết
2376	さらう	動1他 carry away, kidnap/拐带/bắt cóc, dẫn đi
2377	捜索 [する] そうさく	名 動3他 search, search/搜索[搜索]/sự tìm kiếm, tìm kiếm

Recently, an incident occurred in which a young child was abducted in certain area. As
the case was pursued, the kidnapped child was safely recovered, but the search for the
perpetrators is still ongoing./前几天，某地区发生了幼小儿童诱拐事件。追踪的过程中顺利
的保护了被拐带的孩子，但依然在搜索犯人。/Hôm trước đã xảy ra một vụ bắt cóc trẻ nhỏ ở
khu vực nọ. Trong quá trình truy vết, đứa trẻ bị bắt cóc đã được bảo hộ an toàn nhưng việc
tìm kiếm tên tội phạm vẫn đang tiếp tục.

🔊 459

法廷では、量刑といって犯罪行為に対する刑罰を決定する作業
が行われる。その際、被告人を弁護するために身内や知人が証
人になる場合がある。彼らが証言する内容によっては刑罰が軽
減されることがあり、重要な役割を担っている。

2378	法廷 ほうてい	名 court (of law)/法庭/tòa án, pháp đình
2379	刑罰 けいばつ	名 punishment/刑罚/hình phạt
2380	被告人 ひこくにん	名 the accused/被告人/bị cáo
2381	弁護[する] べんご	名 動3他 defense, defend/辩护[辩护]/sự biện hộ, biện hộ
2382	証人 しょうにん	名 witness/证人/nhân chứng
2383	証言[する] しょうげん	名 動3他 testimony, testify/证词[作证]/lời khai, khai, làm chứng

In court, the process of determining the punishment for a criminal act, known as sentencing,
takes place. In such cases, relatives and acquaintances may serve as witnesses in defense of
the accused. Depending on how they testify, the punishment may be reduced, so they play an
important role./在法庭对犯罪行为决定刑罚的工作称之为量刑。这时为了辩护被告人，会有亲
人或朋友来当证人。有时候会因为他们的证词内容来减轻刑罚，是很重要的角色。/Công việc
quyết định hình phạt đối với các hành vi phạm tội nặng được diễn ra ở tòa án. Khi đó, có
trường hợp người thân hoặc người quen làm nhân chứng để biện hộ cho bị cáo. Tùy vào nội
dung mà họ khai, có khi hình phạt được giảm nhẹ nên họ nắm vai trò quan trọng.

🔊 460

ある人物がインターネットの掲示板で他のユーザーを罵り、中
傷する書き込みをした。これにより被害者は法的手段を取るこ
とを決め、訴訟を起こそうとした。しかし、お互いに話し合っ
た結果、和解することとなった。

2384	罵る ののし	動1他 be abusive/诋毁/chửi, mắng
2385	中傷[する] ちゅうしょう	名 動3他 defamation, slander/中伤[中伤]/sự phỉ báng, phỉ báng
2386	訴訟[する] そしょう	名 動3自 lawsuit, sue/诉讼[诉讼]/sự tố tụng, thưa kiện

2387	和解[する] わかい	名 動3自 peacemaking, settle/和解[和解]/sự hòa giải, hòa giải

Someone made abusive and defamatory posts about another user on an internet bulletin board. The victim decided to take legal action and tried to file a lawsuit. However, after a mutual discussion, the two parties settled the case./某个人在网上发帖子诋毁，中伤其他用户，因此受害人决定采取法律途径提起诉讼。但互相谈话后的结果，决定和解。/Nhân vật nọ đã viết lời chửi mắng, phỉ báng người dùng khác trên bảng tin internet. Vì vậy mà nạn nhân quyết định dùng luật pháp, muốn thưa kiện. Nhưng kết quả của việc nói chuyện với nhau là họ quyết định hòa giải.

◆))461

最近、この地域では放火事件が相次いで起きている。現場付近では鋭い目つきをした不審な人物が目撃されている。犯人が捕まった場合、有罪判決は免れないだろう。

2388	放火[する] ほうか	名 動3自 arson, set fire/纵火[纵火]/sự phóng hỏa, phóng hỏa
2389	相次ぐ あいつぐ	動1自 occur one after another/相继/liên tiếp, hàng loạt
2390	目つき め	名 look (in the eyes)/眼神/ánh mắt
2391	不審な ふしん	ナ suspicious/可疑的/khả nghi
2392	目撃[する] もくげき	名 動3他 witnessing, witness/目击[目击]/sự bắt gặp, mục kích, chứng kiến
2393	有罪 ゆうざい	名 guilty/有罪/có tội
2394	↔ 無罪 むざい	名 not guilty/无罪/vô tội
2395	判決[する] はんけつ	名 動3他 judgment, find/判决[裁决]/sự phán quyết, phán quyết

Recently, arson incidents have been occurring one after another in the local area. A suspicious fellow with a cunning look has been witnessed near the scenes. If the culprit is caught, he will probably be found guilty./最近在这片地区相继发生纵火案，有人在现场附近目击到有着犀锐眼神的可疑人物。如果犯人被抓到一定无法避免有罪判决。/Gần đây, khu vực này xảy ra hàng loạt các vụ phóng hỏa. Có người mục kích một nhân vật khả nghi với ánh mắt sắc ở gần hiện trường. Nếu tên tội phạm bị bắt thì chắc là không thoát được phán quyết có tội.

🔊 **462**

先日、旅客機が<u>乗っ取られる</u>事件が発生し、乗客が<u>人質</u>として
<u>巻き込まれた</u>。後日、政府から犯人による<u>声明</u>が発表され、数
名の乗客が<u>拘束されて</u>いることが明らかになった。その他の乗
客については<u>生死</u>不明である。

2396	乗っ取る の と	動 1 他 hijack, take over/劫持/đoạt, giành, cướp
2397	人質 ひとじち	名 hostage/人质/con tin
2398	巻き込む ま こ	動 1 他 catch, involve/卷入/bị dính vào, bị cuốn vào
2399	声明 せいめい	名 declaration, statement/声明/lời tuyên bố
2400	拘束[する] こうそく	名 動 3 他 restraint, detain/限制[限制]/sự bắt, bắt
2401	生死 せいし	名 alive or dead, safety/生死/sinh tử, sống chết

Recently, an airliner was hijacked and passengers were involved in the incident as hostages. Later, a statement by the perpetrators was released by the government, revealing that several passengers had been detained. As for the other passengers, their safety is unknown./前几天, 发生了乘客被卷入成为人质的劫持客机事件。过几天, 政府发表犯人的声明, 表示还有数名乘客被犯人限制住。关于其他乘客则是生死未卜。/Hôm trước đã xảy ra một vụ cướp máy bay, hành khách bị bắt làm con tin. Những ngày sau đó, lời tuyên bố của tên tội phạm được chính phủ công bố, và người ta được biết có vài hành khách bị bắt. Những hành khách khác thì không rõ sống chết ra sao.

🔊 **463**

<u>ストーカー</u>被害が社会問題となった結果、日本では平成 12 年に
ストーカー行為を規制する法律が制定され、半年後に<u>施行され</u>
<u>た</u>。<u>他方</u>、<u>加害者</u>を<u>処罰する</u>だけでなく、被害者が<u>立ち直る</u>た
めの支援策も求められている。

2402	ストーカー	名 stalker/跟踪狂/việc theo đuổi lén lút
2403	施行[する] しこう	名 動 3 他 enforcement, come into effect/实施[实施]/sự thi hành, thực thi
2404	他方 たほう	名 副 (on the) other hand/另一方面/mặt khác

2405	加害者 か がい しゃ	名 perpetrator/加害人/kẻ gây hại
2406	↔ 被害者 ひ がい しゃ	名 victim/受害人/nạn nhân, người bị hại
2407	処罰[する] しょ ばつ	名 動3他 punishment, punish/处罚[处罚]/sự xử phạt, xử phạt
2408	立ち直る た なお	動1自 recover, regain (one's) footing/振作/phục hồi, đứng dậy

As a result of the social problem of stalking, a law regulating stalking behavior was passed in Japan in Heisei 12 (2000), coming into effect six months later. On the other hand, in addition to punishing perpetrators, there is also a need for supportive measures to help victims recover./跟踪狂被害成为社会问题的结果，日本在平成12年制定了关于规制跟踪狂行为的法律，在半年后开始实施。另一方面，除了处罚加害人，还被要求要准备如何让受害人振作起来的支援策略。/Thiệt hại do bị theo đuổi lén lút trở thành vấn đề xã hội và kết quả là ở Nhật, năm Heisei 12, luật hạn chế hành vi theo đuổi lén lút được ban hành và nửa năm sau đó được thực thi. Mặt khác, không chỉ xử phạt kẻ gây hại mà biện pháp hỗ trợ nạn nhân phục hồi cũng được yêu cầu.

🔊 464

ずさんな捜査が原因で、罪のない人が容疑者として逮捕されかけ、不当な扱いを受ける事件があった。この事件は警察の信用を大きく揺るがした。

2409	ずさんな	ナ sloppy/马虎的/cẩu thả, yếu kém
2410	容疑者 よう ぎ しゃ	名 (criminal) suspect/嫌疑犯/người bị tình nghi
2411	不当な ふ とう	ナ unfair/不公平的/không phù hợp
2412	揺るがす ゆ	動1他 shake/动摇/làm rung chuyển, lay chuyển

In a recent incident, an innocent person was almost arrested as a suspect and treated unfairly as the result of a sloppy investigation. The incident seriously shook the credibility of the police./发生了无罪的人被当成嫌疑犯差点被逮捕，受到不公平对待的事件。原因是马虎的搜查。因为这个事件，警察的信用大大动摇。/Đã có vụ án mà vì điều tra cẩu thả khiến người không có tội suýt bị bắt như người bị tình nghi và bị đối xử không phù hợp. Vụ án này làm lay chuyển mạnh mẽ lòng tin vào cảnh sát.

🔊 465

交番に紙幣を偽造したとして、自首したいとの通報があった。
通報した人物は取り調べに対し、始終うつむいたまま、借金を
取り立てられていて辛かったと述べており、世間からは同情す
る声も出ている。

2413	偽造[する] ぎぞう	名 動3他 counterfeiting, counterfeit/伪造[伪造]/sự làm giả, làm giả
2414	自首[する] じしゅ	名 動3自 self-surrender, turn oneself in/自首[自首]/sự đầu thú, đầu thú
2415	通報[する] つうほう	名 動3他 report, report/报警[报警]/sự báo tin, báo tin
2416	取り調べ と しら	名 inquiry, investigation/预审/sự điều tra
2417	＋取り調べる と しら	動2他 investigate/调查/điều tra
2418	始終 しじゅう	名 副 all the time, constantly/从头到尾/suốt, từ đầu đến cuối
2419	取り立てる と た	動2他 collect (debt), extort/催收/đòi nợ, thu
2420	同情[する] どうじょう	名 動3自 sympathy, sympathize/同情[同情]/sự đồng cảm, đồng cảm

The police received a report that a person wanted to turn himself in for counterfeiting banknotes. During the inquiry, the person who reported the crime told the interrogator that he was depressed all the time and that he had been extorted over debts, and some people expressed sympathy for him./有人打电话去派出所报警说伪造了纸币想要自首。而报警人在预审中，从头到尾低着头，陈述着被催收欠债款的很辛苦。社会上也有同情的声音。/Có tin báo đến đồn cảnh sát là muốn đầu thú vì làm giả tiền giấy. Trước sự điều tra, nhân vật báo tin từ đầu đến cuối cứ gục mặt, nói là bị đòi nợ khổ quá, cũng có ý kiến đồng cảm từ dư luận.

🔊 466

男女5人がハイキング中に遭難し、熊に襲われ全員亡くなると
いう、痛ましい事故が起こった。5人のうち2人は、土に埋まっ
た状態で発見された。

| 2421 | 遭難[する]
そうなん | 名 動3自 distress, meet with disaster/遇难[遇难]/sự gặp nạn, gặp nạn |
| 2422 | 痛ましい
いた | イ tragic/惨不忍睹/đau đớn, đau lòng |

2423	埋まる う	動1自 be buried/埋/bị chôn, được chôn

A tragic incident occurred when five people, men and women, met with disaster while hiking and were attacked by a bear, which killed them all. Two of the five were found buried in the ground./发生了男女5人去远足时遇难，结果被熊袭击所有人无人生还，惨不忍睹的事件。5人中2人被发现时还埋在土里。/Đã xảy ra tai nạn đau lòng mà 5 người cả nam và nữ đã gặp nạn trong khi leo núi, bị gấu tấn công và tất cả đều tử vong. 2 trong 5 người được phát hiện trong tình trạng bị chôn vùi trong đất.

◀)) 467

検事とは、検察官という職業の中の、役職の一つだ。検察官は法律に違反した犯罪や事件の調査、ならびに、犯人を裁判にかける起訴を担う。場合によっては警察と協力のもとでの捜査も行う。日本では基本的に検察官だけが犯人を起訴することができる。

2424	検事 けん じ	名 prosecutor/检事/công tố viên
2425	検察官 けんさつかん	名 public prosecutor/检察官/kiểm sát viên
2426	ならびに	接 as well as/以及/cũng như
2427	起訴[する] き そ	名 動3他 prosecution, prosecute/起诉[起诉]/sự khởi tố, khởi tố
2428	捜査[する] そう さ	名 動3他 investigation, investigate/搜查[搜查]/sự điều tra, điều tra

"Prosecutor" is a particular job within the broader occupation of public prosecutor. Public prosecutors are responsible for investigating crimes and incidents that violate the law, as well as prosecuting offenders to bring them to justice. In some cases, they also conduct investigations in cooperation with the police. In Japan, public prosecutors are basically the only ones who can prosecute criminals./检事是指检察官这个职业当中的一个职务。检察官负责违法犯罪和事件调查以及犯人被审判时的起诉作业。有时候也会和警察协力搜查。在日本，基本上检察官也可以单独起诉犯人。/Công tố viên là một trong các chức vụ trong nghề kiểm sát viên. Kiểm sát viên phụ trách điều tra tội phạm và vụ án vi phạm pháp luật cũng như khởi tố kẻ tội phạm ra tòa. Tùy trường hợp mà họ còn kết hợp với cảnh sát để điều tra. Ở Nhật, về cơ bản thì chỉ kiểm sát viên mới có thể khởi tố kẻ tội phạm.

🔊 468

警察によるスピード違反の<u>取り締まり</u>中、運転手が運転免許証
を<u>所持</u>しておらず、そのまま車で<u>逃亡</u>しようとした。

2429 □	取り締まり と し	名 crackdown/管制/sự phạt
2430 □	**＋取り締まる** と し	動1他 crack down/取缔/phạt
2431 □	所持[する] しょ じ	名 動3他 possession, possess/携带[携带]/sự mang theo, mang theo
2432 □	逃亡[する] とうぼう	名 動3自 escape, flee/逃亡[逃亡]/sự chạy trốn, bỏ chạy

During a police crackdown on speeding, a driver who did not possess a driver's license and
attempted to flee in his car./警察正在管制超速驾驶中，发现驾驶人员未携带驾驶证，还想直
接开车逃亡。/Theo cảnh sát thì trong lúc bị phạt vì vi phạm tốc độ, tài xế đã không đem theo
giấy phép lái xe và cứ thế định bỏ chạy bằng xe ô tô.

🔊 469

この保険が<u>適用される</u>ためには<u>所定</u>の書類に必要<u>事項</u>を記入の
うえ、保険会社へ申請することが求められる。

2433 □	適用[する] てきよう	名 動3他 application, cover/适用[生效]/sự áp dụng, áp dụng
2434 □	所定 しょてい	名 prescribed (something)/规定/quy định
2435 □	事項 じ こう	名 item, point/事项/điều mục

To be covered by this insurance, you need to fill out the necessary items on the prescribed
form, then apply to the insurance company./这个保险要生效，必须在规定文件上填写必要事
项，然后向保险公司申请。/Để được áp dụng bảo hiểm này thì bạn được yêu cầu điền các
điều mục cần thiết vào giấy tờ theo quy định, sau đó nộp lên công ty bảo hiểm.

🔊 470

<u>死刑</u>は、人が人を<u>裁く</u>中で最も重い<u>刑</u>であり、その<u>善悪</u>を巡っ
てはさまざまな議論を<u>引き起こして</u>いる。<u>凶悪</u>な犯人に対して
の死刑は<u>正当</u>であるとする意見もあれば、犯人には、被害者や
残された者のために、生きて罪を<u>償わせる</u>べきだという意見も
ある。

2436	死刑 し けい	名 death penalty/死刑/tử hình
2437	裁く さば	動1他 judge, sentence/裁决/phán xử
2438	刑 けい	名 punishment/刑罚/hình phạt
2439	善悪 ぜんあく	名 right or wrong/善恶/thiện ác, tốt xấu
2440	引き起こす ひ　お	動1他 provoke, trigger/引发/gây nên
2441	凶悪な きょうあく	ナ heinous/凶狠的/hung ác, tàn bạo
2442	正当な せいとう	ナ just, justified/合理的/thích đáng
2443	償う つぐな	動1他 atone, make amends/赎/đền, bồi thường

The death penalty is the most serious punishment a person can be sentenced to, and has provoked much debate over whether it is right or wrong. Some believe that the death penalty is justified for heinous criminals, while others believe that criminals should live to pay for their crimes for the sake of their victims and those left behind./死刑是人类裁决人类中最重的刑罚。因此有很多人环绕着善恶引发议论。有觉得对凶狠的犯人来说死刑是合理的意见，也有意见说为了受害人和遗属，应该要让犯人活着赎罪。/Tử hình là hình phạt nặng nhất trong các cách mà con người phán xử con người, gây nên nhiều tranh luận xoay quanh vấn để thiện ác đó. Có ý kiến cho rằng tử hình kẻ phạm tội hung ác là thích đáng, nhưng cũng có ý kiến cho rằng thủ phạm phải sống để đền tội cho nạn nhân và người còn sống.

Topic 26
環境
かん きょう

Environment / 环境 /
Môi trường

No. 2444-2495

🔊 471

私たちの生活にとって電気が<u>不可欠</u>なものであることは<u>もはや</u>
<u>否めない</u>が、<u>震災</u>を<u>教訓</u>にせず、このまま<u>原子力発電</u>を続けて
もよいのだろうか。

2444	不可欠な ふ か けつ	ナ essential, indispensable/不可欠的/không thể thiếu
2445	もはや	副 no longer (used with negative)/事到如今/bây giờ, đã rồi
2446	否めない いな	句 undeniable/无可否认/không thể phủ nhận
2447	震災 しんさい	名 earthquake/震灾/thảm họa động đất
2448	教訓 きょうくん	名 lesson/教训/sự giáo huấn, bài học
2449	原子力発電 げん し りょくはつでん	名 nuclear power generation/核电/điện hạt nhân
2450	＋原子力 げん し りょく	名 nuclear power/核能/năng lượng hạt nhân

We can no longer deny that electricity is essential to our lives, but can we continue with nuclear power generation without learning our lesson from the earthquake?/对我们的生活来说，无可否认电已经是不可欠缺的东西。但不在震灾中吸取教训，就这样继续使用核电真的好吗？/Bây giờ không thể phủ nhận điện là thứ không thể thiếu trong đời sống của chúng ta nhưng liệu có đúng không khi cứ thế tiếp tục điện hạt nhân mà không rút ra bài học giáo huấn từ thảm họa động đất?

🔊 **472**

日本の<u>世界遺産</u>は西日本を<u>中心</u>に<u>分布して</u>おり、特に<u>近畿圏</u>に
多い。

2451	**世界遺産** せ かい い さん	名 World Heritage/世界遺产/di sản thế giới
2452	**分布[する]** ぶん ぷ	名 動3自 distribution, distribute/分布[分布]/sự phân bố, phân bố
2453	**～圏** けん	接尾 ～ region/～地区/vùng ～

Japan's World Heritage sites are distributed mainly across western Japan, especially the Kinki region./日本的世界遗产以西日本为中心分布，尤其是近畿地区占多数。/Di sản thế giới của Nhật được phân bố tập trung ở phía Tây Nhật Bản, đặc biệt nhiều ở vùng Kinki.

🔊 **473**

その島は<u>溶岩</u>によってできている島で、約３キロ平方メートル
ほどあると<u>推定される</u>。しかし、今もその島は<u>緩やかに</u>広がり
続けており、<u>地形</u>が明らかになっていない。そのため、<u>領土</u>問
題につながることも<u>予想される</u>。

2454	**溶岩** よう がん	名 lava/熔岩/dung nham
2455	**推定[する]** すい てい	名 動3他 estimation, estimate/推断[推断]/sự ước tính, ước tính
2456	**緩やかな** ゆる	ナ gentle, gradual/缓慢的/nhẹ nhàng, thoai thoải
2457	**地形** ち けい	名 topography/地形/địa hình
2458	**領土** りょう ど	名 territory/领土/lãnh thổ
2459	**予想[する]** よ そう	名 動3他 prediction, anticipate/预想[预想]/sự dự báo, dự báo

Formed of lava, the island is estimated to be about three square kilometers in area. However, the island is still gradually expanding and its topography is not yet clear. For this reason, territorial disputes are anticipated./那个岛是用熔岩形成的岛。推断大概有3平方公里。但现在那个岛还在缓慢的扩大，地形也不明确。因此有人预想这将会成为领土问题。/Hòn đảo đó là đảo hình thành từ dung nham, ước tính có khoảng 3 kilomet vuông. Nhưng ngay cả bây giờ, hòn đảo ấy vẫn tiếp tục mở rộng thoai thoải, địa hình không rõ ràng. Do đó, người ta dự báo có thể dẫn đến vấn đề lãnh thổ.

🔊 474

2020 年、おびただしい数の石が海峡に漂うという事例が発生
した。その石は火山噴火で生まれたもので、とても軽くて小さい。
そのため、魚が飲み込んでしまうこともあり、沿岸部一帯の生
き物にも有害なものとなった。

2460	おびただしい	イ countless, innumerable/大批/hàng loạt, vô số
2461	海峡 かいきょう	名 strait/海峡/eo biển
2462	漂う ただよ	動1自 drift, float/漂浮/trôi nổi, lênh bênh, nổi
2463	事例 じれい	名 case, incident/例子/trường hợp, ví dụ
2464	沿岸 えんがん	名 coast/沿岸/bờ biển
2465	一帯 いったい	名 all over, throughout/一带/cả vùng, toàn vùng
2466	有害な ゆうがい	ナ harmful/有害的/có hại
2467	↔ 無害な むがい	ナ harmless/无害的/vô hại

In 2020, an incident occurred when countless stones drifted into the strait. Produced by volcanic eruptions, the stones were very light and small. Because of this, they could be swallowed by fish, and were harmful to creatures throughout the coastal area./在2020年，发生了大批数量的石头漂浮在海峡的例子。那些石头是火山喷火时的产物，很轻很小。因此会被鱼吞食。对沿岸部一带的生物来说是有害物质。/Năm 2020 đã phát sinh nhiều trường hợp vô số đá nổi ở eo biển. Những viên đá đó được tạo ra do núi lửa phun trào, rất nhẹ và nhỏ. Do đó, có khi cá nuốt phải chúng, chúng trở thành vật có hại với cả sinh vật của cả vùng bờ biển.

🔊 475

山岳部で土砂崩れがあった。岩石も落下したために道が塞がれ、
被災者は孤立してしまった。

2468	山岳 さんがく	名 mountain/山岳/vùng đồi núi
2469	土砂崩れ どしゃくず	名 landslide/土石流/sự sạt lở đất
2470	+ 土砂 どしゃ	名 earth and sand, soil/土石/đất cát

2471	岩石 がんせき	名 rocks/岩石/đá núi
2472	被災者 ひさいしゃ	名 victim/受灾者/nạn nhân
2473	+ 被災[する] ひさい	名 動 3 自 affliction, suffer/受灾[受灾]/sự gặp nạn, bị nạn

There was a landslide in a mountainous area. Rocks also fell, blocking the roads and isolating victims./在山岳地区发生了土石流。岩石也掉了下来引起道路堵塞。受灾者被孤立了。/Đã có sạt lở đất ở vùng đồi núi. Do đá cũng rơi nên đường đi bị chặn lại, các nạn nhân bị cô lập.

🔊 **476**

近所の河川敷が部分的に閉鎖されることになった。どうやら改
きんじょ　かせんしき　ぶんてき　へいさ
修が必要らしい。そこは、四季折々の景色が楽しめて好きだっ
しゅう　ひつよう　　　　　　しきおりおり　けしき　たの
たのだが、先日見に行ったらがっちりとロープが張られて、も
せんじつみ　い　　　　　　　　　　　　　　は
う入れないようになっていた。
はい

2474	河川敷 かせんしき	名 riverbed/河岸/lòng sông
2475	+ 河川 かせん	名 river/河川/sông
2476	閉鎖[する] へいさ	名 動 3 他 closure, close/关闭[关闭]/sự phong tỏa, phong tỏa
2477	四季折々 しきおりおり	名 season to season/四季转变/bốn mùa thay đổi
2478	+ 折々 おりおり	名 time to time/偶尔/thỉnh thoảng, sự thay đổi
2479	がっちり(と)	副 firmly, tightly/牢牢(的)/sự chắc chắn, chắc chắn

The riverbed in my neighborhood is going to be partially closed. Apparently, it needs to be repaired. I liked it there because I enjoy watching the scenery change from season to season, but when I went to check it out the other day, it was roped off so tightly that I couldn't get in./附近河岸的一部分被关闭了。好像需要整修。我很喜欢那里，因为可以欣赏四季转变的景色，但前几天我去的时候发现绳索被牵的牢牢的，好像已经进不去了。/Lòng sông gần nhà đã bị phong tỏa một phần. Hình như là nó cần được cải tạo. Ở đó có thể tận hưởng cảnh sắc bốn mùa thay đổi nên tôi rất thích nhưng hôm trước tôi đi xem thử thì thấy dây thừng được giăng chắc, không thể vào được nữa.

🔊 477

<u>原油</u>の値段が上がり、ガソリンが高騰しているから、経費<u>削減</u>
のために社用車の利用を<u>規制</u>したいと考えている。

2480 ☐	原油 げんゆ	名 crude oil/原油/dầu thô
2481 ☐	削減[する] さくげん	名 動3他 reduction, cut/缩减[减]/sự cắt giảm, cắt giảm
2482 ☐	規制[する] きせい	名 動3他 regulation, regulate/管制[管制]/sự hạn chế, hạn chế

Since the price of crude oil and gasoline are soaring, I'm thinking of regulating the use of company cars to cut costs./我觉得原油的价格飞涨，为了缩减经费，应该要管制公司用车的使用。/Do giá dầu thô tăng lên, xăng cũng tăng giá chóng mặt nên tôi đang suy nghĩ hạn chế sử dụng xe công ty để cắt giảm chi phí.

🔊 478

この辺りは、大きな<u>運河</u>があり、空気も<u>清らかだ</u>。インフラは、
首都圏に比べて<u>貧弱だ</u>と思うが、<u>ありのまま</u>の自然があって心
地よい。

2483 ☐	運河 うんが	名 canal/运河/sông ngòi
2484 ☐	清らかな きよ	ナ clean, pure/清新的/trong lành
2485 ☐	＋清い きよ	イ clear/清/trong, sạch
2486 ☐	貧弱な ひんじゃく	ナ poor/寒碜的/nghèo nàn
2487 ☐	ありのまま	名 副 unchanged, unspoiled/原有的样子/nguyên vẹn, như nó là

This area has a large canal and the air is clean. The infrastructure is poor compared to metropolitan areas, but it's pleasant because of the unspoiled natural setting./这附近有很大的运河，空气也很清新。虽然和首都地区相比基础设施有点寒碜，但大自然原有的样子也令人感到舒服。/Quanh đây có con sông lớn, không khí cũng trong lành. Cơ sở hạ tầng tuy nghèo nàn so với vùng thủ đô nhưng nhờ có thiên nhiên còn nguyên vẹn nên cảm giác rất thích.

世界では、膨大な 量 の樹々が伐採されており、問題となっている。
一方で、日本では、樹々が伐採される量が年々減っている。し
かし、若い樹々よりも成熟した樹々の方が生態系に有害なこと
もあるため、日本ではもっと樹々を伐採する必要があるという
趣旨の見解が示されている。

2488 □	膨大な ぼうだい	ナ huge, massive/庞大的/khổng lồ
2489 □	樹々 きぎ	名 trees/树木/cây cối
2490 □	伐採[する] ばっさい	名 動3他 logging, cut down/砍伐[砍伐]/sự chặt phá, chặt cây
2491 □	成熟[する] せいじゅく	名 動3自 maturation, mature/成熟[成熟]/sự trưởng thành, chín, thành thục
2492 □	生態系 せいたいけい	名 ecosystem/生态系统/hệ sinh thái
2493 □	＋生態 せいたい	名 ecology/生态/sinh thái
2494 □	趣旨 しゅし	名 effect, point/主张/ý đồ, mục đích
2495 □	見解 けんかい	名 opinion, view/观点/quan điểm, cách nghĩ

Globally, huge numbers of trees are being cut down, which is becoming a problem. In Japan, on the other hand, the amount of trees cut down is decreasing year by year. Some people have a view to the effect that more trees need to be cut down in Japan, because mature trees can be more harmful to the ecosystem than younger trees./在世界上，有庞大数量的树木被砍伐，已成为问题。一方面在日本，砍伐树木的数量却年年减少。但有时候成熟的树木比幼树对生态系统更加有害，所以有观点主张在日本有必要砍伐更多树木。/Trên thế giới, cây cối bị chặt phá với số lượng khổng lồ và trở thành vấn nạn. Ngược lại, ở Nhật lượng cây được chặt giảm hằng năm. Nhưng cũng có quan điểm chủ trương do cây trưởng thành có hại cho hệ sinh thái hơn cây con nên ở Nhật cần chặt cây hơn nữa.

No. 2496-2571

🔊480

とある元素の結合に着目した仮説がある。この説が正しければ、
目的とする化合物を合成することができる。だが、この化合物
は酸に弱いのが課題だ。

2496	元素 げんそ	名 element/化学元素/nguyên tố
2497	着目[する] ちゃくもく	名 動3自 attention, focus on/着眼[着眼]/sự chú ý, tập trung chú ý
2498	仮説 かせつ	名 hypothesis/假设/giả thuyết
2499	説 せつ	名 theory/理论/thuyết
2500	化合物 かごうぶつ	名 (chemical) compound/化合物/hợp chất, chất tổng hợp
2501	合成[する] ごうせい	名 動3他 synthesis, synthesize/合成[合成]/sự hợp thành, hợp thành
2502	酸 さん	名 acid/酸/axit

There is a hypothesis that focuses on the bonding of certain elements. If this theory is correct, the desired compound can be synthesized. However, the problem is that this compound is vulnerable against acids./有着眼在某化学元素结合的假设。如果这个理论正确，可以和目的化合物合成。但现在的课题是这个化合物容易受到酸的影响。/Có giả thuyết tập trung chú ý vào sự kết hợp của nguyên tố nọ. Nếu thuyết này đúng thì ta có thể hợp thành hợp chất có mục đích. Nhưng việc hợp chất này yếu với axit là một thách thức.

衛星とは、惑星などの周りを移動し、かつ、人工でないものを
指す。人の手によって作られた衛星は人工衛星と呼び、気象観
測や地球温暖化の証拠を集めることに利用されている。

2503 衛星 えいせい	名 natural satellite/卫星/vệ tinh
2504 惑星 わくせい	名 planet/行星/hành tinh
2505 かつ	接 and, moreover/并且/và
2506 証拠 しょうこ	名 evidence/证据/bằng chứng

A natural satellite is anything that moves around a planet or other celestial body, and moreover, is not human-made. Human-made satellites are called artificial satellites, and are used to observe the weather and collect evidence of global warming./卫星是指移动在行星周围并且不是人工造成的天体。而人工制造的卫星被称为人工卫星，使用于观测气象和收集全球暖化的证据。/Vệ tinh chỉ những gì di chuyển xung quanh hành tinh v.v. và không phải là nhân tạo. Vệ tinh được làm bởi bàn tay con người được gọi là vệ tinh nhân tạo, và được sử dụng để quan trắc khí tượng, tập hợp các bằng chứng về sự nóng lên của trái đất.

経過報告のあった新薬の研究は、直接がん細胞に作用している
のかについての考察が不十分であったため、来年度の研究支援
の対象から除外された。

2507 作用[する] さよう	名 動3自 action, act on/作用[奏效]/sự tác dụng, tác dụng
2508 考察[する] こうさつ	名 動3他 consideration, consider/考察[考察]/sự khảo sát, khảo sát
2509 除外[する] じょがい	名 動3他 exclusion, exclude/排除[排除]/sự loại bỏ, loại

One study of a new drug including progress reports was excluded from next year's research funding due to insufficient consideration of whether the drug was directly acting on cancer cells./关于明年度的研究支援对象，新药研究的经过报告因对于直接对癌细胞奏效的部分考察不足，而被排除在外。/Do việc nghiên cứu tân dược có báo cáo quá trình không đẩy đủ khảo sát về tác dụng trực tiếp lên tế bào ung thư nên đã bị loại khỏi đối tượng được hỗ trợ nghiên cứu vào năm tài khóa tới.

🔊 483

研究者はどんな分野であれ、<u>根拠</u>を明確に述べた上で、自身の
主張が<u>成り立つ</u>ことを示す必要がある。また、研究の問題点を
<u>指摘されても</u>、むやみに<u>反論せず</u>、それを<u>受け止める</u>姿勢が求
められる。

2510	根拠 こんきょ	名 evidence, grounds/依据/cơ sở, căn cứ
2511	成り立つ な た	動1自 hold up/成立/hình thành
2512	指摘[する] して き	名 動3他 indication, point out/指出[指出]/sự chỉ trích, phê bình
2513	反論[する] はんろん	名 動3自 refutation, refute/反驳[反驳]/sự phản đối, phản đối
2514	受け止める う と	動2他 accept/接受/tiếp nhận, lắng nghe

Whatever their fields, researchers needs to show that their claims hold up by clearly stating
the evidence. Also, when someone points out a problem with their research, they should be
prepared to accept it without trying desperately to refute it./不管是什么领域的研究者，都需
要明确的陈述依据，证明自己的主张成立。还有，被指出研究的问题点，也不能盲目的反驳，
必须要有能接受的态度。/Các nhà nghiên cứu, cho dù là ở lĩnh vực nào, đều cần trình bày cơ
sở một cách rõ ràng, sau đó thể hiện quá trình hình thành ý kiến của mình. Ngoài ra, người
ta còn đòi hỏi ở họ thái độ tiếp nhận chứ không khinh suất phản đối dù có bị chỉ trích các
điểm vấn đề trong nghiên cứu.

🔊 484

A：ねぇ聞いて、前回の研究に<u>匹敵する</u>アイデアが<u>ひらめいた</u>
よ！

B：本当に。それは発表に<u>値する</u>内容なの？

A：<u>大まかな</u>内容はこれから説明するけど、新しい領域を<u>開拓
できる</u>と思うよ。

2515	匹敵[する] ひってき	名 動3自 equal, be comparable/抗衡[抗衡]/đối thủ, ngang tầm
2516	ひらめく	動1自 suddenly realize/闪/lóe lên, nghĩ ra
2517	値する あたい	動3自 be worth/值得/đáng, có giá trị

346

2518	+ 値 あたい	名 value/值/giá trị
2519	大まかな おお	ナ crude, rough/大致/đại khái, tổng quát
2520	開拓[する] かいたく	名 動3他 pioneering, open up/开辟[开辟]/sự khai thác, tiên phong

A: Hey, listen, I suddenly realized I've got an idea that's comparable to my last study! B: Really? Is it worth presenting? A: I'll explain the rough gist of it, but I think it could open up new territory./A: 你听我说，我灵光一闪，想到可以抗衡上次的研究的想法了！ B: 真的吗？内容值得发表吗？ A: 大致内容我现在要说明，但我觉得可以开辟新领域。/A: Này, nghe này, tớ vừa lóe lên ý tưởng ngang tầm nghiên cứu lần trước rồi! B: Thật không? Nó có nội dung đáng phát biểu hả? A: Bây giờ tớ sẽ giải thích nội dung tổng quát cho nhưng tớ nghĩ là có thể tiên phong lĩnh vực mới đấy.

🔊 485

A：ねえ、ポマトって知ってる？

B：知ってる。じゃがいもとトマトの細胞を融合させて作ったやつでしょ？

A：そうそう。寒い地域でもトマトが育てられるようにって作られたんだけど、失敗して今や過去の産物だよね。

B：残念ながらね。観点は面白かったんだけどなぁ。

2521	細胞 さいぼう	名 cell/细胞/tế bào
2522	融合[する] ゆうごう	名 動3他 fusion, fuse/融合[融合]/sự dung hợp, dung hợp
2523	産物 さんぶつ	名 product/产物/sản vật, sản phẩm
2524	+ 副産物 ふくさんぶつ	名 byproduct/副产物/sản phẩm phụ
2525	観点 かんてん	名 perspective/观点/quan điểm, cách nhìn

A: Hey, ever heard of a pomato? B: Yes. It's made by fusing potato and tomato cells, right? A: That's right. It was created to grow tomatoes in colder regions, but it failed and is now a product of the past. B: That's unfortunate. It was an interesting perspective./A: 诶，你知道番茄薯吗？ B: 我知道！是把马铃薯和番茄的细胞融合做出来的对吧？ A: 对！好像是为了在寒冷地带也可以种植番茄才做的，但失败后现在变成过去的产物了。 B: 好可惜哦，观点是很有趣啦。/A: Này, cậu biết pomato không? B: Biết. Là loại mà người ta dung hợp tế bào của khoai tây với cà chua với nhau để tạo ra chứ gì?A: Đúng rồi. Nó được làm ra để có thể trồng cà chua ở xứ lạnh nhưng thất bại, giờ chỉ còn là sản phẩm của quá khứ thôi nhỉ. B: Tiếc nhỉ. Cách nhìn thú vị đấy chứ.

🔊 486

A：成果発表のため、シンポジウムに参加することになったよ。
　　せい か はっぴょう　　　　　　　　　　　　　　　　　　　　さん か

B：出張経費を支給してもらうなら、その内訳が分かるように
　　しゅっちょうけいひ　し きゅう　　　　　　　　　うちわけ　わ
　　しなよ。うちは審査が厳格だから。疑わしい費用は認めて
　　　　　　　　しん さ　げんかく　　　　　うたが　　ひ よう　みと
　　くれないよ。

2526	成果 せい か	名 findings, results/成果/thành quả
2527	シンポジウム	名 symposium/座谈会/hội nghị chuyên đề
2528	内訳 うちわけ	名 breakdown/明细/sao kê chi tiết
2529	厳格な げんかく	ナ strict/严格的/nghiêm khắc
2530	疑わしい うたが	イ doubtful, questionable/可疑/đáng ngờ, đáng nghi

A: I'm going to attend a symposium to present my findings. B: If you want to be reimbursed for travel expenses, make sure you get the breakdown right. Our screening process is very strict, and any questionable expenses won't be approved./A: 为了发表成果，我要参加座谈会。B: 你如果要公司支付出差经费，要把明细列好。我们公司审核很严格的，如果有可疑的费用是不会批准的。/A: Để công bố thành quả, tôi đã tham gia hội nghị chuyên đề đấy. B: Nếu được cấp chi phí công tác thì phải làm sao để biết chi tiết sao kê đó nhé. Công ty mình thẩm tra nghiêm khắc lắm. Họ không công nhận mấy cái chi phí đáng nghi đâu.

🔊 487

A：おかしいな。この手法で合ってるはずなんだけど。
　　　　　　　　　　しゅほう　あ

B：どうしたの？

A：細菌群の測定を試みてるんだけどさ、うまく測れなくて。
　　さいきん ぐん　そくてい　こころ　　　　　　　　　　はか

B：どれどれ。なんだ。顕微鏡の倍率が違ってるよ。
　　　　　　　　　　けん び きょう　ばいりつ　ちが

2531	手法 しゅほう	名 method/方法/thủ pháp, cách
2532	細菌 さいきん	名 bacteria/细菌/vi khuẩn
2533	＋菌 きん	名 bacteria, germ/菌/khuẩn
2534	群 ぐん	名 group, population/群/nhóm

2535	＋群衆 ぐんしゅう	名 crowd/群众/đám đông, bầy đàn
2536	試みる こころ	動2他 try/尝试/thử
2537	＋試み こころ	名 attempt/尝试/sự thử

A: That's odd. I thought this method would work. B: What's wrong? A: I'm trying to measure the bacterial population, but it won't work. B: Let me see. Hey! The microscope has the wrong magnification./A: 好奇怪哦。这个方法应该没错呀。 B: 怎么了? A: 我正在尝试测定细菌群，但一直测不好。 B: 我看看。原来是显微镜的倍数错了。/A: Lạ nhỉ. Lẽ ra cách này là đúng rồi mà sao... B: Sao vậy? A: Tớ đang thử đo nhóm vi khuẩn nhưng đo không được. B: Đâu xem nào. Tưởng gì. Tỉ lệ kính hiển vi bị sai rồi.

🔊 488

<u>査読</u>を依頼された論文は問題の<u>所在</u>が明確だった。また、<u>誤差</u>が小さくなるように手法が工夫されており、結果の<u>検証</u>も十分に行われていた。今後の研究にも多くの<u>示唆</u>を与えるものと評価できる。

2538	査読[する] さどく	名 動3他 peer review, perform peer review/同行评审 [同行评审]/sự bình duyệt, đọc thẩm định
2539	所在 しょざい	名 position/所在/địa chỉ, nơi, chỗ
2540	誤差 ごさ	名 error/误差/sự sai số
2541	検証[する] けんしょう	名 動3他 verification, verified/验证[验证]/sự kiểm chứng, kiểm chứng
2542	示唆[する] しさ	名 動3他 suggestion, suggest/启发/sự gợi ý, ám chỉ, đề xuất

The paper requested for peer review was clear on the problematic position. In addition, methods had been devised to minimize errors, and the results were adequately verified. The paper can be highly evaluated as providing many suggestions for future research directions./被委托同行评审的论文写的问题所在很明确。而且还使用了减少误差的手法技巧，结果验证也十分充足。将会为今后的研究带来更多启发，值得表扬。/Luận văn mà tôi được đề nghị đọc thẩm định đã rõ những chỗ có vấn đề. Ngoài ra, phương pháp được tìm kiếm để thu nhỏ sai số, kiểm chứng kết quả cũng được thực hiện đầy đủ. Có thể đánh giá đây là luận văn tạo ra nhiều gợi ý cho các nghiên cứu về sau.

◀) 489

水の<u>密度</u>より小さいものは浮き、大きいものは沈む。氷が水に
浮くのは<u>原子</u>が<u>水素</u><u>結合</u>し、<u>結晶</u>となることで、密度が小さく
なるからである。なお、氷の中で水の<u>分子</u>は４つの頂点を持つ
<u>立体的</u>な<u>構造</u>を<u>なす</u>。

2543 ☐	密度 みつど	名 density/密度/mật độ
2544 ☐	＋人口密度 じんこうみつど	名 population density/人口密度/mật độ dân số
2545 ☐	原子 げんし	名 atom/原子/nguyên tử
2546 ☐	結合[する] けつごう	名 動3他 bonding, bond/结合[结合]/sự kết hợp, kết hợp
2547 ☐	結晶 けっしょう	名 crystal/结晶/sự kết tinh, tinh thể
2548 ☐	分子 ぶんし	名 molecule/分子/phân tử
2549 ☐	立体的な りったいてき	ナ three-dimensional/立体的/có tính lập thể
2550 ☐	なす	動1他 form/构成/đạt, thực hiện, làm

Anything of less density than water floats, while anything more dense sinks. Ice floats in water because its density is reduced by the hydrogen bonding of atoms to form crystals. In ice, water molecules form a three-dimensional structure with four vertices./比水的密度小的东西会浮起来，而大的东西则会沉下去。冰块会浮在水面是因为原子结合氢后形成结晶，密度变小的原因。而且冰块中的水分子是以四个顶点构成，形成立体构造。/Những gì nhỏ hơn mật độ của nước thì sẽ nổi, lớn hơn thì sẽ chìm. Nước đá nổi trên nước là vì các nguyên tử kết hợp hy-đrô, thành tinh thể và mật độ trở nên nhỏ hơn. Tuy nhiên, trong nước đá, các phân tử nước đạt tới cấu tạo lập thể có 4 đỉnh.

◀) 490

今回発表された人工ダイヤモンドを素材に使った電子回路は、
他の<u>類似した</u>ものと異なり、新たな手法を用いて開発された点
で画期的である。<u>仮に</u>この回路が実用化されれば、競争上<u>優位</u>
に立つことは間違いないだろう。

2551 ☐	類似[する] るいじ	名 動3自 similarity, be similar/类似[类似]/sự tương đồng, tương tự

2552	仮に かり	副 tentatively/假如/giả sử

2553	優位な ゆう い	ナ superior/优势/ưu thế

The recently announced electronic circuit made from synthetic diamonds is groundbreaking. Unlike other similar products, it was developed using a new method. Tentatively, if this circuit were to be put to practical use, it would certainly give the company a superior competitive advantage./这次发表使用人工钻石素材的电子电路，和其他类似的东西不同，是使用新手法研发出来划时代的东西。假如这个电路被实用化，在竞争上毫无疑问可以占尽优势。/Mạch điện tử sử dụng kim cương nhân tạo làm vật liệu được công bố lần này khác với những loại tương tự khác, có tính triển vọng ở điểm được phát triển bằng cách sử dụng phương pháp mới. Giả sử mạch này được triển khai thì chắc hẳn là tạo ưu thế trong cạnh tranh.

◀》491

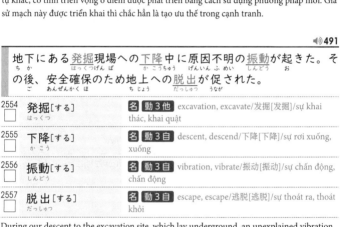

地下にある発掘現場への下降中に原因不明の振動が起きた。その後、安全確保のため地上への脱出が促された。
ち か　　　　はっくつげん ば　　　　か こうちゅう　げんいん ふ めい　しん どう　　　　お
ご　　　あんぜんかく ほ　　　ち じょう　　だっしゅつ　うなが

2554	発掘[する] はっくつ	名 動 3 他 excavation, excavate/发掘[发掘]/sự khai thác, khai quật

2555	下降[する] か こう	名 動 3 自 descent, descend/下降[下降]/sự rơi xuống, xuống

2556	振動[する] しんどう	名 動 3 自 vibration, vibrate/振动[振动]/sự chấn động, chấn động

2557	脱出[する] だっしゅつ	名 動 3 自 escape, escape/逃脱[逃脱]/sự thoát ra, thoát khỏi

During our descent to the excavation site, which lay underground, an unexplained vibration occurred, and we were urged to escape to the surface for our own safety./正在下降到地下的发掘现场时，发生了原因不明的振动。之后，为了确保安全，被催促赶紧逃脱到地面。/Đã xảy ra chấn động không rõ nguyên nhân trong lúc xuống hiện trường khai thác dưới lòng đất. Sau đó, để đảm bảo an toàn, việc thoát lên mặt đất đã được thúc đẩy.

🔊 492

A：ロボットと人工知能は<u>混同され</u>がちだよね。
　　　　　　　じんこう ち のう　　　こんどう

B：全然違う<u>定義</u>なんだけどね。それにしても人工知能の発展
　　ぜんぜんちが　てい ぎ　　　　　　　　　　　　じんこう ち のう　はってん
　　は目覚ましいね。いずれ<u>知性</u>を獲得したりするのかな？
　　め ざ　　　　　　　　ち せい　かくとく

A：いずれは人工知能に<u>魂</u>が<u>宿る</u>時代も来るだろうね。知性を
　　　　　　　じんこう ち のう　たましい　やど　じ だい　く　　　　　　　　　ち せい
　　持った場合を想定して<u>制御できる</u>環境を整えておく必要が
　　も　　ば あい　そうてい　せいぎょ　　　かんきょう　ととの　　　ひつよう
　　ありそう。

B：なるほど。<u>真理</u>だね。
　　　　　　しん り

2558	混同[する] こんどう	名 動3他 confusion, confuse/混淆[混淆]/sự lẫn lộn, nhập chung
2559	定義[する] てい ぎ	名 動3他 definition, define/定义[定义]/sự định nghĩa, định nghĩa
2560	知性 ち せい	名 intelligence/智慧/trí óc
2561	魂 たましい	名 soul/灵魂/linh hồn
2562	宿る やど	動1自 reside/附身/trú ngụ
2563	制御[する] せいぎょ	名 動3他 control, control/控制[控制]/sự chế ngự, chế ngự
2564	真理 しん り	名 truth/真理/chân lý

A: Robots and AI are often confused. B: Their definitions are completely different. But the development of AI is remarkable. Will it eventually gain actual intelligence? A: I think there will come a time when a soul will reside in AI. We will need to prepare an environment to control it if it ever does gain intelligence. B: That's the truth./A: 机器人和人工智能老是容易被混淆。 B: 其实定义完全不同。可是人工智能的发展也很惊人。 A: 我觉得早晚人工智能都会到有灵魂附身的时代。必须要整顿好假设它拥有了智慧也能控制它的环境才行。 B: 原来如此，的确是真理。/A: Người ta có khuynh hướng lẫn lộn người máy với trí tuệ nhân tạo nhỉ. B: Định nghĩa hoàn toàn khác nhau mà nhỉ. Nhưng sự phát triển của trí tuệ nhân tạo đúng là bùng nổ. Một lúc nào đó chúng sẽ có trí óc nhỉ? A: Chắc là đằng nào cũng đến thời đại mà linh hồn trú ngụ trong trí tuệ nhân tạo nhỉ. Xem ra cần phải nghĩ đến trường hợp nó có trí óc để trang bị môi trường có thể chế ngự rồi. B: Ra là vậy. Chân lý nhỉ.

生物の構造について考える際、自分で<u>個々</u>の生物を<u>解剖する</u>こ
せいぶつ　こうぞう　　　　　かんが　さい　じぶん　ここ　せいぶつ　かいぼう
とにより、<u>書物</u>からは得られない発見を<u>もたらす</u>ことがある。
しょもつ　　え　　　　　はっけん

2565 ☐	**個々** ここ	名 individual/每个/cá thể, từng
2566 ☐	**解剖**[する] かいぼう	名 動3他 dissection, dissect/解剖[解剖]/sự giải phẫu, giải phẫu
2567 ☐	**書物** しょもつ	名 books/书本/sách vở
2568 ☐	**もたらす**	動1他 bring about, lead to/带来/đem lại, gây ra

Topic 27 ● 科学

When considering the structures of organisms, dissecting individual organisms yourself can lead to discoveries that cannot be obtained from books./在思考生物构造时，我会自己解刨每个生物，这样可以带来书本无法带给我的发现。/Khi nghĩ về cấu tạo của sinh vật, bằng cách tự mình giải phẫu cá thể sinh vật có thể đem lại những phát hiện không thể có được từ sách vở.

ハッブルは、多くの<u>異論</u>もあった中で、宇宙が誕生してから膨
おお　いろん　なか　うちゅう　たんじょう　ぼう
大な時間を<u>経て</u><u>膨張</u>していることを<u>示した</u>。
だいじかん　へ　ぼうちょう　　　　　　しめ

2569 ☐	**異論** いろん	名 dissent, objection/异议/sự phản bác
2570 ☐	**経る** へ	動2他 pass (time)/经过/trải qua
2571 ☐	**膨張**[する] ぼうちょう	名 動3自 expansion, expand/扩张[扩张]/sự giãn nở, giãn nở

Hubble demonstrated, in the face of many objections, that the universe has been expanding in the enormous amount of time that has passed since its emergence./哈勃表示，在众多的异议当中，宇宙从诞生开始经过漫长的时间在扩张。/Trong bối cảnh có nhiều phản bác thì Hubble đã cho thấy vũ trụ đã giãn nở qua thời gian dài kể từ khi sinh ra.

索引
さくいん

Index / 索引 / Mục lục tra cứu

う

361

く

377

著者　**話題別コーパス研究会**

● 中俣 尚己 （なかまた なおき）
　大阪大学 国際教育交流センター 准教授

● 李 在鉉 （いじぇひょん）

● 乾 乃璃子 （いぬい のりこ）

● 大谷 つかさ （おおたに つかさ）

● 岡崎 渉 （おかざき わたる）

● 加藤 恵梨 （かとう えり）

● 小口 悠紀子 （こぐち ゆきこ）

● 帖佐 幸樹 （ちょうさ ひでき）

● 寺田 友子 （てらだ ともこ）

● 道法 愛 （どうほう まな）

● 藤村 春菜 （ふじむら はるな）

● 三好 優花 （みよし ゆうか）

● 本書は JSPS 科研費 18H00676 の助成を受けました。
● 品詞の分類は内田康太さん、下村咲さんにご協力いただきました。